மீட்சி பெறும் ஆதி புத்த அரசன்

வீர சாத்தன் வரலாறு

(சாத்துப்பாடி வரலாறு)

பேராசிரியர் Dr. சா.சீ. ஜோதிமணி

அறம் பதிப்பகம்

மீட்சி பெறும் ஆதி புத்த அரசன்
'வீர சாத்தன் வரலாறு' (கட்டுரை நூல்)

பேராசிரியர் Dr. சா.சி. ஜோதிமணி

உரிமை: ஆசிரியருக்கு

முதல் பதிப்பு: ஜூலை 2021

வெளியீடு: அறம் பதிப்பகம்,
3/582, முல்லைத் தெரு, கஸ்தூரிபாய் நகர்,
TNHB *எதிரில், முள்ளிப்பட்டு கிராமம் & அஞ்சல்,*
ஆரணி வட்டம், திருவண்ணாமலை மாவட்டம் – 632316
தொடர்புக்கு: 9150724997
மின்னஞ்சல்: arampublication50@gmail.com

அச்சிட்டோர்: துர்கா பிரிண்டர்ஸ், சென்னை–117

வடிவமைப்பு: ஜீ. முருகன்

ISBN: 978-93-91480-01-1

Meetchi Perum Aadhi Putha Arasan
Veera Saathan Varalaru

Author: Dr. S.S.Jothimani

First Edition: August, 2021

Published by: Aram Publication
Address: No. 3/582, Mullai street,
Kasthuribai nagar, Mullipattu village & post
Arani Taluk - 632 316
Tiruvannamalai Dt, Tamil nadu

Contact Cell No: 9150724997
e-mail: arampublication50@gmail.com

Printed at: Durga printers, Chennai-117

பேராசிரியர் Dr. சா.சீ. ஜோதிமணி

இந்நூலாசிரியர் பேராசிரியர் **Dr.** சா.சீ. ஜோதிமணி, கடலூர் மாவட்டம் புவனகிரி வட்டம் சி.சாத்தப்பாடி (அம்பேத்கர் நகர்) கிராமத்தில் சா. சீராளன், மகேஸ்வரி தம்பதியினருக்கு இரண்டாவது மகனாக 16.06.1900–ம் ஆண்டு பிறந்தவர். துவக்கக்கல்வி மற்றும் நடுநிலைக்கல்வியை சி.சாத்தப்பாடியான தனது கிராமத்திலும், மேல்நிலைக்கல்வியை அரசு நந்தனார் ஆண்கள் மேல்நிலைப் பள்ளியிலும், எம்.ஏ., ஆங்கிலம் பட்டப்படிப்பையும், எம்.பில் பட்டமேற்படிப்பையும், அண்ணா மலைப் பல்கலைக்கழகத்திலும் முடித்து பின்பு அதே பல்கலைக்கழக ஆங்கிலத் துறையில் பிஎச்.டி. பட்டமும் பெற்றுள்ளார். தனது சிறுவயதிலிருந்தே கவிதை எழுதி வரும் இவர் இரண்டாயிரத்திற்கும் மேற்பட்ட கவிதைகளை எழுதி தனது இல்லத்திலே குவித்து வைத்திருக்கின்றார். இவரது முதல் கவிதை படைப்பு “கனவில் நனைந்த கண்ணம்” என்ற கவிதை புத்தகத்தை தனது எம்.பில் பயின்று கொண்டிருக்கும் பொழுது திருமதி சிவகாமி IAS (Rtd.) தலைமையில் வெளி யிட்டார். பின்பு “என் கல்லறையில் உன் முதல் முத்தம்” என்கின்ற இவரது இரண்டாவது கவிதைப் புத்தகத்தை எழுத்தாளர் பாமா அவர்கள் வெளியிட்டுள்ளார். அண்ணாமலைப் பல்கலைக்கழகத்தை பொருத்தவரையில் இலக்கியத் தொடர்பு களின் மத்தியில் மிகவும் பரிச்சையமான பெருமைக்கு உரியவர். இவர் தற்பொழுது தனது அடுத்த படைப்பான “**மீட்சி பெறும் ஆதி புத்த அரசன் ‘வீர சாத்தன் வரலாறு’**” என்ற புத்தகத்தை இயற்றி இலக்கியப் பாதையில் இனிதே உங்களோடு வரு கின்றார். இவரது அடுத்த படைப்பாக ‘பறைச்சி’ என்னும் நாவலை இயற்றி வருகின்றார்.

பதிப்புரை

மீட்சி பெறும் ஆதி புத்த அரசன் ‘வீர சாத்தன் வரலாறு’ என்னும் இந்தப் புத்தகம் தமிழ் எழுத்துலகில் ஒரு புதியக் கோணத்தில் தன் ஊரின் வரலாற்றைச் சொல்லும் புத்தகமாகும். இவ்வகையில் தனது ஊரின் வரலாற்றை விளிம்புநிலை மக்களின் பார்வையில் இருந்து சொல்லும் புத் தகங்களே, வரலாற்றில் நிலைத்து நின்றிருக்கின்றன.

மண்ணின் மக்களின் பார்வையிலிருந்து படைக்கப்படும் எழுத்துக்களே வரலாறாகின்றது, அந்த வகையில் இந்தப் புத்தகமும் ஒரு வரலாற்று ஆவணம். இந்தப் புத்தகத்தை, முன்னோடியாகக் கொண்டு அவரவர்கள் தமது ஊரின் வரலாற்றை எழுத முன்வரவேண்டும் என்பதே அறம் பதிப்பகத்தின் அவா.

இந்தப் புத்தகத்தின் ஆசிரியர், திரு. ஜோதிமணி அவர்கள், வளர்ந்து வரும் இளம் பேராசிரியர். கவிஞர், எழுத்தாளர், என பன்முகத் திறன் கொண்ட அன்னாரை வாழ்த்தி,, இந்த நூலை வெளியிடுவதில் அறம் பதிப்பகம் பெருமைக் கொள்கின்றது.

இந்த நூலைச் சிறப்புற வடிவமைத்து அட்டைப்படமும் தந்த தோழர் திரு. ஜி. முருகனுக்கு நெஞ்சார்ந்த நன்றி. அச்சிட்ட துர்கா பிரிண்டர்ஸ்க்கும் நன்றி. பிழைத்திருத்தம் செய்த ஏழுமலை தமிழ் அய்யா ஆரணி அவர்களுக்கும் நன்றி. பதிப்புத் துறையில் செயல்பட இசைவளித்திருக்கும் அருட்பேராற்றலுக்கும், பிரபஞ்சத்துக்கும் நெஞ்சார்ந்த நன்றி.

அறம் பதிப்பகத்துக்காக

மா. அமரேசன்

ஆரணி
ஆகஸ்ட்டு 2021

என்னுரை

பேராசிரியர் Dr. சா.சீ ஜோதிமணி
B.A., (Rural). DIP in HR., M.A(SWA)., M.A,.Lit., M.Phil., PhD (English)

சாத்தப்பாடி & தெற்கு, புவனகிரி வட்டம், கடலூர் மாவட்டம்
கைபேசி *8248916692*, மின் அஞ்சல் jothiram1661990@gmail.com

எனக்கென தன் மார்பிலே அமிர்தத்தை தேக்கிவைத்து மூச்சு விட முடியாத கொடுமை நிறைந்த வறுமையிலும் இத்தகைய உயரிய நிலைக்கு என்னை கொண்டு வந்து சேர்த்த இன்னும் உயர்த்திப் பிடித்துக் கொண்டிருக்கும் என் தாய் திருமதி மகேஸ்வரிசீராளன், தகப்பனார் திரு சீராளன் சாமிக்கண்ணு ஆகிய இருவரையும் வணங்கி என் உரையை தொடர்கிறேன். இந்தப் படைப்பு என் வாழ்நாளில் ஒரு பொக்கிஷமாக நான் கருதுகின்றேன். ஒரு வரலாற்று சரித்திரத்தை மீட்டெடுக்கும் முயற்சியே இந்த படைப்பு. ரத்தமும் சதையுமாக வாழ்ந்த சமூக நீதிக்கான ஆசான் என்று சொல்லத்தகும் அளவிற்கு பெரும் புகழோடு வாழ்ந்த சிற்றரசர் சாத்தன் அவர்களின் வாழ்வியல் தடங்கள் அடங்கிய இந்த புத்தகத்தை நான் எழுதியதை பெரும் வரமாக கருதுகின்றேன். இம்மண்ணில் வாழ்ந்த மூத்த குடிமக்களின் வாழ்க்கைமுறை அவர்களின் கோலோச்சிய நாகரீகம், அவர்களின் வீழ்ச்சி, தீண்டாமைக்கு உட்படுத்திய கொடுமைகள் போன்ற பல்வேறு கூறுகளை இவற்றிலே காட்சிப்படுத்தி இருக்கின்றேன்

சி. சாத்தப்பாடி எனும் கிராமத்தின் பெயர் மூன்று கட்டங்களாக இருந்திருக்கின்றன. அவற்றில் முதல் இவ்வூருக்கு இருந்த பெயர் சாத்தன்பாடி என்றும், இரண்டாம் கட்டமாக சகஸ்திரப்பாடி என்றும், மூன்றாம் கட்டமாக சாத்தப்பாடி என்றும் பெயர் பெற்று தற்பொழுது இவ்வூர் சாத்தப்பாடி என்றே அழைக்கப்பெற்று வருகின்றது.

சாத்தன் அல்லது சாத்தனார் என்னும் பெயரினை வட மொழியில் "சாஸ்தா" என்று அழைக்கப்படுகின்றது. "சாஸ்தா" என்பது புத்தருக்குரிய பெயர்களுள் ஒன்றாகும். எனவே சாஸ்த என்னும் சொல்லின் திரிபாகவே சாத்தன் என்னும் பெயர் புத்தரைக் குறிக்கும் பெயராக பண்டையக்காலங்களில் வழங்கப்பட்டிருக்கின்றன. கடைச்சங்க காலத்தில், தமிழ்நாட்டி லிருந்த பௌத்தர்கள் சாத்தன் என்னும் பெயரைப் பெரும்பாலும் கையாண்டிருக்கின்றார்கள் என சங்க கால நூல்களினால் நன்கு அறிய முடிகின்றது.

சாத்தனாருக்கு "ஐயப்பன்" என்ற பெயரும் மலையாளதேசத்தில் வழங்கப்பட்டு வருகின்றது. காவிரிப்பூம்பட்டினத்திலும் "சாத் தன் கோயில்" இருந்ததாகச் சிலப்பதிகாரத்தின் மூலம் அறிய முடிகின்றது. "சாஸ்தா" அல்லது "சாத்தன்" என்னும் வட சொல்லிற்கு நேரான தமிழ்ச் சொல் "ஐயன்" அல்லது "ஐயனார்" என்பதாகும்.

தமிழர் நாகரிகம் தோன்றிய காலகட்டத்தில் நடுகள் வழி பட்டு முறையில்தான் கிராமப்புறங்களிலே சிறுதெய்வ வழி பாடு நடைபெற்றிருக்கின்றது. அப்படிப்பார்த்தால் இவ்வூர் சாத்தப்பாடி இக்கோவிலுக்கான வழிபாட்டுமுறையும் நடுகல் லில் இருந்துதான் தோற்றுவிக்கப்பட்டிருக்க வேண்டும் என்று அறியமுடிகிறது.

புவனகிரி அருகே அமைத்துள்ள சி. சாத்தப்பாடி கிராமத் தினுடைய காவல் தெய்வமான அய்யனாருக்கும் சாத்தனுக்கும் என்ன தொடர்பு? சிற்றரசர் சாத்தனின் ஆட்சிக்கால எல்லைகளாக விளங்கப்பெற்றவைகள் எவை? எவை? சாத்தப்பாடியில் அமையப்பெற்றுள்ள அரசு தொடக்கப்பள்ளி வளாகத்திற்கு அருகாமையில் சாத்தனின் சிலை உள்ளதே அந்த சிலையானது எதற்காக, எந்த காரணத்திற்காக, யாரால் நிறுவப்பட்டது? அச்சிலைக்கான வரலாறுகள் என்ன? சாத்தனின் சிலை ஏன் யாராலும் பராமரிக்கப்படாமல், பாதுகாக்கப்படாமல், வணங்கப் படாமல், பூஜைகள் நடத்தப்படாமல், விழாக்கள் எதுவும் முன்னெடுக்கப்படாமல், சிலையானது மண்ணும், குப்பைகளும் படித்து, யாருமற்ற அனாதையைப் போல இச்சிலை கிடக்க வேண்டிய அவசியமென்ன? அய்யனார் கோவிலுடன் பெரும் தொடர்பினைக் கொண்ட சாத்தனின் சிலை எந்த விதமான

காரணத்திற்காக கோவிலை விட்டு தள்ளி வைக்கப்பட்டு ஒரு ஓரமாகவும், ஒதுக்குப்புறமாகவும் புறம் தள்ளப்பட்டு எதற்காக, சாத்தனின் சிலை வைக்கப்பெற்றுள்ளது அதற்காண காரணம் என்ன?

போன்ற எண்ணிலடங்கா கேள்விகளும் அதற்கான பதில்களும் விவரிக்கப்பட்டு உள்ளது. பல்வேறு வாழ்வியல் கூறுகள் இந்தப் புத்தகத்தில் கொட்டிக் கிடக்கின்றன, இருட்டடிப்பு செய்யப்பட்டு கிடக்கின்ற இந்த சிற்றரசன் சாத்தனின் வரலாற்றை பொது சமூகத்திற்கு கொண்டு சேர்க்க வேண்டும் என்று உங்கள் அனைவரைவும் வணங்கி கேட்டுக்கொள்கிறேன். என்னை மன உறுதியோடு இந்த புத்தகம் எழுத உறுதுணையாக இருந்த என்னுடைய இணையாள் திருமதி நிவேதா ஜோதிமணி, மகள்கள் **அகநிதி ஜோதிமணி**, மானச, மகன் மகிழன் அவர்களுக்கும் எனது நன்றியை உரித்தாக்குகிறேன்.

என் குலதெய்வமான பழுக்கமுடையாரை வணங்கி நிறைவு செய்கிறேன். நன்றி

அணிந்துரை

அழகப்பன் பழனிசாமி
M.A, M.Phil, B.Ed, B.L.I.S, P.G.D.C.P

உதவி இயக்குனர், பொருளியல் மற்றும் புள்ளி இயல் துறை,
மாநிலப் பொருளாளர் , தமிழ்நாடு தமிழ்ச் சங்கம்,
*அலைபேசி : **94866 82645***
மின் அஞ்சல் kathiralagappan@gmail.com

தம்மின்தம் மக்கள் அறிவுடைமை மாநிலத்து
மன்னுயிர்க்கு எல்லாம் இனிது
–குறள்மறை

தமது இன மக்களின் அறிவுடைமையானது இந்த உலகத்தில் இருக்கும் அனைத்து உயிர்களுக்கும் பேரின்பத்தை அளிக்கக் கூடியதாக இருக்க வேண்டும் என்பதை அரிதியிட்டுக் கூறுகிறார் ஆதித் தமிழினப் பெருந்தகை வள்ளுவ பெருமான். அந்தப் பெருந்தகையின் வாய்மொழிக்கேற்ப ஆதித் தமிழினத்தின் அறிவுப் பேரொளியாக நமக்கு வாய்த்திருப்பவர்தான் “ மீட்சி பெறும் ஆதி புத்த அரசன் வீர சாத்தன் வரலாறு “ என்னும் இந்நூலின் ஆசிரியப் பெருமகனார் தமிழிளவல் பேராசிரியர். ஜோதிமணி அவர்கள்.

ஜோதிமணி அவர்கள் தமது நூலில் நேர்த்தியாக தெரிவு செய்து வார்த்துள்ள தமிழ் வார்த்தைகள் ஒவ்வொன்றும் நமது தமிழ்ச் சமூகத்திற்கு கிடைத்திருக்கும் அரிய சான்றாவண வரலாற்று முத்துகள், இந்நூலின் சீரிய ஆக்கத்திற்காக அவர் அயராது உழைத்துள்ள விதம் நம்மை வியக்க வைக்கிறது, அவரது ஆதித் தமிழ்ச் சமூக வீர வரலாற்று மீட்டுருவாக்கப் பெருந் தேடலின் வழியே புதைந்து–சிதைந்து–திரிந்து போன மறைக்கப்பட்ட ஆதித் தமிழ்ப் பண்பாட்டு இயலின் ஒவ்வொருக் கூறுகளும் நம்மை வந்தடைந்து நமது மரபணுக்களை பேராளுமை செய்கிறது. இவரது நூலில் இவர் தொகுத்துத் தந்துள்ள புத்த–தம்ம வரலாற்று ஆவணச் சான்றுகளும்,

தமிழ் பௌத்த மரபு வழிச் சாத்தனார்கள் எவ்வகைகளில் மக்களுடன் மக்களாக இருந்து தமிழ்ச் சமூகத்தை மன்னர்களாக, தலைவர்களாக, கல்வியாளர்களாக, மருத்துவர்களாக வாழ்ந்து மக்களை வழிநடத்தினார்கள் என்பதையும் இவர் விவரிக்கும் மீட்சியியல் வரையறைகள் இதுவரை வேறெந்த வரலாற்று ஆவணங்களிலும் காணக் கிடைக்காதது, அக்காலத்தில் இருந்த பல்வேறு "நடுகல்" முறைகளையும் அவற்றின் சமூக மதிப்பீடுகளையும் இவர் தொகுத்துள்ள சான்றாவணப் பாங்கு நம்மை வியப்பின் உச்சத்திற்கு அழைத்துச் செல்கிறது, தமிழ் மன்னர்கள் மட்டுமல்லாது ஆரிய பிராமணர்களும் நடுகல் முறைகளை விருப்பத்துடன் செய்தார்கள் என்ற இவரது வரலாற்றுப் பதிவுகள் தொல்லியல் ஆய்வாளர்களுக்கும், வரலாற்று அறிஞர்களுக்கும் புதிய செய்திகள்.

சிறு வயதுகளில் தமது வாழ்விடங்களில் பார்த்த–அறிந்த–தெரிந்த–புரிந்த விழுமியங்களை தன்னுள்ளேப் புதைத்துக் கொள்ளாமல் அவற்றை எதிர் காலத் தலைமுறைகளுக்கும் கொண்டு சேர்க்க வேண்டும், அதன் வழியேத் தான் சார்ந்த சமூகம் பயனுற்று புதியப் பண்பாட்டு பரிணாம எழுச்சியைப் பெற வேண்டும் என்றப் பேரினப் புரட்சி தாகத்தில் அறிவுப் பேரொளியாய் ஒளிரும் தமிழிளவல் ஜோதிமணியை எவ்வளவு போற்றினாலும் அத்தனைக்கும் அவர் பொருத்தமானவராகவே இருக்கிறார் என்பதைப் பெரும் அகமகிழ்வோடு பதிவு செய்கிறேன்.

ஆதித்தமிழர் குடிகளில் இவரைப்போன்ற பல அறிவுப் பேரொளி "ஜோதிமணிகள்" ஒவ்வொரு மாவட்டத்திலும் ஒருவர் வாய்க்கப்பெற்றால் ஆதித் தமிழ்ச் சமூகப் பண்பாட்டு எழுச்சி என்பது ஒருங்கிணைக்கப்பட்டு அரசியல் அதிகாரப் புரட்சியை ஆதித் தமிழ்ச் சமூகம் கைப்பற்றிக் கொண்டாடும் நாள்கள் வெகுதூரத்தில் இல்லை என்பது "வெள்ளிடைமலையாய்" எம் அகத்தில் மிளிர்ந்து ஒளிர்கிறது.

நீ வாழ்வாங்கு வாழ்ந்து எம்மினத்தை வழிநடத்துவாய் என நம்பிக்கையுடன் வாழ்த்தி மகிழ்கிறேன்!

பொருளடக்கம்

சி. சாத்தப்பாடி நிலப்பரப்பின் கூகுள் புகைப்படம்

சி. சாத்தப்பாடி என்பதன் பெயர் காரணம்

சி.சாத்தப்பாடி எனும் கிராமத்தின் பெயர் மூன்று கட்டங்களாக இருந்திருக்கின்றன. அவற்றில் முதல் இவ்வூருக்கு இருந்த பெயர் சாத்தன்பாடி என்றும், இரண்டாம் கட்டமாக சகஸ்திரப் பாடி என்றும், மூன்றாம் கட்டமாக சாத்தப்பாடி என்றும் பெயர் பெற்று தற்பொழுது இவ்வூர் சாத்தப்பாடி என்றே அழைக்கப்பெற்று வருகின்றது.

கிராமத்தில் உள்ள நிலப்பரப்புக்கள்

நஞ்சை	*44.58.0*
புஞ்சை	*47.86.0*
நஞ்சை தரிசு கரப்பு	*0.12.5*
புஞ்சை தரிசு கரப்பு	*0.35.5*
புரம்போக்கு நிலப்பரப்பு	*70.56.0*
நஞ்சை கரப்பு	*3.53.0*
புஞ்சை கரப்பு	*1.64.0*
இவ்வூரின் மொத்த நிலப்பரப்பு	*363.48.0 (ஹெக்டேர்)*
இவ்வூரின் ஏரியின் பரப்பளவு	*40.49.0 (ஹெக்டேர்)*

மக்கள் வசிக்கும் இடத்திற்கான நிலப்பரப்புகள்

நத்தம்	*6.70.21*
புஞ்சை	*4.32.14*
நஞ்சை	*0.18.36*
மொத்தம்	*11.20.71 (ஹெக்டேர்)*

சாத்தன் அல்லது சாத்தனார் என்னும் பெயர் "சாஸ்தா" என்னும் வடமொழிப் பெயரின் திரிபு ஆகும். "சாஸ்தா" என்பது புத்தருக்குரிய பெயர்களுள் ஒன்றாகும். எனவே "சாஸ்தா" என்னும் சொல்லின் திரிபாகவே சாத்தன் என்னும் பெயர் புத்தரைக் குறிக்கும் பெயராக பண்டையக்காலங்களில் வழங்கப்பட்டிருக்கின்றன. கடைச்சங்க காலத்தில், தமிழ்நாட்டி லிருந்த பௌத்தர்கள் சாத்தன் என்னும் பெயரைப் பெரும்பாலும் கையாண்டிருக்கின்றார்கள் என சங்க கால நூல்களினால் நன்கு அறிய முடிகின்றது.

பௌத்த நூலாகிய மணிமேகலையை இயற்றியவர் பௌத்த மதத்தினர் என்றும் அவருடைய பெயர் சாத்தனார் என்பதும் அனைவரும் அறிந்த ஒன்று. சாத்தன் என்ற பெயரைக் கொண்ட பல்வேறு புலவர்கள் வாழ்ந்துள்ளனர். அவர்களுள்

பெருந்தலைச் சாத்தனார், மோசி சாத்தனார், வடவண்ணக்கன் பெருஞ் சத்தனார், ஒக்கூர் மாசாத்தனார், கருவூர்க் கதப்பிள்ளை சாத்தனார் போன்ற சங்ககால புலவர்களும் பௌத்தர்களாக இருக்கக் கூடும் என்று அவர்கள் கொண்டிருந்த சாத்தன் என்னும் பெயரைக் கொண்டு அறியமுடிகிறது.

கொங்கண நாடாகிய துளுவ தேசத்தில் உள்ள சில கோவில்களுக்குச் "சாஸ்தாவு குடி" என்றும் "சாஸ்தா வேஸீ வரம்' என்றும் "சாஸ்த்தாவுகள்" என்றும் பெயர்கள் வழங் கப்படுகின்றன. எனினும், இவையாவும் பண்டையக் காலத்தில் பௌத்த மதம் அழிவுண்ட பின்னர் இந்த கோவில்கள் இந்து மதக் கோவில்களாக மாற்றப்பட்டன என்பதை இச்செய்தி உறுதிப்படுத்துகின்றது. இப்பொழுதும் மலையாள நாட்டில் "சாஸ்தா" கோயில்கள் உண்டு. இவற்றிற்குச் "சாத்தன் காவுகள்" என்று பெயர் இதற்கு (காவு – கா – தோட்டம், அல்லது பூஞ் சோலை என்பது பொருள்)

பண்டைக்காலத்தில் தமிழ்நாட்டில் இருந்த பௌத்தக் கோ– யில்கள் பூஞ்சோலைகளின் நடுவில் அமைக்கப்பட்டிருந்ததாகப் பண்டைய நூல்களில் அறியமுடிகின்றது. இவற்றிற்கு "ஆராமம்" (பூந்தோட்டம்) என்று பெயர் வழங்கப்பெற்று வந்திருக்கின்றன.

மலையாள நாட்டிலுள்ள சாத்தன் காவுகள் பண்டையக் காலத்தில் பௌத்த கோயில்களாக இருந்தவை அவை பின்பு

இந்துமதக் கோயில்களாக மாற்றப்பட்டவை என்பது ஆராய்ச்சியாளர்களின் கருத்தாக இருக்கின்றது.

சாத்தனாருக்கு "ஐயப்பன்" என்ற பெயரும் மலையாளதேசத்தில் வழங்கப்பட்டு வருகின்றது. காவிரிப்பூம்பட்டினத்திலும் "சாத்தன் கோயில்" இருந்ததாகச் சிலப்பதிகாரத்தின் மூலம் அறியமுடிகின்றது. "சாஸ்தா" அல்லது "சாத்தன்" என்னும் வட சொல்லிற்கு நேரான தமிழ்ச் சொல் "ஐயன்" அல்லது "ஐயனார்" என்பதாகும்.

ஐயன் என்பதற்கு உயர்ந்தோன், குரு, ஆசான் என்பன பொருளாகும்.

பௌத்த மதம் அழிந்த பின்னர் அம்மதக் கொள்கைகளையும் தெய்வங்களையும் இந்து மதம் ஏற்றுக்கொண்டபொழுது வெவ்வேறு கதைகள் கற்பிக்கப்பட்டிருக்கின்றன.

வைணவர்கள் புத்தரைத் திருமாலின் ஓர் அவதாரமாக வெளிப்படையாகவே ஒப்புக்கொண்டுள்ளனர். சைவ சமயத்தோர், புத்தராகிய சாத்தனாரைத் திருமாலுக்கும், சிவபெருமானுக்கும் பிறந்த பிள்ளையாகக் கற்பித்து சாத்தனாரைத் தனது தெய்வங்களில் ஒருவராக சேர்த்துக் கொண்டுள்ளனர்.

அப்பர் சுவாமிகளும் தமது தேவாரத்தில் சாத்தனாரைச் சிவபெருமானின் பிள்ளை என்றே குறிப்பிடுகின்றார். இதனை,

"பார்த்தனுக் கருளும்வைத்தார் பாம்பரை யாடவைத்தார்
சாத்தனை மகனா வைத்தார் சாமுண்டி சாமவேதங்
கூத்தொடும் பாடவைத்தார் கோளராமதய நல்ல
தீர்த்தமுஞ் சடைமேல் வைத்தார் திருப்பயற்ரனாரே"

என வரும் தேவாரப்பாடலினால் இதனை அறியலாம்.

பிற்காலத்தில் "சாத்தனார்", "ஐயனார்", "அரிஹரபுத்திரர்" என்னும் இத்தெய்வத்தைக் கிராம தெய்வமாய்ச் நினைத்து பண்டைய மக்கள் வணங்கியிருக்கிறார்கள். சாத்தன் அல்லது சாஸ்தா என்று புத்தருக்குப் பெயர் கொடுக்கப் படுவதற்கான காரணம் என்னவென்றால், புத்தர் அனைத்து சாஸ்திரங்களையும் கற்றவர் என்பதன் கருத்தினைப் பற்றியதாகும். (இந்த தகவலையே பௌத்தமும் தமிழும் என்ற புத்தகத்தில் மயிலை

திரு. சீனி. வேங்கடசாமி அவர்களும் முன்மொழிந்துள்ளார் என்பது குறிப்பிடத்தக்கது.

பண்டைய தமிழர் நாகரிகம் தோன்றிய காலகட்டத்தில் தற்பொழுது சாத்தப்பாடி என்று அழைக்கப்பெறுகின்ற இக் கிராமமானது பண்டைய காலங்களில் சாத்தன்பாடி என்றே பிறமக்களால் அழைக்கப்பெற்றிருக்கின்றது. அது மட்டுமல்லா மல் இவ்வூரிலுள்ள அய்யனார் கோயிலும் ஆரம்ப கால கட்டத்தில் சாத்தன் கோவிலென்றே அழைக்கப்பெற்று மக்களால் வழிபாடு செய்யப்பட்டுள்ளது. அதன்பிறகு இந்த சாத்தன்பாடி யிலே குடியேறிய பிராமணர்கள் சாத்தனை (அய்யனாரை) வணங்க தொடங்கிய பிற்பகுதியிலேயே சாத்தன் கோவில் பல நூற்றாண்டுகள் மறைந்தோடவே பின்பு, சாத்தன் கோவில் என்கின்ற அய்யனாரின் கோவிலுக்கு ஸ்ரீ பூரண புஷ்பலாம்பிகை சமேத அரிஹரபுத்திர அய்யனார் என்று கோயிலுக்கு பெயர் மாற்றம்பெற்று தற்பொழுது இந்த பெயரே நடைமுறையில் உள்ளது. இவ்வூருக்கு பண்டைய காலத்தில் சாத்தன்பாடி என்றும் பெயர் உருவாவதற்கான காரணமாக இருந்தவைகள் இரண்டாகும். ஒன்று இவ்வூரிலே குடிகொண்டுள்ள அய்யனா ருக்கு சாத்தன் என்ற பெயர் இயல்பாக இருந்த காரணம் மற்றொன்று இவ்வூர் அய்யனாரை குலதெய்மாக வழிபட்ட இப்பகுதியை ஆண்ட சிற்றரசனின் பெயரும் சாத்தன். அய்ய னார் என்னும் குலதெய்வத்தின் பெயரான சாத்தன் என்ற பெயரையே சிற்றரசர் சாத்தனின் குல மரபில் பிறக்கும் முதல் தலைச்சம் பிள்ளைக்கு பெயர் சூட்டி சாத்தனென்று அழைப்பது இம்மண்ணை ஆண்ட சாத்தனின் குடும்ப மரபாக இருந்திருக்கின்றது. எனவே அய்யனாரினுடைய பெயரும் சாத்தன். இப்பகுதியை ஆண்ட சிற்றரசரின் பெயரும் சாத்தன் என்று இருந்துள்ளது. இவ்வூருக்கு சாத்தன் பாடி என்று பெயர் உருவாகியிருக்கின்றது. பாடி என்ற சொல்லுக்கு பல பொருள் இருந்தாலும் "பாடி" என்ற சொல்லுக்கு மக்கள் கூடி வாழுகின்ற பகுதியென்றும் பொருள் படுகின்றது. எனவே இவ்வூருக்கு சாத்தன் பாடியென்று பெயர் உருவாகியிருக்கின்றது.

பண்டைய கால தமிழர்கள் தங்களின் குல வழக்கப்படி தங்களது தலைமுறையினருக்கு ஒரே பெயரை வைத்ததற்கான சான்றுகள் இம்மண்ணில் அதிகமாகவே காணப்பெறுகின்றன.

பழந்தமிழர் நாகரிகம் உருவான காலத்திலே பௌத்த மதம் தமிழ் மண்ணில் பெரிய அளவிலே வேறுண்றி இருந்ததற்கான வரலாறுகள் மிகுதியாக காணப்படுகின்றது. ஆரம்பகால வரலாற்றில் இவ்வூரிலுள்ள ஸ்ரீ பூரண புஷ்பலாம்பிகை சமேத அரிஹரபுத்திரஅய்யனார்சாத்தன்என்றேமக்களால்அழைக்கப்பெற்று வணங்கப்பட்டிருக்கின்றனர். புத்தருக்கும் சாத்தன் என்ற பெயர் உண்டு. புத்த மதம் இம்மண்ணில் அழித்தொழிக்கப்பட்ட பிறகு புத்தரையும் அவரது நடுகல் சிலைகளையும் கிராம தெய்வங்களாகவும், சிறு தெய்வ வழிபாடாகவும் கிராமப் புறங்களிலே ஏற்றுக் கொள்ள பெற்று மக்கள் வழிபட ஆரம்பித்திருக்கின்றனர். அய்யனார், முனிஷ்வரன், காத்தவராயன் போன்ற தெய்வங்கள் உருவாகுவதற்கு புத்தரும் ஒரு காரணமாக இருந்திருக்கின்றார்.

இப்படி சிறு தெய்வ வழிபாட்டில் முன்னெடுக்கப்பட்ட தெய்வங்களில் ஒருவர்தான் அய்யனார். அய்யனாறென்று வணங்குவதற்கு முன்பாகவே இவ்வூரில் அமைந்திருந்த நடுகள் வழிபாடு சாத்தன் கோவில் புத்தனின் கோவிலாக இருந்திருக்ககூட வாய்ப்புக்கள் இருந்திருக்கலாம்.

பௌத்த மதம் சிதைவுற்ற பிறகே இந்து மதம் வளர்ச்சியை பெரிய அளவிலே அடைந்திருக்கின்றதென்பது வரலாற்று உண்மை. அப்படி பார்த்தால் ஆதி தமிழ் மக்கள் வாழ்ந்த இப்பகுதியிலே சாத்தனென்று வணங்கப்பெற்ற கோவிலானது ஏன் புத்தருக்கான கோவிலாக இருந்திருக்க கூடாதென்ற ஐயம் உருவாகுவதிலே தவரேதுமில்லை என்றே கருதுகின்றேன். புத்தருக்கு சாத்தன் என்ற பெயர் உண்டு என்பது குறிப்பிடத்தக்கவையாகும்.

தற்பொழுது புதுப்பித்துக் கட்டப்பெற்றிருக்கின்ற ஸ்ரீ பூரண புஷ்பலாம்பிகை சமேத அஹரபுத்திர அய்யனார் கோவில் முன்பு மிக பாதாள ஆழத்தில் இருந்ததாக இவ்வூரைச் சேர்ந்த முதியவர் திரு. குழந்தைவேலு என்பவரால் நினைவு கூறப்பட்டுள்ளது. தனக்கு தெறிந்தும் தன்னுடைய முன்னோர்கள் கூறியதன் மூலம் தற்பொழுது புதுப்பித்து கட்டப்பட்டுள்ள ஸ்ரீ பூரண புஷ்பலாம்பிகை சமேதே அரிஹரபுத்திர அய்யனார் கோவில் மூன்று முறை கீழிருந்து மேலாக எழுப்பப்பெற்று

கட்டப்பட்டுள்ளது என்று குறிப்பிட்டிருந்தார். அப்படிப் பார்த்தால் அவருக்கு தெறிந்தே மூன்று முறை மேலெழுப்பி கட்டப்பட்ட கோவிலானது அதற்கு முற்பட்ட காலத்தில் எந்த அளவிற்கு கீழே இருந்திருக்குமென்பதை எண்ணிப்பார்க்க வேண்டும். அப்படி கீழே ஒரு நடுகல் கோவில் இருந்திருக்க வாய்ப்பிருக்கும் பட்சத்தில் அது எத்தனை நூற்றாண்டுகள் பழமை வாய்ந்தவையாக இருக்க வேண்டுமென என்னத்தோன்றுகிறது.

தமிழர் நாகரிகம் தோன்றிய காலகட்டத்தில் நடுகள் வழிபட்டு முறையில்தான் கிராமப்புறங்களிலே சிறுதெய்வ வழிபாடு நடைபெற்றிருக்கின்றது. அப்படிப்பார்த்தால் இக்கோவிலுக்கான வழிபாட்டுமுறை நடுகல்லில் இருந்துதான் தோற்றுவிக்கப்பட்டிருக்க வேண்டும் என்று அறியமுடிகிறது.

அய்யனார் வரலாறு

அய்யனார் கோவில்

கயிலையில் சேரமான் இறைவனை கண்டு மகிழ்ந்து பாட அவர் பாடிய பாடல்களை சாஸ்தாவிடம் கொடுத்து பூவுலகில் வெளியிடுமாறு சொல்லி சேரமான் வந்த வெள்ளைக் குதிரையில் பூமிக்கு இறைவனை (அய்யனாரை) அனுப்பி வைத்ததாக சேக்கிழார் பெரிய புராணத்திலே வெள்ளானைச் சருக்கத்தில் குறிப்பிடுகின்றார். இறைவனின் ஆணையை ஏற்று சேரமான் சென்ற வெள்ளைக் குதிரையில் வந்திறங்கிய சாத்தன் சேரமானின்

பாடல் தொகுப்பை எழுதி வெளியிட்டார். அப்படி அய்யனாரால் வெளியிடப்பட்ட நூல்தான் "திருக்கயிலாய ஞானஉலா" இந்த நூல் பன்னிரு திருமுறைகளில் ஒன்றாக தற்பொழுது உள்ளது.

பூரனை புட்கலைபற்றி கச்சியப்பர் பாடல் வரிகள்

"காருறழ் வெய்ய களிற்றிடையாகிப்
பாரிட எண்ணிலர் பாங்குற நண்ணப்
பூரணை புட்கலை பூம்புறமேவ
வாரணம் ஊர்பவன் முன்னுற வந்தான்"

என்கிறார் கச்சியப்பனார். இதன் மூலம் அய்யனார் நமது கிராமங்களைச் சேர்ந்தவரே என்று கட்சியப்பரின் கருத்தாக உள்ளது.

"சிறுகண் யானைப் பெறுலருந் தித்தன்
செல்லா நல்லிசை உறந்தைக் குணாது
நெடுங்கை வேண்மான் அருங்கடிப் பிடவூர்
அறப் பெயர்ச் சாத்தன் கிளையேம் பெரும!
முன்நாள் நண்பகல் சுரன்உழந்து வருந்திக்
கதிர்நனி சென்ற கனையிருள் மாலைத்
தன்கடைத் தோன்றி என் உறவு இசைத்தலின்"

என்ற புறப்பாடல் வரிகள்.

பாடல் தலைப்பு	– அவிழ் நெல்லின் அரியல்
பாடியவர்	– மதுரை நக்கீரர்
பாடப்பட்டோன்	– சோழ நாட்டு பிடவூர் கிழார் மகன் பெருஞ்சாத்தன்
திணை	– பாடாண்
துறை	– கடைநிலை – புறம் *(394)*

இந்த பாடலானது உண்மையைத் தெளிவு படுத்துவதாக அமைந்துள்ளது.

பொதுவாக அய்யனார் திருக்கோவில்களில் பூரணா, புஷ்கலா சமேத, தம்பதியராகக் காட்சியளிக்கின்றார்.

சங்க இலக்கியத்தில் சாத்தன் எனும் பெயருடைய பல புலவர்கள் வாழ்ந்திருக்கின்றார்கள். மதுரை கூல வாணிகன்

சீத்தலைச் சாத்தன் என்ற பெயரும் அவைகளில் ஒன்றாகும். இவர் அய்யனாரை குலதெய்வமாக வழிபட்டவர் அதனால்தான் இப்பெயர் வைத்திருக்கின்றார்கள். அவர்களின் முன்னோர்கள் அல்லது பெற்றோர்கள்என்பது ஆய்வாளர்களின்கருத்தாக உள்ளது. ஏனெனில் குலதெய்வத்தின் பெயரைச் சூட்டுவது தொல்தமிழர் மரபுகளில் முக்கியத்துவம் வாய்ந்ததாகவே தெளிவான முறையில் ஆய்வாளர்கள் கருத்தை முன்வைக்கின்றார்கள். அய்யனார் சாத்தன் என பெயர் பெற்றதற்கான காரணமாக தேவநேயப்பாவணர் கூறும் கருத்து யாதெனில்,

நாட்டில் பல இடங்களுக்கு காவல் படையுடன் சென்று பொருளீட்டிய வணிகக் கூட்டங்களுக்கு சாத்து என்று பெயர்.

சார்த்து – சாத்து : சார்தல் – சேர்தல்

என்று பொருள்படுவதாக தேவநேயப்பாவணர் கூறுகிறார். மேலும் அவர் வணிகச் சாத்துக்களின் காவல் தெய்வமான அய்யனாருக்குசாத்தன் என்று பெயர் உருவானதாக இதை காரணமாக குறிப்பிடுகின்றார். சாத்தன் என்றால் உலகில் அனைத்தையும் கற்றவன் என்று பொருள். சாத்தன் என்று அழைக்கப்படும் அய்யனார் அனைத்தையும் கற்றவர் என்று பொருள்படுகின்றார்.

சிவனுக்கும், மோகினி உருவத்தில் இருந்த விஷ்ணுவிற்கும் பிறந்தவரே அய்யனார். அய்யனார்தான் அய்யப்பனாகவும் வணங்கப்படுகின்றார் என்ற கருத்தும் நிலவுகின்றன.

அய்யனாருக்கு உரிய பெயர்களாக குறிப்பிடப்படுபவைகள் யாதெனில் சாதவாகனன், கோழிக் கொடியோன், சாத்தன், வெள்ளையானை வாகனன், காரி செண்டாயுதன், கடனிற வண்ணன், பூரனை கேள்வன், புட்களை மணாளன், யோகி, யரிகர புத்திரனையன், அறத்தைக் காப்போன், அரிகரபுத்திரன் போன்ற பெயர்களாகும். காரி ஊர்தி, காரிக்குதிரை போன்றவைகள் அய்யனாரின் வாகனமாகவும், கோழிக்கொடி அய்யனாருக்கு உரிய கொடியாகவும் கருதப்பட்டு சிற்றரசர் சாத்தனின் குல மரபினர் காலத்திலேயும் இவைகள் நடைமுறையில் இருந்துள்ளன.

அய்யனாருக்கு பூர்ணாதேவி, புஸ்கலா தேவி என இரண்டு தேவியர் உள்ளனர். அய்யனார் தேவலோகத்தைச் சேர்ந்தவர்

அவர் பூமியிலே அவதரித்தவர் எனவே தேவலோகத்தைச் சேர்ந்த புஸ்கலாதேவியும் பூலோகத்தில் பிறந்த பூர்ணா தேவியையும் துணைவியாக ஏற்றுக் கொண்டுள்ளார்.

அய்யனார் மந்திரம்

"ஓம் தத் புருஷாய வித்ம ஹே
பூத நாதாய தீமஹீ
தந்தோ அய்யனார் ப்ரசோதயாத்
அரிகர புத்திர புத்திரலாபாய சத்துரு
விநாசகனாய மத கஜ வாகனாய ஸ்ரீ
அய்யனார் சுவாமியே நமக"

இவ்வூரில் உள்ள கோவிலில் ஸ்ரீ பூரண புஷ்ப காலம்பிகை சமேத அரிஹரபுத்திர அய்யனாரும். தாயாராக ஸ்ரீ பூரண தேவி, புஷ்கலாம்பிகை தேவியாரும் உள்ளனர்.

இக்கோவிலில் குளம் அமைந்துள்ளது. தற்பொழுது முதன்மை திருக்கோவில் என்ற வகைப்பாட்டின்படி இந்து அறநிலையத் துறையின் கட்டுப்பாட்டில் உள்ளது. பரம்பரை அல்லாத அறங்காவலர் அமைப்பால் தற்பொழுது நிர்வகிக்க பெறு கின்றது. ஒருகால பூஜை, ஆண்டு ஒரு முறை மிகப்பெரிய அளவிலே அன்னதானமிட்டு பிராமணர்களால் திருவிழா நடத் தப்படுகின்றது. இக்கோவில் பழங்கால தொண்மை வாய்ந் தவையாக கருதப்படுகின்றது.

சாத்தன் என்பவர் யார்?

இந்த கிராமத்தினுடைய காவல் தெய்வமான அய்யனாருக்கும் சாத்தனுக்கும் என்ன தொடர்பு? சிற்றரசர் சாத்தனின் ஆட்சிக்கால எல்லைகளாக விளங்கப்பெற்றவைகள் எவை? எவை? சாத்தப் பாடியில் அமையப்பெற்றுள்ள அரசு தொடக்கப்பள்ளி வளா கத்திற்கு அருகாமையில் சாத்தனின் சிலை உள்ளதே அந்த சிலையானது எதற்காக, எந்த காரணத்திற்காக, யாரால் நிறுவப் பட்டது? அச்சிலைக்கான வரலாறுகள் என்ன? சாத்தனின் சிலை ஏன் யாராலும் பராமரிக்கப்படாமல், பாதுகாக்கப்படாமல், வணங்கப்படாமல், பூஜைகள் நடத்தப்படாமல், விழாக்கள் எதுவும் முன்னெடுக்கப்படாமல், சிலையானது மண்ணும், குப் பைகளும் படித்து, யாருமற்ற அனாதையைப் போல இச்சிலை

கிடக்க வேண்டிய அவசியமென்ன? அய்யனார் கோவிலுடன் பெரும் தொடர்பினைக் கொண்ட சாத்தனின் சிலை எந்த விதமான காரணத்திற்காக கோவிலை விட்டு தள்ளி வைக்கப்பட்டு ஒரு ஓரமாகவும், ஒதுக்குப்புறமாகவும் புறம் தள்ளப்பட்டு எதற்காக சாத்தனின் சிலை வைக்கப்பெற்றுள்ளது அதற்காண காரணம் என்ன? இவ்வூரில் இறை பக்தி கொண்ட மக்கள் செங்கற்களைக்கூட தெய்வமாக பூஜித்து அவைகளுக்கு தெய்வீக சக்திகள் இருப்பதாக எண்ணி வணங்கி வரும் மரபினைக் கொண்டவர்களாக இருக்கின்ற பட்சத்தில் பல நூற்றாண்டு காலமாகவே தெய்வ உருவங்களைப் போன்று கை, கால், தலை, ராஜகம்பீரம் கொண்ட ஒரு தெய்வ சிலையின் அமைப்பையே மிஞ்சும் அளவில் அமையப்பெற்றுள்ள சாத்தனின் சிலையினை எதற்காக யாருமே வணங்கவில்லை, அதற்கான சிறப்பினையும் வழிபாடுகளையும் முன்னெடுக்கவில்லை, இவ்வூரில் வாழுகின்ற மக்களின் கண்களுக்கு சாத்தனின் சிலை தெரியாமல் போய்விடும் ஆற்றல் கொண்டதாக இருக்கின்றதா? கண்ணுக்கு புலப்படாத அல்லது தெரியாத பட்சத்தில், அச்சிலையை வணங்கவே, அதற்கான விழாவினை முன்னெடுக்காமல் இருப்பதுவோ எதார்த்தத்துக்கு உரியது, ஆனால் இவ்வூரில் உள்ள சாத்தனின் சிலையை எல்லோராலும் பார்க்க முடியும். எல்லோரினுடைய கண்ணுக்கும் புலப்படும் வகையில் இருக்கின்ற பட்சத்தில் பல்வேறு உருவம் கொண்ட தெய்வங்களை வணங்கும் இவ்வூர் மக்களினால் எந்த காரணத்திற்காக சாத்தனின் சிலை மட்டும் வணங்கப்படாமல் கிடப்பில் போடப்பட்டுள்ளது.

சாத்தனின் சிலை என்ன துஷ்ட சக்தியா? இவ்வூர் மக்களை அழிக்க வந்த அவதாரமா? அல்லது வழிப்போக்கர்கலால் தூக்கி எரியப்பட்ட சாதாரண கருங்கல்லா? இப்படி எத்தகைய கேள்விகளை வேண்டுமானாலும் முன் வைத்துக் கொண்டே போகலாம். இன்றும் குறிப்பாக சொல்ல வேண்டுமேயானால் சாத்தன் பிறந்த சமூக மக்களும் இதே கிராமத்தில் வாழ்ந்து கொண்டிருக்கின்றார்கள். அவர்களினால் கூட ஏன் இச்சிலைக்கு உரிய மரியாதைகள் வழங்கப்படாமல் இருக்கின்றது. இத் தனை கேள்விகளுக்கும் ஏன் இதுவரை யாருமே பதிலை கொடுக்கவோ அல்லது அதற்கான காரணத்தை கண்டறியவோ அல்லது ஒரு குறிப்பிட்ட சமூகத்திற்கு இந்த ரகசியம் கசிந்து அவர்கள் விழிப்புணர்வு பெற்றுவிடக் கூடாதென்ற என்னமோ, என்னவோ, தெரியவில்லை.

சாத்தன் என்ற சிற்றரசனின் வரலாற்று இறுட்டடிப்பை பற்றி அறிவதற்கு முன்பாக தமிழகம் மற்றும் பிற மாநிலங்களிளும் இந்தியாவின் பல்வேறு இடங்களிலும் ஆண்ட பல சமூக அடையாளங்களைக் கொண்டிருந்த அரசர்களையும், சிற்றரசர் களையும், வீரர்களையும் மற்றும் இன்னும் பல தலங்களில் விவரிக்கும் வகையிலே அமையப்பெற்றுள்ள பண்டைய காலத்து வரலாற்றில் இடம் பெற்றிருந்தோர்களின் சமூதாய அடையாள கீரல்களைப் பற்றி காண்போம்.

பெருங்கற்காலம் தொடங்கியதிலிருந்தே இறந்தவர்களுக்கு நினைவுக்கற்கள் உலகமெங்கும் எடுக்கப்பட்டாலும் கூட போர் களில் மாண்டவர்களுக்கு (Hero Stones) எடுப்பது சிறப்பாக கருதப் பட்டுள்ளது. தமிழில் நடுகள் என்பது வீரகலு அல்லது வீரசிலாலு எனக் கன்னட, தெலுங்கு மொழிகளில் கூறப்படுகின்றது. மேற்கு இந்தியாவில் நினைவு கற்களான நடுகற்களை பலியா (Paliya that is Saviours) என்றும் கம்பியா (Kambia or Pillars) என்றும், சர (Chara-Gravestone) என்றும் அழைக்கப்படுகின்றது. மத்திய இந்தியாவில் மாரியர்கள் வழிபடும் நினைவுக் கற்களேன்னும் நடுகற்கள் உரஸ்கல் (Uraskal) எனவும் வட இந்தியாவில் கொல்லா மற்றும் போயா இனத்தவர் (Golla and Boya) வீர்கா (Hero) என்று நடுகற்களை அழைக்கின்றனர்.

இந்தியா முழுவதும் வீரக்கல் அல்லது நடுக்கல் கருங்கற்களால் எழுப்பபட்டுள்ளது. நடுகற்களை போரில் வெற்றி பெற்றவர் அல்லது தோற்றவர் என்றில்லாமல் நன்கு இம்மண்ணில் வாழ்ந்தவர், மக்களின் மதிப்பிற்கு உரியோர், தகப்பன், உயர்ந்த பண்பினை கொண்டு விளங்கிய பெருமகனார், அரசன், சிற்ற ரசன், ஊரின் தலைவன், இதுபோன்ற பல்வேறு தளங்களைக் கொண்ட மாந்தர்களுக்கும் நடுகற்கள் எழுப்பப்பெற்று அவைகள் தெய்வங்களாக வணங்கப் பெற்றுள்ளன.

தமிழர்கள் வாழ்வுக்குப் போகா விட்டாலும் சாவுக்குச் செல்லும் வழக்கமுடையவர்கள். தற்பொழுது தமிழக மக்கள் எழுப்பும் கல்லறைமுறைகள் கூட நடுகற்கலுடன் தொடர்பு கொண்டவையாகும். உதாரணமாக சுனாமி போன்ற இயற்கை பேரழிவில் மாண்டவர்களுக்கு எழுப்பபட்டுள்ள கற்களே முந்தைய கால நடுகள் என்று வரையறுக்கப் பெற்றுள்ளன. முன்பு நடுகற்கள், பலவிதங்களில் எழுப்பப் பெற்றுள்ளன.

மரத்தினால் ஆன நடுகள், செவ்வகக் கல்லினால் ஆன நடுகல், தூண்களில் ஆன நடுகள், மரத்தடியில் நடுகள், விலங்குகளுக்கு நடுகள், ஓவிய நடுகள் இதுபோன்ற பல்வேறு முறைகளிலே நடுகற்கள் ஏற்படுத்தப் பெற்றிருக்கின்றன.

இறந்தவருக்கு நினைவுக் கற்கள் எடுக்காமல் விட்டுவிட்டால் அடுக்கடுக்காகத் துன்பங்களும் உயிர் பலிகளும் நிகழும் என்பது மக்களின் நம்பிக்கையாக இருந்திருக்கின்றது.

மனிதனுக்கு மட்டுமின்றி, நாய், எருது, பசு, குதிரை, கிளி, யானை போன்ற ஜீவன்களுக்கும் நடுகற்கள் ஏற்படுத்தப் பெற்றிருக்கின்றன. பாக்கிஸ்தான் நாட்டிலே உள்ள லாகூரில் நாய்க்கு நடுகள் உள்ளது. பூஜைகளும் அதற்கு தற்பொழுதும் நடைபெற்று வருகின்றது. புளந்தர்ஷா (Bulandarsha) என்ற அந்த நாயினுடைய நடுகள் மனிதர்களின் நடுகற்களுக்கு இடையே உள்ளது.

மகாராஸ்டிர மாநிலத்தில் நடுகற்கள் சிலவற்றில் வீரர்களுடைய போர்களைக் காண்பதுபோல பூதங்கள் சிற்பங்களாகச் செதுக் கப்பட்டுள்ளன. இந்த மாநிலத்தைச் சேர்ந்த யாதவ மக்கள் இந்த வீர கற்களான நடுகற்களை அல்லது இறந்தவர்களின் வெங்களச் சிலைகளை தெய்வங்களாக வணங்குகின்றார்கள். ‘‘வீரர்பீர்’’ என்றும் யாதவ மக்களால் அழைக்கப்படுகின்றது.

ஒரு குறிப்பிட்ட இனத்தவர் என்றில்லாமல் பல்வேறு சாதியினருக்கும் நடுகற்கள் எடுக்கப்பெற்றுள்ளன. அதுபோலவே பல்வேறு சாதி மக்களும் தற்பொழுதும் நடுகற்களை வழிபடு கின்றார்கள். இன்றைக்கும் தமிழகச் சிற்றூர்களிலே வேடியப்பன், மொசவேடியப்பன், நொண்டி வேடியப்பன், கிருஷ்ணாரப்பன், சாணாரப்பன் என்ற பெயர்களிலே நடுகற்களை மக்கள் தங்களு டைய முன்னோர்களின் அடையாளங்களாக கருதி தெய்வங்களாக இன்றும் வழிபட்டுக் கொண்டிருக்கின்றார்கள்.

ஒரு குறிப்பிட்ட இனத்தவர் மட்டுமே வழிபடும் போக் கும் உள்ளது. எடுத்துக்காட்டாக தர்மபுரி மாவட்டம் பாப்பி ரெட்டிப்பட்டியருகே கேது நாயக்கன் பட்டி புதூர் என்ற ஊரில் உள்ள சக்கிலிச்சி ஏரியில் மதுரைவீரன் என்ற பெயரில் இரண்டு நடுகற்கள் இருந்தன. ஆதி திராவிட மக்கள் மட்டுமே இவற்றை

வழிபடுகின்றனர். மேற்படி நடுகற்களைப் படியெடுக்க "நடுகள்" என்ற புத்தகத்தை இயற்றியுள்ள சரித்திரச் செம்மல் ச.கிருஷ்ணமூர்த்தியின் தலைமையில் தொல்லியல்துறை பணி யாளர்கள் கல்வெட்டுக்கள் உள்ள ஏரிக்குச் சென்றுள்ளனர். பூமியின் புதைந்திருந்த கல்வெட்டுக் கற்களை வெளியில் தோண்டி எடுக்கவும் நீரில் கழுவிப் படியெடுக்கவும் ஊரில் உள்ள சிலரின் உதவியை கேட்டபொழுது தலித் சமூகத்தை அல்லாத அவர்கள் உதவி செய்ய மறுத்துள்ளனர். தலித் மக்கள் வழிபடும் நடுகற்களைத் தொடவும் தயங்கியுள்ளனர். வன்னியர்கள் மட்டுமே குல தெய்வமாகக் கருதி வழிபடும் நடுகற்களும் உள்ளன. ஓட்டர் மட்டமே வழிபடும் அகசிப்பள்ளி நடுகல் கிருஷ்ணகிரிக்கு அருகேயுள்ளது. மதுரை மாவட்டம் உசிலம்பட்டிக்குத் தென்கிழக்கிலே குமரக் கோவில் என்ற குக்கிராமம் உள்ளது. இந்த ஊரிலுள்ள குருநாதன் கோவிலுக்கு அருகில் நான்கு நடுகற்கள் உள்ளன. கிழக்குத் திசையை நோக்கியபடி இந்நடுகற்கள் வைக்கப்பட்டுள்ளன. நடுகற்களின் மேல்பகுதி திருவாசி போன்ற அமைப்புடன் சிங்க முகத்துடன் செதுக்கப்பெற்றுள்ளது. புத்தூர் மற்றும் நல்லூர்த் தேவன் பட்டியில் வாழுகின்ற தேவர் சமூக மக்கள் இவர்கள் தங்களின் சமூக வளர்ச்சி பாடுபட்டவர்களென்று கருதி வழிபாடு நடத்தி வருகின்றனர்.

கிருஷ்ணகிரி மாவட்டம் கிருஷ்ணகிரி அருகே அகசியம் பள்ளி என்ற ஊரில் தனியார் ஒருவரின் வயலில் இரண்டு நடுகற்கள் இருக்கின்றன. கல்திட்டை வடிவில் அமைக்கப்பெற்ற நடுகல் கிழக்குத் திசையை நோக்கி உள்ளது. இதன் காலம் ஒன்பதாம் நூற்றாண்டிலிருந்து பத்தாம் நூற்றாண்டு என கூறப்பெறுகின்றது. முதல் நடுகல் வீரன் வலது கையில் கத்தியையும் இடதுகையில் கோடாரி ஒன்றும் வைத்துள்ளார். அரையாடையில் குறுவாளும் ஏந்தியுள்ளார். வீரனுக்குக் கொண்டை வலப்புறமாக உள்ளது. மற்றொரு நடுகல்லிள் வீரன் வளைந்த கத்தி அல்லது அரி வாளை இடது குத்துவாள் சொருகப்பெற்றுள்ளது. தருமபுரி மாவட்டத்தில் வாழும் ஓட்டர்கள் பெருந்திரளாக வந்து இங்கு ஆடு வெட்டி சமைத்து நடுகல்லுக்குப் படைத்துவிட்டு பின்பு உண்ணுகின்றார்கள். குடியானவர்களும் இந்தநடுகற்களை வழி வருகின்றனர்.

தர்மபுரி நகரில் வனச்சரக அலுவலகத்தில் ஒரு நடுகல் சிற்பம் உள்ளது. சிற்பத்தில் நடுகல் வீரனுக்கு அவனுடைய மனைவியும்

நின்றிருக்க ஒருசேவகன் வீரனுக்குக் குடை பிடித்தவாறு உள்ளான். குதிரையைப் பிடித்தவாறு ஓர் ஆடவன் உள்ளார். கி.பி. 14–ம் நூற்றாண்டைச் சேர்ந்த சிற்பமாக இது அமையப்பெற்றுள்ளது. உள்ளூர் மக்கள் காணும் பொங்கலன்று இங்கே விழா எடுத்து வழிபடுகின்றனர். சிலர் இந்த நடுகல் சிற்பத்தை அதியமான் என்று குறிப்பிடுகின்றனர்.

ஒட்டபிடாரம் வட்டம் சங்கம்பட்டி என்ற ஊரின் மேற்குப் பகுதியில் உள்ள மரங்களுக்குக் கீழே மாலையம்மன் என்கின்ற பெயரில் யாதவ குலத்தவரால் வழிபடப்படும் நடுகள் உள்ளது. இந்த நடுகல் கி.பி. 17 ஆம் நூற்றாண்டை சேர்ந்ததாகும். நடுகல்லில் வீரர்கள் இருவர் வாள்போரில் ஒருவரை ஒருவர் குத்துவது போலக் சித்தரிக்கப்பட்டுள்ளது. இரண்டு தனிப்பட்ட வீரர்களுக்கும் இடையே ஏற்பட்ட சண்டையில் இருவரும் இறந்து விட்டதினால், இருவருக்கும் சேர்த்தே நினைவுக்கல்லானது எடுக்கப்பெற்றுள்ளது. இருவருமே சங்கம்பட்டியைச் சேர்ந்த யாதவ சமூகத்தை சேர்ந்தவர்களென்று கூறி அவ்வூர் யாதவ மக்கள் வழிபாடு நடத்தி வருகின்றனர்.

தென் கொரியாவில் தென்னிந்திய பண்பாடு என்ற கட்டு ரையில் *(23.07.2004* சிதம்பரம் தொல்லியல் கருத்தரங்கில வாசிக்கப்பெற்ற கட்டுரை) இராசு பவுன்துரை தென்னிந்திய பெண்ணை மணம் செய்து கொண்ட மன்னர் சுரோவாங்கிற்கும் அவரது மனைவியாகிய கோகவாக்குக் இளவரசிக்கும் கல்ல றைகள் கட்டப்பெற்றுள்ளன. இந்த கல்லறைகளை வரலாற்று சின்னங்களாக அரசு அறிந்து பாதுகாத்து வருகின்றது இராணியின் கல்லறை ஸ்ரீ மேருவின் வடிவமைப்பில் உள்ள ஒரு மலையில் கட்டப்பெற்றுள்ளது. மீனவர்கள் இதை புனிதமாகக் கருதி இங்கு ஆண்டுதோறும் வழிபாடுகளைச் செய்து வருகின்றார்கள்.

கடலூர் மாவட்டம் பண்ருட்டி வட்டம் அவியனூரில் சந்தி யாத்தா கோயில் என்ற பெயரில் ஒரு கோவில் இருக்கின்றது. கோவிலின் பின்புறமாக சோழர்கால நடுகல் ஒன்று உள்ளது. வீரன் தலைக்கு மேல் வாள் ஏந்தியுள்ளார். இடது கரத்தில் கேடயம் வைத்துள்ளார். கச்சையில் வாள் உறை உள்ளது. வீரனின் தலைக்கு மேலே மூன்று வரிகளில் எழுத்துக்கள் வெட்டப்பட்டிருக்கின்றன. அவியனூர் ஊரைச்சேர்ந்த பெருமான் என்பவருக்கான நடுகள்ளாக இந்த நடுகல் கருதப்படுகின்றது.

இந்த நடுகல்லை மக்கள் படைச்சபாட்டன் என்று வழிபட்டு வருகின்றனர்.

நெல்லை மாவட்டம் திசையன் விளை அருகே இட்டமொழி கிராமத்தில் தேவர் சமூகத்தைச் சார்ந்த மக்கள் வெள்ளைக்கார சுவாமியை வழிபட்டு வருகின்றார்கள். கல்லறை தோட்டத்தில் சேர்வாரன் கோயில் உள்ளது. பெரிய சேர்வாரன், சின்ன சேர்வாரன், மூன்றாவதாக உள்ளதை வெள்ளைக்காரச் சுவாமி என்கின்றார்கள். சகோதரர் சேர்வார்கள் வீரமுடையவர்கள் ஒருமுறை இவர்களை ஒழிக்க பகைவர் முனைந்த பொழுது சாஸ்தா கோவிலுக்குள்ளே செல்ல சாஸ்தாவே உட்புறமாகப் பூட்டி வீரனைக் காத்துள்ளார். பகைவர் கதவை உடைத்தெறிய முடியாமல் இச்சகோதரர்களின் நண்பனான சாகிப்பைக் கூட்டி வந்து அவன்மூலம் கதவைத் திறக்கச் செய்திருக்கின்றார்கள். சின்ன சேர்வரன் அதே இடத்தில் வெட்டிக் கொள்ளப்பட்டிருக்கின்றார். தம்பியின் பிணத்துடன் அண்ணன் வெளியே தப்பித்து வரும் பொழுது முள் குத்தி இறந்திருக்கின்றார். அகால மரணமடைந்த சகேதரர்களின் ஆன்மா சாந்தி அடையவும் பேயாய் வந்து துன்புருத்தாமல் இருக்கவும் கோவில் விழாவின் பொழுது மக்கள் விழா எடுத்து இறந்தவர்களின் ஆத்மா சாந்தி அடைய உயிர்பலி இட்டிருக்கின்றார்கள். ஒரு முறை விழா நடந்து கொண்டிருக்கும் பொழுது வெள்ளை குரையில் வந்த வெள்ளையானை குதிரையை விட்டு இறங்கி கீழே நடந்து போகுமாறு மக்கள் சொல்லியதை அலட்சியப்படுத்தி விட்டு சென்றவன் சுருண்டு விழுந்து இறந்து விட்டான். உடனே மக்கள் எங்கு வெள்ளைக்காரன் ஆவியாக வந்து கஷ்டப்படுத்தி விடுவானோ என்று பயந்து கோவிலின் முன்பாக குதிரையுடன் புதைந்து நினைவுக்கல்லை எழுப்பி அதற்கு வெள்ளைச்சாமி என்று பெயரிட்டு அதை வணங்கியும் வந்திருக்கின்றனர். இந்த நடுகல்லிற்கு கார்த்திகைத் திருவிழாவின் போது பீர், பிராந்தி, விஸ்கி, ரம் போன்ற மதுபானங்களை வைத்து படையளிட்டு இவ்வூர் மக்கள் வழிபடுகின்றார்கள்.

பொதுவாக நடுகற்களில் பிராமணர்களின் பெயர் இடம் பெறாது. இதற்கு மாற்றாக திருச்சி மாவட்டம் லால்குடியருகே சென்னி வாய்க்கால் பகுதியில் பாழடைந்த கோபுரம் உள்ளது. அதற்கு அருகே ஒரு நடுகல் அமைந்துள்ளது. பல்லவர்களின்

காலத்தில் வெட்டப்பட்டதாக இருந்தாலும்கூட சோழர் காலத்தில் புதுப்பிக்கப்பட்டதாகவே எழுத்துக்களும் பெயர் களும் அமையப்பெற்றுள்ளன. பராந்தகபுரம் என்ற ஊர்ப் பெயரும் அறிஞ்சிதை ஈஸ்வரம் என்ற கோவில்பெயரும் வருகின்றது. முதல் பராந்தகனின் பிள்ளைகளில் அரிஞயன் ஒருவராவர். இவர் பெயரில் இராஜராஜன் வேலூர் மாவட்டம் மேல்பாடியில் அடுத்த பள்ளிப்படைக் கோயிலே அரிஞ் சிகை ஈஸ்வரம் என்பது ஆய்வாளர்கள் பெரும்பாலும் அறிந்த உண்மையாகும். தெள்ளாறெத்து ராஜ்யமும் கொண்ட நந்தி போர்தரையர்க்கு இருபத்தொன்றாவது ஆட்சி ஆண்டில் மாவ லியந்யஸ்தானமாள்வான் என்பவர் மடத்தை அழிக்க முயற்சி செய்தபொழுது சக்தி முற்றத்தேவன் என்ற பிராமணர் போரில் பங்கு கொண்டு கோயிலுடன் கூடிய மடத்தை மீட்டு தந்திருக்கின்றார். ஆனால் துரதிஷ்டவசமாக போரில் இறந்து விட்டார். அந்த பிராமணருக்கு எடுக்கப்பட்ட நினைவுக்கள்ளே இவ்வூரில் எழுப்பப்பெற்றுள்ள நினைவுக்கல். இவற்றில் சுட்டிக்காட்ட தகவல்களானது உண்மைதான் என ஆராய்ந்து பார்க்க திரு. ச. கிருஷ்ணமூர்த்தியின் நடுகல் என்ற புத்தகத்தின் மூலம் உறுதிப்படுத்திக் கொள்ளலாம்.

> "கங்கர்கள் கர்நாடக மாநிலம், தமிழகத்தின் மேற்குப் பகுதியான கிருஷ்ணகிரி, தருமபுரி, திருவண்ணாமலையில் மட்டுமே செல்வாக்குடன் இருந்ததால் ஆந்திர மாநிலத்தில் கங்கர் நடுகற்கள் குறைவாகவே உள்ளன. பல்லவர் ஆதிக்கம் மிகுந்த பகுதியில் பாணர்கள், சிற்றரசர்களாக இருந்தனர். பாணர்கள் தாயகம் கர்நாடக மாநிலமான கோலார் மாவட் டமாக இருப்பினும் கானூர் மாவட்டமான ஆந்திரப் பிரதேசத் திலேயே ஆதிக்கம் செலுத்தினர். வடுகுவழி 12.000 என்று பாணர் ஆண்ட பகுதி வழங்கப்பட்டுள்ளது. பாணப்பாடி, பெரும்பாணப்பாடி, பாணராஷ்டிரம் ஆகியவை பாணர்களுடன் தொடர்புடையவையாகும்"

ஆகவே இந்த பகுதியை பாணர் என்ற இனத்தவர் ஆட்சி செய்திருக்கின்றார்களென்று தெரியவருகின்றது.

> "சித்திரமேழி பெரியநாட்டார் பயிர்த்தொழிலுடன் நெருங்கிய தொடர்புடைய வணிக வேளாளர் ஆவார். இவர்களுக்கென்று தனி மெய்க்கீர்த்தியும் உண்டு. இந்த

மரபில் வந்த சிலர் நடுகல் வீரர்களாக உள்ளனர். வேலூர் மாவட்டம் வாணியம்பாடி வட்டம் மாதனூர் மலையடி வாரத்திலே, இரண்டாம் இராசேந்திரனுடைய ஆட்சியின் போது கி.பி. 1061 இல் எடுக்கப்பட்ட சித்ரமேழி பெரிய நாட்டான் நடுகள் உள்ளது''

இதன் மூலம் வணிக வேளாளர் சமூகத்தைச் சார்ந்தவருக்கு நடுகல் இருக்கின்றது என்பது அரிய முடிகின்றது.

நடுகல் எடுக்கப்பட்டதற்கான நம்பிக்கையும் நடுக்கல் எடுக்கப்படாவிட்டால் ஏற்படும் உயிர்ச்சேதமும்

இம்மண்ணில் நன்கு வாழ்ந்த அரசன், சிற்றரசன், வீரலன் ஆடவன் போன்றவர்கள் இறந்துவிட்டால் இறந்தவர்களுக்குத் தெய்வீக சக்தி இருப்பதாக மக்கள் நம்பினர். அதற்கேற்ப சடங்குகளை செய்யவும் வழிபடவும் முறபட்டிருக்கின்றனர். உலகத்திலுள்ள எல்லா இடங்களிளும் இப்பழக்கம் இருந்திருக் கின்றது. இறந்தவர்களின் ஆன்மாவை சில சடங்குகளின் மூலமாக ஒரு குறிப்பிட்ட இடத்திற்கு வரவழைக்கலாமெனவும் அங்குள்ள ஒரு பொருளில் நுழைத்துக் கொள்ளச் செய்யலாம் என்ற நம்பிக்கை மக்களிடையே இருந்திருக்கின்றது. இறந்தவரின் ஆவி நெடுநாள் குடியிருக்க வேண்டுமெனில் கல் போன்ற கடினமான பொருள் தேவைப்பட்டிருக்கின்றது. கல்லின் கடினமான தன்மைக்காகவே கருங்கல்லை முன்னோர்கள் தேர்வு செய்து அதை இறந்தவர்களின் ஆன்மாவை நுழையச் செய்து நடுகல்லாக வணங்கியிருக்கின்றார்கள். ஒருவேளை அப்படி நன்கு வாழ்ந்த அரசனுக்கோ, சிற்றரசனுக்கோ, வீரனுக்கோ, ஆடவனுக்கோ நடுகல்லை யாருமே எடுக்காத நிலை ஏற்பட்டால் இறந்தவர்களின் ஆன்மா தொடர்ச்சியான உயிர்பலிகளை வாங்கிக் கொண்டேயிருக்கும் என்ற அசைக்கமுடியாத நம்பிக்கையை பழந்தமிழர் காலம் முதல் நம் முன்னோர்கள் கடைபிடித்து வந்திருக்கின்றார்கள்.

நடுகற்களின் பயன்களாக கருதப்படுபவைகள் பல அவற்றுல் குறிப்பிடத்தக்கன.

1. வட்டெழுத்துக்களின் பரிணாம வளர்ச்சி

2. தொல்காப்பியர் குறிப்பிடும் எழுத்துக்ளின் அமைப்பு

3. நாட்டை ஆண்ட சிற்றரசர்கள் பற்றிய குறிப்புக்கள்
4. போரில் மாண்ட தொல்குடி, வேளிர் அரசியல்
5. வட்டார வழக்குச் சொற்கள்
6. உறவு முறை
7. நடுகல் வழிபாடு சிவ வழிபாட்டில் இணைந்தது
8. வட்டெழுத்திலிருந்து தமிழ் மாற்றம் அடைவது
9. நாடுகளுக்கு இடையே ஏற்படும் சண்டைகளை அறியச் செய்திகள்
10. பல்வேறு இன சமூதாய மக்களானவர்கள் ஆட்சிமுறை மற்றும் வாழ்க்கையை பற்றி அறிய
11. கால்நடை செல்வங்களை மதித்தல் பற்றி அறிவதற்கும்
12. காட்டுவிளங்குகளைக் கொன்று நாட்டை காத்தவர்கள் பற்றிய அறியவும்
13. பயன்படுத்திய ஆயுதங்களைப் பற்றி அறியவும், நடுகற்கள் மூலம் நாம் அறியமுடிகிறது.

நடுகற்களில் உள்ள இம்மண்ணை ஆண்ட வீரர்களின் அடையாளங்களாக கருதப்படுபவைகள்

நடுகற்களிலே உள்ள வீரன் கீழாடை அணிந்திருப்பதுடன் அணிகலன்களை அணிந்திருப்பார், கங்கணம், கழுத்தாணி, பூமாலை, காலில் கழநுல், தலைமுடியின் கொண்டை பின் புறம் கட்டப்பட்டிருக்கும் சில சமயம் வலது புறத்திலோ இடது புறத்திலோ கட்டப்பட்டிருக்கும், தாடியுடன் சில வீரர் காட்டப்பட்டிருப்பர், வீரனுடைய இடுப்பிலே வாளுறை இருக்கும், கையில் கத்தி, வாள், கேடயம், ஈட்டி, வேல், குறுவாள், குறுந்துடி, வில், அம்பு போன்றவை இருக்கும். முகம் புன்முறுவலுடன் இருக்கும், போருக்குச் செல்லும் தோற்றத்திலோ அல்லது போரிடும் தோற்றத்திலோ சிலை அமைக்கப்பெற்றிருக்கும்.

சாத்தன் என்பவர் இவ்வூரின் மூத்த குடியின் முதல்தர வித்து ஆவார். முன்பு சாத்தன்பாடியென்றும் தற்பொழுது சாத்தப்பாடியென்றும் பெயர் கொண்டு அழைக்கப்பெறுகின்ற

இவ்வூரை சுற்றியுள்ள குறிப்பிடத்தக்க நிலப்பரப்புகளை தன்னகத்தேக் கொண்டு தன்னுடைய ஆட்சிக்குரிய எல்லை களாக்கக் கொண்டு ஆட்சி புறிந்த சிற்றரசர் அதனோடு மட்டுமல்லாமல் மிகச்சிறந்த போர் வீரர், போர்க்கலையை நுட்பத்துடன் அணுகி கையாளத் தெறிந்தவர், பரந்த மனப் பான்மைக்கு சொந்தக்காரர், பிறருக்கு உதவும் மனம் படைத் தவர், தத்துவஞானி, ஒற்றன் கொண்டு வரும் செய்தியை அறிவார்ந்த தளத்திலே அணுகத் தெறிந்தவர், சமூக சமத்துவ சமதர்மத்தை இம்மண்ணிலே தழைக்கச் செய்து பேணிகாத்தவர், இவை எல்லாவற்றிற்கும் மேலாக அய்யனாரின் மீது ஆழ்ந்த பக்தி கொண்டவராகவும் விளங்கியிருக்கின்றார் சாத்தன். இவர், பறையர் என்று கூறப்பெறுகின்ற ஆதிதிராவிடர் சமூகத்தைச் சேர்ந்தவர் ஆவார். இருப்பினும் கூட இவரினுடைய ஆட்சியின் பொழுது, ஆதிதிராவிட மற்றும் வன்னிய சமூக மக்கள் ஒருதாய் பிள்ளைகளாகவே ஒன்றினைந்து வாழ்ந்து வந்திருக்கின்றனர். அதன் மரபணுவின் வெளிப்பாடோ என்னவோ தற்பொழுதும் இவ்வூரிலே இவ்விரு சமூக மக்களுமே சகோதர பாசத்துடன் வாழ்ந்து வருகின்றார்கள் என்பது குறிப்பிடத்தக்கதாகும்.

சிற்றரசர் சாத்தன் போருக்கு போகும் முன்னும் போர் முடிந்து திரும்பும் பொழுதும் அய்யனாரை வணக்கம் செய்துவிட்டு அவரினுடைய பூரண ஆசியைப் பெற்றிருந்திருக்கின்றார். அய்யனாரின் மீது எல்லையில்லா பக்திக்கு உரியவராகவே சாத்தன் இருந்திருக்க வேண்டுமென கருதுகின்றேன்.

இவ்வூரிலே கம்பசேர்வை என்னும் விருந்து உபசரிப்பு முறை பண்டைய நாளில் இருந்து வந்திருக்கின்றது. சாத்தன்பாடிக்கு வருகை புறியும், அண்டை கிராமத்து மக்களுக்கும், வழிப் போக்கர்களுக்கும் வெளியூர் பயணிகளுக்கும், உற்றார் உறவி னர்களுக்கும் இருக்க இடம், தங்கும் வசதியும் செய்து கொடுத்து குளியல் எண்ணெய் ஸ்நானம் (குளியல்) செய்து அறுசுவையோடு நெல் சோறு படைக்கும் வழக்கம் இங்கு இருந்திருகின்றது. இதனையே கம்பசேர்வை எனக் கூறுகின்றார்கள் வரலாற்று ஆய்வாளர்கள். தற்பொழுது வடலூரிலே அனையாத அடுப்பு எரிந்து பலரின் பசிப்பினியைப் போக்கி வருவதைப் போல சிற்றரசர் சாத்தனின் காலத்தில் கம்பசேர்வை நாள்தோறும் நடைபெற்றுக் கொண்டேயிருந்திருக்கின்றது. 11 மற்றும் 12–ம் நூற்றாண்டில் தற்பொழுது சாத்தப்பாடிக்கு சுமார் பத்து கிலோ

மீட்டர் தொலைவிலுள்ள புவனகியிலிருந்து கடலூர் செல்லும் நெடுஞ்சாலையில் அமையப்பெற்றுள்ள பு. ஆதிவராக நல்லூர் என்னும் கிராமத்திலேயும் இந்த கம்பசேர்வை என்னும் விருந்து உபசரிப்பு முறை இருந்துள்ளது என்பது வரலாற்று ஆய்வாளர்களின் கருத்தாக கடலூர் மாவட்ட தடயங்கள் என்கின்ற புத்தகத்தின் மூலமாக முன்வைக்கப் பெறுகின்றன. “கம்ப சேர்வை” என்னும் விருந்து உபசரிப்பு முறையை தொடர்ந்து சிற்றரசர் சாத்தன் நடைமுறைப்படுத்தி வந்திருக்கும் பட்சத்தில் அவருக்கு “கம்ப சேர்வையிட்டான்” என்ற புனைப்பெயரும் விளங்கப் பெற்றிருக்க வேண்டுமென நான் கருதுகின்றேன்.

பல்லவ, சோழ, பாண்டியர்களே பண்டைய காலங்களில் கடலூர் மாவட்ட பகுதிகளை ஆட்சி புரிந்து வந்திருக்கின்றார்கள். ஆக சிற்றரசர் சாத்தனும் இவர்களின் சம ஆட்சி காலத்தில்தான் சிற்றரசராக இவ்வூரைச் சுற்றியுள்ள பகுதிகளை ஆட்சி புரிந்து வந்திருக்கின்றார். ஒரு சிற்றரசனுக்கே உரிய போர்படைகளைக் கொண்டு சிறப்புற ஆட்சி புரிந்து வந்திருக்கின்றார் சாத்தன், இவரின் ஆட்சிக்குட்பட்ட எல்லைகளாக இருந்த நிலப்பரப்புகள் தற்பொழுது பல்வேறு கிராமங்களாக உருமாற்றம் அடையப்பெற்றிருக்கின்றன.

வயலாமூர், சொக்கன்கொல்லை, பூவாலை, வல்லம், தச்சக் காடு, மேலமணக்குடி, கீழமணக்குடி, சித்தேரி, வடக்குத் திட்டை, தெற்குத்திட்டை, ஆலம்பாடி, கிருஷ்ணாபுரம், வட கிருஷ்ணாபுரம், நத்தமேடு, குமுடிமூலை, கொத்தவாச்சேரி போன்ற கிராமங்களை தவிர்த்து இன்னும் பிற கிராமங்களிலே சிற்றரசர் சாத்தனின் ஆட்சிக்குட்பட்ட எல்லைகளாகவோ அல்லது அவரின் படையெடுப்பின்மூலம் வெற்றிக்குறிய எல்லைகளாகவோ கருதப்படும் நிலப்பரப்புகளும் இருக்கின் றன. அவைகளும் தற்பொழுது கிராமங்களாக செயல்பட்டு வருகின்றன. கீரப்பாளையம், சேத்தியாத்தோப்பு நெடுஞ்சாலை வழியாகச் சென்றாள் இருக்கின்ற கிராமங்களான சாக்கான்குடி, சாத்தமங்களம் போன்ற கிராமங்களும் உள்ளன. இவற்றில் தற்பொழுது சாக்கான்குடி என்று அழைக்கப்படுகின்ற கிராம மானது பண்டைய காலத்தில் சாத்தன்குடி என்று அழைக்கப்பட்டு பின்பு சாக்கான்குடி என்று மறுவி போனதாகவும் அதேபோல

இக்கிராமத்தின் அருகில் அமையப்பெற்றுள்ள கிராமமான சாத்தமங்களம் கிராமமானது பண்டைய காலங்களில் சாத்தன்மங்களம் என்று அழைக்கப்பெற்றதாகவும் நாளடைவில் சாத்தன்மங்களம் மறுவி சாத்தமங்களம் என்று பெயர் விளங்கப்பெற்று விட்டதாகவும் நமக்கு செவி வழிச் செய்திகளின் மூலம் தகவல்கள் கிடைக்கப்பெறுகின்றன. அதேபோல சேத்தியத்தோப்பு விருத்தாச்சலம் செல்லும் நெடுஞ்சாலை வழியாகச் சென்றால் கம்மாபுரம் ஒன்றியத்திற்கு உட்பட்ட கிராமமாக க. சாத்தப்பாடி என்ற ஊர் அமையப்பெற்றுள்ளது. இவ்வூர் முன்பு சிற்றரசர் சாத்தனின் பெயர் கொண்டே சாத்தன்பாடி என்று அழைக்கப்பெற்றிருக்கின்றது. பின்பு சாத்தப்பாடி என்று மறுவி இருக்கின்றது. ஆக மூன்று கிராமங்களும் சாத்தனின் படையெடுப்பின் வெற்றிக்குரிய எச்சங்களாகக் கூட இருக்கலாமென கருதப்படுகின்றது.

ஆக இத்தகைய நிலப்பரப்புகளையெல்லாம் தன்னகத்தேக் கொண்டு இவ்வூரான சாத்தப்பாடியையே தலைமை இடமாகக் கொண்டு ஆட்சி புரிந்து வந்திருக்கின்றார் நம்முடைய முப்பாட்டன் சாத்தன்.

சிதம்பரம் வட்டத்திலுள்ள வீராணம் ஏரியின் உள்வாயிலில் அமையப்பெற்றுள்ள கிராமம் "வானமாதேவி" ஆகும். "வானமாதேவி" என்பது "வானவன் மாதேவி" என்பதன் மரூஉ எனப்படுகின்றது. "வானவன் மாதேவி" என்பவள் முதல் இராசராச சோழனின் மனைவியும், முதலாம் இராசேந்திர சோழனின் தாயுமாவார். இவ்வம்மையாரின் பெயரால் உருவாகிய கிராமமே வானவன் மாதேவி ஆகும். வானவன் மாதேவி என்பது மெல்ல, மெல்ல மறுவி நாளடைவில் "வானமாதேவி" என்று பெயர் விளங்கப் பெற்றுவிட்டது. அதேபோல மற்றொரு ஊரும் உள்ளது. "வளையமாதேவி" என்னும் இவ்வூர் நெய்வேலிக்கு அருகாமையிலே அமையப்பெற்றுள்ள ஊர்களில் ஒன்று. இந்த கிராமம் சிதம்பரம் வட்டத்திற்கு உட்பட்டவையாக தற்பொழுதும் செயல்பட்டு வருகின்றது. முதலாம் பராந்தக சோழனின் மனைவியானவள் வளவன் மாதேவி ஆவார்கள். இந்த அரசனுடைய காலத்தில் தன்னுடைய மனைவியின் பெயரினாலேயே அமையப்பெற்ற கிராமம்தான் "வளவன்மாதேவி சதுர்வேதி மங்கலம்" ஆகும்.

இந்த கிராமம் நாளடைவில் மறுவி தற்பொழுது வளையமாதேவி என்று அழைக்கப்பட்டு வருகின்றது. இவ்வூர் வேதநாராயணர் கோவிலினுடைய கல்வெட்டிலே இந்த கிராமத்தினுடைய பெயரானது வளவன்மாதேவி சதுர்வேதி மங்கலம் என்று பொறிக்கப்பட்டள்ளது என்பது குறிப்பிடத்தக்கது. எனவே இத்தகைய முறையில்தான் முதன்மையான பெயர்கள் மறுவி இரண்டாம் கட்டப் பெயர்கள் நாளடைவில் உருவாகி யிருக்கின்றன என்பதும் தெளிவாக தெரிய வருகின்றது.

மேல் புவனகிரிக்கு அருகாமையிலே 3 கிலோ மீட்டர் தொலைவிலே அமையப்பெற்றுள்ள கிராமம் பு. ஆதிவராக நல்லூர் தற்பொழுது பிற மக்களால் இவ்வூர் ஆதனாவூர் என்றும் அழைக்கப்படுகின்றது. ஆதனாவூர் என்பது ஆதிவராக நல்லூர் என்பதன் மரூஉ ஆகும். பண்டைய நூற்றாண்டுகளில் திருக்கோ யிலூரிலிருந்து சிதம்பரம் நடராஜப் பெருமான் கோவிலை கட்டி எழுப்ப பெரும் கற்களை யானைகளைப் பூட்டி திருக்கோ யிலூரிலிருந்து அருண்மொழிதேவன், தச்சக்காடு, ஆதிவராக நல்லூர் வழியாக பெரும் கற்களை கொண்டுச் சென்றதாக இவ்வூர்வாழ் மக்களால் நினைவு கூறப்பட்டதாக 'கடலூர் மாவட்ட தடயங்கள்' என்ற புத்தகத்திலே குறிப்பிடப்பட்டுள்ளது. இவற்றில் குறிப்பிடப்பட்டுள்ள கிராமமான தச்சக்காடு என்ற கிராமத்தினுடைய நிலப்பரப்பானது சிற்றரசர் சாத்தன் ஆட்சிக்கு உட்பட்ட நிலப்பரப்பாக இருப்பதினால் சிதம்பரம் நடராஜர் கோவிலைக் கட்டும் பணியில் சோழனுக்கு தன்னுடைய பங்கை சிற்றரசர் சாத்தன் முழுமையாக அளிக்கப்பெற்றிருக்கின்றார் என்பது இவற்றின் மூலம் புலனாகின்றதாக அறிய முடிகின்றது.

அதேபோல பு. ஆதிவராகநல்லூரிலே இவ்வூருக்கு சொந்த மான மேட்டுத் திடலிலே சுமார் 1000 வருடங்களுக்கு முந்தைய சிறப்புமிக்க சிவன்கோவில் ஒன்று இருந்து அழிந்து போனதற்கான அறிய வரலாற்றுச் சுவடுகள் காணப்பெறுகின்றன. இப்பகுதியிலே அமையப்பெற்றுள்ள திடலிலே அரசு வேம்பு மரங்களுக்கு அடியில் மிகப்பெரிய சிவலிங்கம் ஒன்று ஆழ மாக புதையுண்டு காணப்படுவதாகவும், அவற்றை நேரில் காண முடியாத வகையிலே மண்ணிலே புதையுண்டு இருப்பதா கவும், கடலூர் மாவட்ட தடயங்கள் புத்தகத்திலே குறிப்பிடப் பெற்றிருக்கின்றன. மேலும் இப்படி இருக்கும் பட்சத்தில் பு.ஆதிவராக நல்லூர்கிராமத்திற்கும், சி. சாத்தப்பாடி கிராமத்திற்கு

தொலைவு என்று எடுத்துக்கொண்டோமேயானால் சுமார் 10 கிலோ மீட்டர் இருக்குமென்ற பட்சத்தில் பு. ஆதிவராக நல்லூர் கிராமத்தில் அமையப்பெற்றிருந்த 1000 வருட பழமை வாய்ந்த சிவன் கோவிலானது எப்படி இயற்கை சீற்றத்தனால் மண்ணுக்கு அடியில் புதையுண்டு போனதோ அதே போலவே ஏன் சிற்றரசர் சாத்தனின் ஆட்சி காலத்தில் செல்வ செழிப்போடு வாழ்ந்த சாத்தனின் குல மரபு கொண்ட மன்னர்களின் அரண்மனையும் இவ்வூர் மற்றும் இவ்வூரைச் சுற்றி சாத்தனின் ஆட்சிக்குட்பட்ட மக்களின் செல்வ செழிப்புமிக்க பொருட்களும் வீடுகளும் ஏன் இம்மண்ணிலே புதையுண்டு இருக்க கூடாதென்ற கேள்வி எழச்செய்கின்றது.

பு. ஆதிவராகநல்லூர் கிராமத்தில் அயைமப்பெற்றிருந்த சிவன் கோவிலானது மண்ணுக்குள்ளே புதையுண்டு போனது உண்மையேயானால் சாத்தனின் செல்வ செழிப்புமிக்க அரண் மனைகளும், இவரைச் சார்ந்து வாழ்ந்த மக்களினுடைய செல்வச் செழிப்புமிக்க வீடுகளும், இவ்வூரிலே அமையப்பெற்றுள்ள அய்யனார் கோவிலைச் சுற்றியுள்ள நிலப்பரப்புகளின் கீழ்தான் புதையுண்டு இருக்க வேண்டுமென்று கருதுகின்றேன். சாத்தனின் குல மரபு வம்ச வழியினரின் தலைமையிலான ஆட்சி காலத்தில் சாத்தன்பாடி என்னும் கிராமமானது சாத்தன் கோவில் என்று அழைக்கப்பெற்ற அய்யனார் கோவிலுக்கு அருகாமையிலேயே மக்கள் வீடுகளை அமைத்து வாழ்ந்து வந்திருக்கின்றார்கள் என்பது குறிப்பிடத்தக்கவையாகும். அதேபோல தற்பொழுது புதுப்பித்து கட்டப்பட்டுள்ள அய்யனார் கோவில் கூட அகல பாதாலத்தில் இருந்து மேலெழுப்பி கட்டப்பட்டுள்ளவையென்பதும் நாம் திறனாய்வு செய்ய வேண்டியிருக்கின்றது.

சி. சாத்தப்பாடியின் அருகே சில கிலோ மீட்டர் தொலை வுகளிலே அமையப்பெற்றுள்ள வடலூர், விருதாச்சலம், காட்டு மன்னார்கோவில், குறிஞ்சிப்பாடி, கடலூர், பண்ருட்டி, திட்டக் குடி, தொழுதூர் போன்ற நகர் புறங்களைச் சுற்றியுள்ள கிராமங்களிலே, சங்க காலத்திலும், பண்டைய காலத்திலும் மக்கள் வாழ்ந்த அடையாளங்களுக்கான தொன்மையான சான்றுகள் மித மிஞ்சியே கிடைக்கப்பெற்றிருக்கின்றன. இவற் றில் குறிப்பிடப்போகின்ற கிராமங்கள் அனைத்திலும் இந்திய தொல்லியல் துறையினரின் ஆய்வுகள் நடைபெற்று பல அரிய சான்றுகள் கண்டறியப்பட்டுள்ளன. ஆனால் சி. சாத்தப்பாடி

என்று தற்பொழுது அழைக்கப்பட்டு பண்டைய காலங்களில் சாத்தன்பாடி என்று அழைக்கப்பெற்ற இவ்வூரில் மனித நாகரிகம் என்று இம்மண்ணில் தோன்றியதே அக்காலம்தொட்டே மக்கள் தற்பொழுதுவரை வாழ்ந்து வருகின்றார்கள். இந்த கிராமத்தினை தலைமை இடமாகக் கொண்டு, அரசாட்சிகளும் தானதர்மங்கள் நடைபெற்றுள்ளது. முது மக்கள் வாழ்க்கைக்கு ஏராளமான சான்றுகள் இம்மண்ணிலே பல்லாயிரம் ஆண்டுகளாக புதைΟ யுண்டு கிடக்கப்பட்டு வருகின்றன. இருப்பினும்கூட இது வரையில் இக்கிராமத்தின் மீதும், இக்கிராமத்தினுடைய பண்டையகால தொன்மையின் மீதும் இதுவரையில் இந்திய தொல்லியல் துறையின் பார்வை ஏன் படாமல் போனதென்ற கேள்வி நம்மையெல்லாம் வியப்பிற்கு கொண்டு செல்லுகின்றன. இந்த பதிவின் மூலமாகவேனும், அவர்களினுடைய பார்வை இந்த கிராமத்தின் மீது படுமென்ற நம்பிக்கையொடு கடலூர் மாவட்டத்தைச் சேர்ந்த சி. சாத்தப்பாடி கிராமத்தைச் சுற்றியுள்ள நகர்புறங்களைச் ஒட்டியுள்ள கிராமங்களிலே கிடைக்கப் பெற்ற இந்திய தொல்லியல் துறையின் மூலம் சேகரிக்கப்பட்ட ஆய்வின் கண்டுபிடிப்புகளைப் பற்றி காண்போம்.

ஆண்டார் முள்ளிப் பாளையம்

புவனகிரியிலிருந்து கடலூர் செல்லும் நெடுஞ்சாலையில் கிழக்கு பகுதியில் சுமார் 15 கிலோ மீட்டர் தொலைவில் அமைந்துள்ள கிராமம் ஆண்டார் முள்ளிப்பாளையம். இவ் வூரில் ஆய்வினை மேற்கொண்ட அண்ணாமலைப் பல்கலைக் கழக வரலாற்று மாணவர்களின் ஆய்வின் மூலம் பலவகையான மட்பாண்ட ஓடுகளும், பூ வேலைபாடுகளுடன் கூடிய கல்மணி களும், வட்ட வடிவிலான பெரிய தொட்டி, இத்தொட்டியானது பதப்படுத்தப்பட்ட சுண்ணாம்பு கற்கலைச் சேமித்து வைக்கும் தொட்டியாக இருந்துள்ளது. இது சங்ககாலத்தைச் சேர்ந்ததாக இருக்கலாமெனவும் கருதப்படுகின்றது.

பு. ஆதிவராக நல்லூர்

புவனகிரியிலிருந்து கடலூர் செல்லும் நெடுஞ்சாலையில் அமையப்பெற்றுள்ள கிராமம். இவ்வூரில் பண்டைய காலத்தில்

புதையுண்டு போன சிவனின் லிங்கம் கண்டறியப்பட்டுள்ளது. பு. ஆதிவராக நல்லூரில் கிடைத்த சான்றுகளை முன்பு வந்த பகுதிகளில் தெளிவாகவே விவரித்துள்ளோம்.

பார்வதிபுரம்

வடலூருக்கு அருகே பார்வதிபுரம் என்ற ஊர் அமைந்துள்ளது. பண்டைய காலத்தில் வடலூர் பார்வதிபுரம் என்றே அழைக்கப்பெற்றுள்ளது குறிப்பிடத்தக்கது. இவ்வூரில் கோட்டைக்கரை தெருவின் மேற்கில் திரு. தங்கராசு என்பவருக்கு சொந்தமான நிலத்தில் வாய்க்கால் தோண்டும் பொழுது தரையின் மேற்பகுதியிலிருந்து சுமார் 6 அடி ஆழத்தில் 7ஜ்4 அடி அகலமும், உயரமும் கொண்ட பழங்கால கட்டிடத்தின் சுவர் பகுதி கண்டறியப்பட்டுள்ளது. இச்சுவற்றில் சுட்ட செங்கற்கள் பயன் படுத்தப்பட்டுள்ளன. இச்சுவரின் அமைப்பானது காவிரிப்பூம் பட்டினம், உறையூர் போன்றவற்றின் சாயல் இருப்பதாகவும் இவை சங்ககாலத்தை சேர்ந்தது என்பதும் கண்டறியப்பட்டுள்ளது.

பொன்குப்பம்

வடலூர் – பண்ருட்டி சாலையில் வடலூருக்கு அருகே சுமார் 4 கி.மீ தொலைவில் இவ்வூர் அமைந்துள்ளது. கண்ணியார் கோவிலின் ஓடையில் ஈமத்தாழிகள் காணப்படுகின்றன. மற்றும் பொன்குப்பத்தைச் சார்ந்த இடுகாட்டிலும் ஈமத்தாழிகள் கண்டறியப்பட்டுள்ளன.

நாஞ்சலூர்

காட்டுமன்னார்கோவில் சிதம்பரம் சாலையில் சில கிலோ மீட்டர்தொலைவில்அமைந்துள்ளகிராமம், இவ்வூரில்சாலையின் இருபுறம் ஏராளமான ஈமத்தாழிகள் (ஹிகூஷீஸீ தீஙூகூஷீவீணீறீவ) சிதைத்து கிடக்கின்றதாக கண்டறியப்பட்டுள்ளது. இங்கு ஏராளமான பண்டைய கால கருப்பு – சிவப்பு நிற பானை ஓடுகள் கிடைக்கப்பெற்றுள்ளன.

பொறையார் கோயில்

காட்டுமன்னார் கோவில் பகுதியில் அமைந்துள்ள நாயக்கன் பாளையம் அருகேயுள்ள பொறையார் கோயில்கிராமத்தில் அடி பாகம் கூர்மையாக உடைய ஈமத்தாழிகள் கிடைத்துள்ளன.

நத்தமேடு மற்றும் துலுக்கன் வேலி

மேல்பட்டாம்பாக்கத்திற்கு அருகாமையில் அமைந்துள்ள துலுக்கன்வேலி கிராமத்தில் ஈமத்தாழிகள் உள்ளன. நத்தமேடு என்ற பகுதியிலும் அரிய ஈமத்தாழிகள் கிடைத்துள்ளது.

பழக் கொல்லை

விருதாச்சலத்திலிருந்து சுமார் 19 கிலோ மீட்டர் தெலைவில் அமைந்தள்ள இவ்வூரிலே கல்கட்டி ஏரிக்கு அருகாமையில் சிதைந்த நிலையில் ஈமத்தாழிகள் கண்டறியப்பட்டுள்ளன.

பெருவரப்பூர்

விருதாச்சலத்திற்குஅருகே அமைந்துள்ள கிராமம் பெருவரப் பூர். இவ்வூரின் இலுப்பை தோப்பு பகுதியில் சுமார் 150 செ.மீ உயரம், 90 செ.மீ அகலமும் கொண்ட பெரிய அலவிளான ஈமத்தாழிகள் உடைந்த நிலையில் கண்டுபிடிக்கப்பட்டுள்ளது.

மருங்கூர்

விருத்தாசலத்திலிருந்து சுமார் 17 கி.மீ. தொலைவில் அமைந் துள்ள கிராமம் மருங்கூர் இங்கு பெருங்கற்கால மக்களின் வாழ்விடம் மற்றும் ஈமச்சின்னங்கள் கண்டறியப்பட்டுள்ளன.

நல்லூர்

விருதாச்சலத்திலிருந்து சுமார் 25 கி.மீ. தொலைவில் கள்ளக்குறிச்சி சாலையில் அமைந்துள்ள கிராமம் நல்லூர். இவ்வூரில் சுமார் 25 ஏக்கர் பரப்பில் பண்டையகால மக்களின்

வாழ்விடமும், ஈமத்தாழிகளும், கருப்பு-சிகப்பு, கருப்பு மற்றும் சிவப்பு பூச்சு பூசப்பட்ட பானை ஓடுகள், ரௌலட்டட் (Rouletted) வகை மட்பாண்ட ஓடுகளும் 30x20x8 அளவிலான செங்கற்கள், எலும்பாலான அம்புமுனை, சுடுமண் மணிகள், கண்ணாடி மணிகள், சங்கு வளையல்கள் கண்டறியப்பட்டுள்ளன.

செங்கமேடு

விருதாச்சலம் வட்டத்திற்கு உட்பட்ட மணிமுத்தாறு ஆற்றின் வடகரையில் அமைந்தள்ள கிராமம் செங்கமேடு. இவ்வூரில் இந்திய தொல்லியல் துறையினர் 1952-53 ஆம் ஆண்டு மேற்கொண்ட ஆய்வின் மூலம் இரும்பு காலத்தைச் சேர்ந்த கருப்பு-சிவப்பு மட்கலன், கருப்பு மட்கலன், சிவப்பு மட்கலன், மஞ்சல் நிற மட்கலன், கிண்ணம், ஜாடி, தட்டுகளின் மூடி, கொள்கலன் போன்றவைகளும், கருஞ்சிவப்பு நிற மற்றும் பழுப்பு நிற ரௌலட்டட் மட்கலத் தட்டுகள், கருப்பு-சிவப்பு மட்கல ஓடுகள் கண்டறியப்பட்டுள்ளன. சங்ககாலத்தைச் சேர்ந்த அளவினை ஒத்த செங்கற்கல்லைக் கொண்டு சுண்ணாம்பு சாந்து குழைத்து கட்டப்பட்ட செங்கற் சுவர் கண்டறியப்பட்டுள்ளன. சுடுமண்ணால் ஆன உறை கிணறுகள், எலும்பிலான அம்புமுனைக் கருவிகள், சுடுமண் மணிகள், அறிய கல்மணிகள், செங்கல்லால் செய்யப்பட்ட கொண்டை ஊசிகள், வளையல்கள் போன்றவைகள் கண்டுபிடிக்கப்பட்டுள்ளது.

க. சாத்தப்பாடி

விருத்தாச்சலத்திலிருந்து சுமார் 16 கி.மீ. தொலைவில் புவனகிரி சாலையில் அமைந்துள்ள கம்மாபுரம் ஒன்றியத்திற்கு உட்பட்டது க. சாத்தப்பாடி என்கின்ற கிராமம் இங்கு ஈமத்தாழிகள், எலும்புத்துண்டுகள், மண்டை ஓடுகள், கருப்பு சிவப்பு நிற மட்கலன் போன்றவைகள் கண்டறியப்பட்டுள்ளன (இந்த கிராமம் சிற்றரசர் சாத்தன் ஆட்சிகாலத்தின் எச்சங்களாக நம்மால் கருதப்படுகிறது).

விருத்தாச்சலம் சுற்றுவட்டார பகுதி கிராமங்கள்

வீராண்டிக்குப்பம், எருமனூர், நாச்சியார் பேட்டை மேடு, மங்கலம்பேட்டை, தர்மநல்லூர், கருங்குப்பம், மணக்குப்பம்

போன்ற கிராமங்களில் பண்டைய காலத்து ஈமத்தாழிகள் அகழ்வாராய்ச்சியின் மூலம் கண்டறியப்பட்டுள்ளன.

தொழுதூர்

திட்டக்குடி வட்டத்திற்கு உட்பட்டது தொழுதூர். இவ்வூரில் சுமார் 5 ஏக்கர் பரப்பில் வரலாற்றுக்கால வாழ்விடப் பகுதியும் ஏராலமான பானை ஓடுகளும் கிடைத்திருக்கின்றன.

மேல்கல்பூண்டி

தொழுதூருக்கு மேற்கே சில கிலோமீட்டர் தொலைவில் அமைந்துள்ளது மேல்கல்பூண்டி. இவ்வூரில் ஒரு கிலோ மீட்டர் தொலைவில் முது மக்கள் வாழ்ந்த வாழ்விடப் பகுதி மற்றும் இடுகாட்டுப் பகுதியான (Habitation - Cum - Brial Site) காணப்படுகின்றது. மற்றும் 500–க்கும் மேற்பட்ட கல்வட்டங்கள் (Cairn Circles) கிடைக்கப்பெற்றுள்ளது.

நங்கூர்

தொழுதூருக்கு மேற்கே சில கிலோ மீட்டர் தொலைவில் அமைந்துள்ளது நங்கூர். இவ்வூரின் வடக்கு பகுதியில் உள்ள சடையப்பன் கோயிலுக்கு அருகே ஈழத்தாழிகள் கண் டறியப்பட்டள்ளன.

பயனப்பாடி

திட்டக்குடி வட்டத்திற்கு உட்பட்ட கிராமமான பயனப்பாடியில் செல்லியம்மன் கோவிலின் அருகாமையிலே முதுமக்களை அடக்கம் செய்த ஈமத்தாழிகள் கிடைத்துள்ளன.

குச்சிப்பாளையம்

பண்ருட்டியிலிருந்து சுமார் 5 கி.மீ. தொலைவில் அமைந் துள்ளது குச்சிப்பாளையம். இவ்வூரில் ஈமப்பேழை (Sarcophagus) கண்டுபிடிக்கப்பட்டுள்ளது.

மேலிருப்பு

பண்ருட்டியிலிருந்து சுமார் 12 கி.மீ. தொலைவில் விரு தாச்சலம் செல்லும் சாலையில் அமைந்துள்ளது மேலிருப்பு. இவ்வூரின் ஏரிக்கரையில் உடைந்த ஈமத்தாழிகளின் பாகங்களும், கருப்பு–சிவப்பு நிறக்கோப்பைகளும், மூடிகளும், கூர்முனை அம்புகளும், முதுமக்களை அடக்கம் செய்திருந்த தாழிகளும் கண்டுபிடிக்கப்பட்டுள்ளன.

ஓரையூர்

பண்ருட்டியிலிருந்து சுமார் 10 கி.மீ. தொலைவில் அமைந் துள்ள கிராமம் ஓரையூர். இவ்வூரின் காளியம்மன் கோவி லருகே பெருங்காலத்தைச் சேர்ந்த பானை ஓடுகள் கண்ட றியப்பட்டுள்ளன. ஈமத்தாழிகள் உள்ள இடுகாட்டுப்பகுதி ஆற் றின் கரையோரமாக அமைந்துள்ளது.

திருவதிகை

பண்ருட்டியின் அருகாமையில் உள்ள திருவதிகைப் பகுதியில் ஈமத்தாழிகள், கருப்பு–சிவப்பு நிறப் பானை ஓடுகளும் கிடைத் துள்ளன. இந்த ஈமத்தாழிகளை உள்ளூர் மக்கள் முசுமுசுக்குசால் என்று வாய்மொழியோடு அழைக்கின்றார்கள்.

குடியிருப்பு

பண்ருட்டிவட்டம் முத்தாண்டி குப்பம் கிராமத்திலிருந்து சுமார் 5 கி.மீ. தொலைவில் அமைந்துள்ளது குடியிருப்பு என்னும் கிராமம். இவ்வூரில் பல முதுமக்களின் தாழிகள் ஏரியின் தெற்குப் பகுதியில் சிதைந்த நிலையில் கண்டறியப்பட்டுள்ளன. 1.5 மீ. சுற்றளவு கொண்ட குழி தோண்டப்பட்டபொழுது சுமார் 1.5 மீ ஆழத்தில் ஈமத்தாழிகள் பல வரிசையாக இருந்தது. இவற்றில் கருப்பு சிவப்பு நிற பானை ஓடுகளும் மனித எலும்புகளின் துண்டுகளும் கண்டுபிடிக்கப்பட்டுள்ளது.

மாளிகை மேடு

பண்ருட்டி வட்டத்தில் நெல்லிக்குப்பத்திற்கு மேற்கே சுமார் 7 கி.மீ. தொலைவில் அமைந்துள்ளது மாளிகைமேடு என்னும் கிராமம். இவ்வூரில் பண்டையக்கால முதுமக்களின் வாழ்விடமும், ஈமத்தாழிகளும், கருப்பு–சிவப்பு நிறத்தினால் ஆன மட்பாண்டங்களும் கண்டறியப்பட்டுள்ளன.

மாதூர்

கடலூர் மாவட்டம் பொறையாறுக்கு அருகேயுள்ள மாதூரில் புதிய கற்காலத்தைச் சேர்ந்ததாக கருதப்படும் சாம்பல் நிறத் திலான பானை ஓடுகள், விலங்குகளின் எலும்புகள், எலும் பாலான கருவிகள் மற்றும் சுடுமண்ணால் செய்யப்பட்ட காதணிகள் போன்றவை கண்டறியப்பெற்றுள்ளன.

கரைமேடு

பாகூருக்குத் தெற்கே கடலூர் மாவட்டத்தில் கரைமேடு என்னும் கிராமம் உள்ளது. இவ்வூரில் புதிய கற்காலத்தைச் சேர்ந்த இரண்டு சிறிய அளவிலான கருவிகள் கிடைத்துள்ளன.

ஆணையம் பேட்டை

கடலூர் மாவட்டத்தைச் சேர்ந்த ஆணையம்பேட்டை என்னும் கிராமத்தில் ஏராலமான ஈமத்தாழிகளும், ஈமப்பேழைகளும், கண்டெடுக்கப்பட்டுள்ளன. ஈமப்பேழைகளின் உட்பகுதியில் எலும்பு துண்டுகளும், பற்களும், கருப்பு–சிவப்பு நிறத்தினா லான மட்கலன்களும், மட்பாண்ட மூடிகளும், ஒரு மீன் உருவம் கொண்ட வெண்கலப் பொருளும், மற்றும் இங்குள்ள ஈமப்பேழைகளில் கால்களில் துளைகள் காணப்படுகின்றன. கத்தி, கோடாரி போன்றவைகள் ஆய்வின் மூலம் கிடைக் கப்பெற்றுள்ளன.

நத்தமேடு

கடலூர் சிதம்பரம் சாலையில் அமைந்துள்ளது நத்தமேடு என்னும் கிராமம். இவ்வூரில் ரௌலட்டட் வகை மட்கலன்களும்,

பல வகையிலான மணிகளும், உருளை வடிவத்திலான கண்ணாடிப் பொருட்களும் கிடைத்துள்ளன. இவ்வூரானது அரிக்கமேடுவைப் போன்று கி.பி. 1,2–ம் நூற்றாண்டுகளில் வணிகத் தலமாக இருக்கலாமெனவும் கருதப்படுவது குறிப்பிடத்தக்கது.

உச்சிமேடு

கடலூருக்கு பக்கத்திலே உச்சிமேடு என்ற கிராமம் உள்ளது. இவ்வூரில் சிவப்பு மற்றும் சாம்பல் நிறத்தினாலான ரௌலட்டட் வகை மட்கலன்கள் கண்டறியப்பட்டுள்ளது.

காரைக்காடு

கடலூர் மாவட்டத்தை சேர்ந்தது காரைக்காடு என்னும் கிராமம். இவ்வூரில் ரௌலட்டட் கருப்பு–சிவப்பு நிறம் மற்றும் வழவழப்பான சிவப்பு மட்கலன்களும் பகடைக்காய்களும், நூல் நூற்க உதவும் தக்கரி போன்றவைகளும் கிடைத்துள்ளன.

குடிகாடு

கடலூர் சிதம்பரம் சாலையில் கடலூரிலிருந்து சுமார் 10 கி.மீ. தொலைவில் தெற்கு திசையில் கிழக்கு கடற்கரையை ஒட்டியவாறு அமையப்பெற்றுள்ள கிராமம் குடிகாடு. இவ்வூரில் தொன்மையான செங்கல் சுவர், அரிய கல்மணிகள், சுடுமண்ணால் செய்யப்பட்ட காதணிகள், செம்பினாலான காதணிகள், இரும்பு பொருட்கள் போன்றவைகள் அகழாய்வின் மூலம் கிடைத்துள்ளன.

இங்கே சுட்டிக்காட்டப்பட்டுள்ள சுமார் 30 கிராமங்களும் கடலூர்மாவட்டத்தைமையமாகக்கொண்டு இயங்கிவருகின்றன. இவற்றில் நான் குறிப்பிட்டு காட்டியுள்ள கிராமங்களானது மிகமிகச் சொற்பமே. கடலூர் மாவட்டத்தைச் சார்ந்த பல்வேறு கிராமங்களில் இது போன்ற அகழாய்வுகள் நடத்தப்பெற்று பல்வேறு காலகட்டத்தினைச் சார்ந்த சான்றுகளும் ஆதாரங்களும் இந்திய தொல்லியல் துறையின் மூலமாகவும் இத்துறையை ஒத்த பல்வேறு ஆய்வாளர்களின் மூலமாகவும் முதுமக்களின்

வாழ்க்கைக்கான ஆதாரங்களும், அவர்கள் வாழ்வந்த நூற் றாண்டுகளையும் கண்டறிந்திருக்கின்றார்கள் மரியாதைக்குரிய தொல்லியல் துறை ஆய்வாளர்கள். இவைகளைப்போன்ற சி.சாத்தப்பாடி பகுதியில் அன்றைய முதுமக்கள் வாழ்ந்த பகுதியான கழுவமேடு என்னும் இடத்தில் ஈமத்தாழிகள் உடைந்துபோய் சில்லு, சில்லுகலாக நான் சிறுபிள்ளையாக இருந்த காலம் முதலே கிடந்து வருகின்றன. இங்கு கிடக்கும் உடைந்த மட்பாண்ட சில்லுகள் அன்றைய முதுமக்கள் அடக்கம் செய்த ஈமத்தாழிகளின் சில்லுகளாவே இருக்க அதிகபடியான வாய்ப்புள்ளது. ஆக சி. சாத்தப்பாடி கிராமம் சார்ந்துள்ள கடலூர் மாவட்டத்தின் பிற கிராமங்களிலும் பகுதிகளிலும் பண்டைய மக்களின் வாழ்வியலை அடிப்படையாகக் கொண்ட ஆதாரங்கள் கிடைக்கப்பெற்றுள்ள பொழுது இம்மாவட்டத்தைச் சேர்ந்த சி. சாத்தப்பாடியில் ஏன் இதுவரையிலே எந்த ஆய்வுகளும் நடத்தப்படவில்லை, ஏன் இதுவரையில் இக்கிராமத்தின் மீது ஆய்வாளர்களின் பார்வை படாமலேயே போனது, இன்னும் படாமலேயே இருந்து வருகின்றது. இதற்கான காரணம் என்னவாக இருக்கும். இத்தேசத்தில் பல பகுதிகள் தரிசு நிலமாகவும், கட்டாந்தரைகளாகவும் காட்சியளித்த காலத்திற்கு முன்பாகவே அன்றிருந்த சிற்றரசர் சாத்தனின் தலைமையிலும் இவரின் மரபுவழிச்சார்ந்தவர்களின்தலைமையிலும் இவ்வூரானஅன்றைய சாத்தன்பாடியினை தலைமை இடமாகக் கொண்டுள்ளது. மேலும் இவ்வூரைச் சுற்றியுள்ள சில குறிப்பிடத்தக்க கிலோ மீட்டர் தொலைவு கொண்ட சுற்று வட்டாரப் பகுதிகளை தனது ஆட்சிக்குறிய எல்லைகலாக் கொண்டு ஆட்சி செய்து பெரும் புகழுக்கு உரிய ஒரு சிற்றரசனின் வாழ்வியல் சரித் திரமும், அவரின் ஆட்சிக்குட்பட்ட நிலப்பரப்பிற்கே உரிய சிறப்புகளும் எந்த காரணத்தில் இதுநாள் வரையில் உலக அரங்கிற்கு தெரியாமலேயே போனது என்ற கேள்வியானது மாபெரும் அதிர்வலைகளை ஏற்படுத்தக்கூடியவைகளாக இருக் கின்றது. மேலும் சி. சாத்தப்பாடியில் பண்டைய காலம் தொட்டே முதுமக்கள் நாகரிகத்தை ஏற்படுத்தி பெருத்த புகழோடு வாழ்ந்தார்கள் என்பதற்கு தற்பொழுது பல சான்றுகள் இருக்கின்றன. சி. சாத்தப்பாடியில் வன்னிய மக்களும் இன்னும் இருபதுக்கும் மேற்பட்ட சமூதாய மக்களும் வாழ்ந்து வருகின்ற பகுதியான ஸ்ரீ முத்தாலம்மன் ஆலயம் மற்றும் இவ்வூர் ஊராட்சி

ஒன்றிய தொடக்கப்பள்ளி அமைந்துள்ள இடத்திற்கு அருகாமை யிலே ஒரு ஒதுக்குப்புறமாக அமையப்பெற்றுள்ள நம்முடைய முப்பாட்டன் சாத்தனின் சிலை மட்டுமே பண்டைய காலம் தொட்டே ஒற்றை ஆதாரமாக இருந்து வருகின்றது. இவ்வூரின் பண்டைய கால நாகரிகத்தையும் வாழ்வியல் ஆதாரங்களையும் பெற வேண்டுமேயானால் முதலிலே நம்முடைய முப்பாட்டன் சாத்தனின் சிலையானது இப்புத்தகத்தைப் படிக்கின்ற உங் களின் கோரிக்கைகளோடு பின்வரும் காலங்களில் இச்சிலை இந்திய தொல்லியல் துறையினரின் ஆய்வுக்கு உட்படுத் தப்படுமேயானால் இம்மண்ணில் வாழ்ந்த சிற்றரசரின் ஆட்சி காலங்கள் தெளிவானதாகவும் இன்னும் ஏராலமான முதுமக் களின் பண்டைய நாகரிகம் சார்ந்த ஆதாரங்களும் கிடைத் துவிடுமென்பதிலே சந்தேகமேயிருக்க முடியாது. சிற்றரசர் சாத்தனின் வாழ்வியலும் இம்மண்ணில் வாழ்ந்த நம்முடைய மூதாதையர்களின் வாழ்வியல் அடையாளங்களும் இது நாள் வரையில் இருட்டடிப்புக்கு ஆளக்கப்பட்டிருப்பதற்கு யார் பொறுப்பேர்க்க போகின்றார்களென்பதே அறிந்து கொள்ள முடியாத கண்கட்டி வித்தையாகவே இருக்கின்றது.

என்மதிப்பிற்குரியதொல்லியல்துறைஆய்வாளர்பெருமக்களே உங்களை நான் கேட்டுக்கொள்வது என்னவென்றால் இவ்வூரில் உள்ள சாத்தனின் சிலையை ஆராய்ச்சி செய்வதோடு மட்டும் விட்டுவிடாமல் இவ்வூரை தலைமை இடமாகக் கொண்டு இச்சுற்றுவட்டார பகுதிகளையும், மாபெரும் அரண்மனையும் அமைந்து செல்வ செழிப்போடு வாழ்ந்த சாத்தனின் இருப் பிடமும் இம்மண்ணின் பூர்வீக குடிமக்களின் எண்ணற்ற வாழ்வியல் ஆதாரங்களையும் இந்த பூமியிலே புதையுண்டு கிடக்க பெருத்த அளவிலான வாய்ப்புக்கள் இருக்கின்றது. ஆக இவற்றையெல்லாம் கண்டறிந்து உலக மக்களுக்கு எங்களது முப்பாட்டன் சிற்றரசர் சாத்தனின் புகழை உலகெங்கும் நீங்கள் பறைசாற்ற வேண்டுமென்று தங்களுக்கு இப்புத்தகத்தின் மூலமாக நான் சிறம்தாழ்ந்து கோரிக்கை வைக்க கடமைப் பட்டிருக்கின்றேன். பல நூற்றாண்டு காலமாகவே இவ்வூரில் ஒரு ஒதுக்குப்புறமாக இச்சிலையானது கவனிப்பாறற்று கிடக்கின்றது. இவ்வூரிலே சிற்றரசர் சாத்தனின் சிலை இருப்பது இவ்வூரிலே பிறந்து வளர்ந்து வாழ்ந்து கொண்டிருக்கும் பலருக்கு தெறிந்திருக்குமோ என்னவோ என்பது மிகப்பெரிய கேள்விக்குறியதாகவே விளங்குகிறது.

இங்கு உள்ள சிலைக்கு பெரும் புகழ் உண்டு அதற்கென ஒரு வரலாறு இருக்கின்றதென தெறிந்திருக்க வாய்பில்லாமல் போனவர்களை பார்த்து நான் கேட்க விரும்புவது ஒன்றுதான். ஏது இந்த சிலை? எதற்காக இந்த இடத்திலே அது உள்ளது? இச்சிலையானது யாரால் நிறுவப்பட்டிருக்கும்? ஏன் இதற்கு யாருமே பூஜைகள் செய்யவில்லை? படையல்கள் வைக்க வில்லை? சரி படையல்கூட ஒரு புறம் இருக்கட்டும். ஏன் இது நாள் வரையில் இச்சிலையை யாருமே கையெடுத்து கும்பிடுவதில்லை? இச்சிலையென்ன துஷ்டசக்தியா? ஏன் யாரும் கும்பிட மறுக்கின்றார்கள்? எல்லாவற்றையும் கற்றுக்கொடுத்தும், சொல்லிக்கொடுத்தும் வளர்ந்த என் தந்தை ஏன் இந்த சிலையைப் பற்றி மட்டும் இதுநாள் வரையில் சொல்லாமலேயே போனார் என்ற ஒரு அடிமட்ட சந்தேகம் இம்மண்ணில் பிறந்து வாழ்ந்து கொண்டிருந்த, கொண்டிருக்கும் யாருக்காவது ஏற்பட்டிருந்தால் நம்முடைய முதுமக்களின் வாழ்வியலும், சிற்றரசர் சாத்தனின் புகழும் என்றோ இம்மண்ணில் வெளிப்பட்டிருக்குமல்லவா?

யோசிக்க நேரமில்லாமல் மக்கள் அவரச அவரசமாக இயந்திர வாழ்க்கையினை வாழ்ந்து கொண்டிருப்பதே இத்தகைய வர லாற்று புகழைக் கொண்ட சரித்திரத்தை அறிந்து கொள்ள முடியாமல் போனதற்காக காரணமாக இருக்குமென்று நான் கருதுகின்றேன். மற்றொரு புறம் இன்னும் மக்களிடம் போதைய தெளிவு இன்மையே காரணமாக இருக்குமென்று கருதுகின்றேன். இச்சிலையில்தான் நம்முடைய வரலாறு இருக்கின்றது. இச்சிலையில்தான் நம்முடைய மூதாதயர்களின் வாழ்வியல் அடையாளங்கள் சிக்கிக் கிடக்கின்றதெனகூட தெரியாமலும், தெரிந்து கொள்ளாமலும் இவ்வூர் மண்ணிலே பிறந்து, வளர்ந்து, வாழ்ந்து, இறக்கின்ற இக்கிராம மக்களின் வாழ்வியல் நிலை இருந்து வருவது மிகப்பெரிய அறியாமையாகவே நான் கருதுகின்றேன்.

இப்பகுதியையே கட்டியாண்ட சாத்தனின் சிலை சி. சாத்தப்பாடியில் உள்ளதை பற்றிய வரலாறு எப்படி யாருக்குமே தெரியாமல் போனது. கூலான்களுக்கும், குப்பைகளுக்கும் உருவம் கொடுத்து கண்ட கற்களுக்கெல்லாம் உருவம் கொடுத்து வணங்கும் இம்மண்ணில் வாழ்ந்து கொண்டிருக்கின்ற சாமா னிய மக்கள் சாத்தனின் சிலையைப் பற்றி எப்படி தெறிந்து கொள்ளாமல் போனார்கள். பல நூற்றாண்டு காலமாகவே

மக்களை ஏமாற்றி மறைமுகமாக வேறு வழியில் வழி நடத்திக்கொண்டிருக்கும் அந்த சக்தி எது என்பதை இனியேனும் இவ்வூர் மக்கள் தங்களின் மெய்க்கண்ணால் கண்டு உணர வேண்டுமென ஆசைக்கொள்கின்றேன்.

சாத்தன்பாடியையும் அதைச் சுற்றியுள்ள பகுதிகளையும் கட்டிகாத்து முடிசூடி சிற்றரசராக வாழ்ந்த மாபெரும் புக ழுக்கு சொந்தக்காரணாகிய சிற்றரசனின் சிலை எதற்காக ஒரு ஒதுக்குப்புறமாக புறம் தள்ளப்பட்டு கவனிப்பாரற்று இருக்கவேண்டும். இச்சிலைதான் இவ்வூரைக் கட்டிக்காத்த சிற்றரசர் சாத்தனின் சிலை என்பது மக்களுக்கு பிற்காலத் திலேனும் தெரியவந்திருக்குமேயானால் நிச்சயம் இச்சிலைக்கு ஒரு மணிமண்டபமோ அல்லது சிறு அளவிலான கோவி லையோ மக்கள் நிச்சயம் எழுப்பி வழிபாடு நடத்தி வணங்கி வந்திருப்பார்கள். ஆக இத்தகைய நிலையின்மூலம் மக்களுக்கு இச்சிலைக்கான நபர் யாரென்றும் தெரியாமல் போனதே சாத்தனின் சிலைக்கு கோவிலோ, மணிமண்டபமோ எழுப்பப் பெறாமல் போனதற்கு மிகப்பெரிய காரணமாக இருக்க முடியும்.

முன்பு சாத்தன் கோவிலென்றும், தற்பொழுது ஸ்ரீ பூரண புஷ்பகாலம்பிகை சமேத அரிஹரபுத்திர அய்யனார் என்றும் அழைக்கப்பட்டு வரும் அய்யனார் கோவிலானது இது நாள்வரையில் பரம்பரையல்லாத நிர்வாகிகளைக் கொண்டே நிர்வகிக்கப்பட்டு வருகின்றது. இத்தகைய நிலை மூலமாகவே நீங்கள் அறியலாம்.

இவ்வூரினுடைய வரலாறுகளை திரட்டிய நான் மிகப்பெரிய அதிர்ச்சிக்கு உள்ளானேன். சிற்றரசர் சாத்தனின் சிலையைப் பற்றியும் அவருக்கு நடந்துள்ள கொடுமைகளைப் பற்றியும் பிற மக்களுக்கு தெரிந்திருக்க வாய்ப்பு இருக்குமேயானால் அவர்களினுடைய வாயால் இத்தகவளை உறுதி செய்யவேண்டு மென ஆசைக்கொண்டு பல நபர்களை சந்தித்தேன். பலருக்கு சாத்தன் என்பவர் யார் என்று என்னை கேள்வி கேட்டார்கள். ஆனால் ஒருவர் மட்டும் எனது கேள்விக்கான பதிலை கொடுத்தார். என்னுடைய முயற்சிக்கு வெற்றிக்கிடைக்கும் வகையில் என் னுடன் தன்னுடைய பதிவினை பகிர்ந்து கொண்ட அந்த நபர் யாரெனில் இவ்வூரில் தற்பொழுது இயங்கிகொண்டிருக்கும் இப்பள்ளியானது முன்பு ஊராட்சி ஒன்றிய நடுநிலைப்பள்ளியாக

செயல்பட்டுக்கொண்டிருந்த பொழுது, இப்பள்ளியினுடைய தலைமை ஆசிரியராக பணியாற்றிய மரியாதைக்குறிய அய்யா இராமநாதன் (தலைமை ஆசிரியர் ஓய்வு) அவர்கள் என்னுடன் இவ்வூரினைப் பற்றிய பதிவினை என்னோடு பகிர்ந்து கொண்டார். இவர் ஒரு வரலாற்று ஆசிரியர் என்பது குறிப்பிடத்தக்கது. அவரின் பதிவுகள் பின்வருமாறு.

“சி. சாத்தப்பாடி பள்ளி அமையப்பெற்றுள்ள, இப்பள்ளி யினுடைய இறைவணக்க நிகழ்வு நடைபெறும் கட்டிடத்தின் அருகே அமையப்பெற்றுள்ள சிலை. இந்த சிலையின் கீழே பெயருடன் கூடிய பதிவுகளும் இன்னும் பிற குறிப்புகளும் இருக்கின்றதாக என்னிடம் முதியவர்கள் கூறினார்கள். நடுகல் சிலைகளில் ஒரு சிலவற்றில் பின்பகுதியில் குறிப்புகள் எழுதப்பட்டிருக்கும், எழுதப்படாமலும் இருந்திருக்கின்றது. பண்டையகால நடுகல் சிலைகளில். ஆனால் இந்த சாத்தனின் சிலையில் குறிப்புகள் பின் பகுதியிலே இருப்பதாக கூறினார்கள். சாத்தன் என்ற வீரனின் நினைவாக எழுப்பப்பெற்ற சிலைதான் இவ்வூரிலே உள்ள சிலை. இவ்வூரிலே சிலையாக உள்ள சாத்தனால் நிறுவப்பட்டதே ஆரம்ப காலகட்டத்தில் அய்யனார் கோவிலானது நடுகல் வழிபாட்டு முறியல்தான் உருவாகி–யிருந்திருக்கின்றது. பிற்காலத்தில்தான் அது பெரிய கோவிலாக மாற்றம் அடைந்திருக்கின்றது.

சாத்தன் என்ற வீரன் ஆதிதிராவிட சமூகத்தைச் சேர்ந்தவர் என்ற காரணத்தினால் உயர் சமூக மக்களால் சாத்தனை கோவிலுக்குச் சென்று அய்யனாரை வழிபட விடாமல் ஊருக்கு ஒதுக்குப் புறமாக உள்ள ஒரு இடத்தில் நிறுத்தி நின்று வழிபட அனுமதித்திருக்கின்றார்கள்.

சாத்தன்பாடி என்ற பெயர் மறுவி பின் நாட்களிலே இவ்வூறுக்கு சாத்தப்பாடி என்று பெயர் அமையப்பெற்றிருக்கின்றது. இந்த பதிவினை அய்யா இராமநாதன் அவர்கள் என்னிடம் எனது பேட்டியின் போது பகிர்ந்து கொண்டார். இவை எல்லாவற்றிற்கும் மேலாக வரலாற்று ஆசிரியரான அய்யா அவர்கள் பழம்பெரும் வரலாறுகளின் தகவல்களை சேகரித்து அறிந்து கொள்வதிலே மிகுதியான ஆர்வம் கொண்டவரும் ஆவார். அவர் வன்னியர் சமூகத்தை சார்ந்தவராக இருந்தாலும்கூட வரலாற்றிலே நாயகனாக வாழ்ந்த ஒரு ஆதிதிராவிட வீரனான

சிற்றரசர் சாத்தனின் வரலாற்றை மனதுக்குள் மறைத்து கொள்ள என்னாமல் எந்தவிதமான ஏற்ற தாழ்வான மனோபாவத்திற்கும் இடம் கொடுக்காமல் தனக்கு தெறிந்த வரலாற்று உண்மையை என்னோடு பகிர்ந்து கொண்ட சமத்துவத்தின் அடையாள சின்னமாக விளங்கும் அய்யா அவர்கள் இவ்வாறு என் னோடு பகிர்ந்து கொண்டார். சி. சாத்தப்பாடி கிராமத்தில் அமைந்துள்ளசிற்றரசர் சாத்தனின் சிலையில் வீரனுக்கேயுரிய அடையாளச் சின்னங்களாக கருதப்படுபவைகள் யாதெனில்,

1. கீழ் ஆடையுடன் கூடிய அணிகலன்கள்
2. கங்கணம்
3. கழுத்தாணி
4. காலில் கழறுல்
5. தலைமுடியினால் கொண்டை அமைக்கப்பட்டு கொண்டைசாய்ந்தநிலையில்முடிந்துகட்டப்பட்டிருத்தல்
6. இடுப்பிலே வாளுரை
7. கையிலே குறுவாள்
8. இடுப்பிலே ஒட்டியானம்
9. தலைமுடிக் கொண்டையை அளங்கரிக்கும் ஆபரணங்கள்
10. கழுத்திலே ஆபரணங்கள்
11. புன்முறுவலுடன் கொண்டே அமைந்துள்ள சாந்தமான சிரித்தமுகம்
12. போருக்குச் செல்லு தோற்ற அமைப்பு

சிற்றரசர் சாத்தனின் இறப்பிற்குப் பிறகு இவரின் ஆன்மாவின் கோபத்திலிருந்து தம்பித்துக்கொள்ளவும் தங்களின் குடும்பமும், சந்ததியினரின் நலனைக் கருத்தில் கொண்டும் சிற்றரசர் சாத்தன் நின்று அய்யனாரை வழிபட்ட இடத்தில் சிற்பியினை வரச்சொல்லி சாத்தனின் தோற்றத்தை கொண்ட நடுகல் சிலை யினைஅமைத்திருக்கின்றார்கள். சிற்றரசர்சாத்தனின்சிலையானது யாரால் நிறுவப்பட்டது என்பது சரிவர அறியமுடியவில்லை. ஆனால் அப்பகுதியிலே குடில்களை அமைத்து வாழ்ந்த மக்களால் இவரின் மீது மரியாதைக் கொண்டோ அல்லது நன்கு வாழ்ந்த

பெருமகனாருக்கு சிலை எழுப்பப்படாமல் விட்டுவிட்டால் உயிர் இழப்புகள் ஒன்றன் பின்பு ஒன்றாக ஏற்படும் என அஞ்சியோ, இச்சிலையானது நிறுவப்பட்டிருக்கின்றன என்பதை மட்டும் தெளிவுற அறிய முடிகிறது. ஏனென்றுச் சொன்னால் பண்டைய காலத்தில் நன்கு வாழ்ந்தவர்களுக்கு நடுகள் சிலையானது பிறரால் எழுப்பப்படாமல் விட்டுவிட்டால் அவர்கள் வாழ்ந்த பகுதியில் வசிக்கும் மக்களுக்கு உயிரிழப்புகள் நிகழும் என்ற நம்பிக்கையினைக் கொண்டவர்களாக பண்டைய கால மக்கள் இருந்திருக்கின்றார்கள். ஆக இத்தகைய காரணங்களுக்காகவே வேறு வழியே அற்ற நிலையில்தான் சிற்றரசர் சாத்தனுக்கு சிலையை எழுப்பியிருக்கின்றார்கள் இப்பகுதியில் வசித்தவர்கள் சிற்றரசர் சாத்தனை எதற்காக ஒதுக்குப்புறமான இடத்தில் நின்று அய்யனாரை வழிபடச் சொல்லியிருக்கின்றார்களென்றால் தாழ்த் தப்பட்ட சமூகத்தைச் சேர்ந்தவனின் பாதமும், மூச்சுக்காற்றும் தாங்கள் கோவிலுக்குச் சென்று வழிபாடும், பூஜைகள் செய்து வழிபடும் அய்யனார் கோவிலிலே பட்டால் தங்களுக்கு தீட்டுப்பட்டு விடுமென்று கருதியே சாத்தனின் ஆட்சி வீழ்ச்சிக்கொண்ட பிற்காலத்திலே சிற்றரசர் சாத்தன கோவிலின் உள்ளே சென்று வணங்க அனுமதியை மறுத்திருக்கின்றார்கள். அவர்கள் இங்கு ஆதிக்கம் செலுத்தினர் என்பதனை இதன் மூலம் அறியமுடிகிறது.

சிற்றரசர் சாத்தனின் இறப்பிற்கு பிறகு அவர் உடலை எங்கே அடக்கம் செய்திருப்பார்களென்ற கேள்வி எழலாம். சிற்றரசர் சாத்தனின் இறப்பின் பிறகு அவரது உடலை அவர் சார்ந்த சமூகமான ஆதிதிராவிட மக்கள் அடக்கம் செய்து பின் நாட்களிலே சாத்தனின் சமாதியையே தங்களின் குலதெய்வ கோவிலாக வழிபடத் தொடங்கியிருக்கின்றார்கள். அப்படி சாத்தனின் உடலை அடக்கம் செய்த இடம்தான்.

இவ்வூரின் கழுவமேடு பகுதியிலே அமையப்பெற்றுள்ள ஆகாசவீரன் கோவில்தான் சிற்றரசர் சாத்தனை அடக்கம் செய்த இடம் அடக்கம் செய்யப்பட்ட சாத்தனுக்கு ஆகாசவீரன் என்னும் அவரினுடைய புனைப்பெயரினை பெயராக வழங்கி மக்கள் வழிபட்டு வருகின்றார்கள்.

ஆகாச வீரன் என்று வணக்கப்பட்டு வரும் கோவில்தான் சாத்தனை அடக்கம் செய்த இடமாக இருக்குமென்று என்னு கின்றேன். அதற்கான சாத்தியங்களும் அதிகமாகவே இருப்

சாத்தன் அடக்கம்செய்யப்பட்ட இடம்

பதாகவே நான் கருதுகின்றேன். ஏனென்றுச் சொன்னால் சிற்றரசர் சாத்தனுக்கும் சரி இவ்வூரின் பூர்விக குடிமக்களுக்கும் சரி அய்யனார் ஒருவரே குலதெய்வமாக இருந்திருக்கின்றார். சாத்தனின் ஆட்சிக்குறிய காலகட்டத்தில் இவ்வூரின் பூர்வீக மக்களுக்கு எந்த வகையிலும் வேறு குலதெய்வங்கள் இருந்திருக்க வாய்ப்பு இல்லை எனலாம். இப்படியிருக்கும் பட்சத்தில் சாத்தனின் இறப்பிற்கான பிறபகுதியிலே ஆகாச வீரனென்றும் கோவில் உருவாக்கப்பெற்றுள்ளது. அக்கோவிலுள்ள வீரனே தங்களின் குலதெய்வமாக பூர்விக குடிமக்களான அதுவும் சிற்றரசர் சாத்தனின் சமூகமான ஆதிதிராவிட மக்கள் ஆரம்ப காலம் தொட்டே அய்யனாரை மட்டுமே குலதெய்வமாக வணங்கி வழிபட்டு வந்த மக்கள் பிற்காலத்திலே தங்களுக்கென தனியே ஒரு கோவிலை எழுப்பி அக்கோவிலில் உள்ள வீரனையே தங்களின் குலதெய்வமாக வணங்கி வழிபட்டு வந்திருக்கின்றார்களெனில் நிச்சயமாக அந்த இடத்தில்தான் சிற்றரசர் சாத்தனின் உடலை தகனம் செய்திருக்க வேண்டுமென கருதுகின்றேன்.

இம்மண்ணிலே மாபெரும் வீரனாக வாழ்ந்த சாத்தன்தான் தன்னுடைய சமூக மக்களினால் ஆகாச வீரன் என்னும் சாமியாக இறப்பிற்கு பிறகும் வணங்கப்பட்டு வருகின்றார். மறுமுறையும் தெளிவுற கூற விழைகின்றேன். இம்மண்ணின் பூர்விக குடிகளான ஆதிதிராவிட சமூகத்து குடிமக்களும். அதே போன்று ஆதிகாலம் தொட்டே இவ்வூரிலே பூர்விக குடிமக்களாக வசித்து வருகின்ற வன்னிய சமூக மக்களுமே இம்மண்ணினுடைய சுய வித்துக்களாவார்கள்.

சிற்றரசரின் சிலைக்கு ஏன் வழிபாடு நடைபெறாமல் போனது?

பண்டைய காலத்தில் சாத்தனின் சிலையை மக்கள் வணங்குவதற்கு அனுமதி மறுக்கப்பட்டு அதன்மூலம் கூட வழிபாடுகள் நடைபெறாமல் போனதற்கு காரணமாக இருந்திருக்கலாம். இவ்வூரிலே எத்தனையோ கோவில்கள் உருவாக்கப்பட்டு பூஜைகளும், படையல்களும் நடைபெற்றுவரும் நிலையில் ஏன் இன்னும் குறிப்பாக சொல்ல வேண்டுமேயானால் இந்த ஊரில் எத்தனையோ செங்கற்களை நட்டுவைத்து வீடுதோறும் மக்கள் வணங்கி வழிபட்டு வருவதை நாம் கண்கூடாகவே பார்த்து கொண்டுதான் வருகின்றோம். ஆனால் இவ்வூரிலே உள்ள சாத்தனின் சிலையானது வெறும் செங்கல்லோ அல்லது வெத்தாக நட்டுவைக்கப்பட்டுள்ள வெறும் காணிக்கல்லோ அல்ல இச்சிலையில் உருவம் பொறிக்கப்பட்டுள்ளது. அதுவும் சாதாரண உருவத்தைக் கொண்ட தோற்றமா என்று பார்த்தால் இல்லை. இச்சிலையில் உள்ள தோற்றம் பண்டைய கால முதுமக்களால் வணங்கி வழிபாடு நடத்தப்பட்ட தமிழகத்தின் நாகரிகத்தின் அடையாளமாகவே கருதப்படும் நடுகல் முறையைச் சேர்ந்த தமிழகத்தின் பல்வேறு இடங்களில் கிடைக்கப்பெற்றுள்ள உருவ அமைப்பை ஒத்ததாகவும் மற்ற எல்லா சிலைகளுக்கும் மாறுபட்டு ராஜா கம்பீரத்தோடும், பல்வேறு அணிகலன்களோடும், கீழ் ஆடையுடன் கூடிய அணிகலன்களோடும், கங்கணம், கழுத்தானி, காலில் கழறுல், கையில் கூறுவாள், தலைமுடியால் கொண்டை அமைக்கப்பட்டு கொண்டை சாய்வாக முடிந்து கட்டப்பட்டுள்ள அமைப்பு, இடுப்பிலே வாலுரை புன்முறுவலுடன் கூடிய சிரித்த முகத்தினுடைய அமைப்பு, போருக்குச் செல்லும் தோற்ற

அமைப்பு, ஆகிய இத்தகைய பல்வேறு அமைப்புக்களுடன் பல நூற்றாண்டுகால பழமையும் இன்னும் குறிப்பாக சொல்ல வேண்டுமேயானால் கோவிலின் கருவறையில் உள்ள சாமிகளின் உருவத்தை ஒத்தது போன்றே அமையப்பெற்றச் சிலைக்கு எதற்காக வழிபாடுகளும், பூஜைகளும், படையல்களும் நடைபெறாமல் போனதென்ற கேள்வி எழும் பொழுது அதற்காக காரணமாக கருதப்படுபவையாதெனில் தாழ்த்தப்பட்ட ஆதிதிராவிட சமூகத்தைச் சார்ந்தவர் சிற்றரசராக இப்பகுதியில் ஆட்சி செய்திருப்பதாலும் இவர் ஒரு குறிப்பிட்ட சமூகத்தைச் சேர்ந்தவரென்பதினாலும், தாழ்ந்த குடியில் பிறந்த ஒருவனை உயர்குடியில் பிறந்த நாம் எப்படி இச்சிலையை வணங்குவதென்று பிறப்பால் உயர்ந்தோராக தங்களை கருதியவர்கள் இச்சிலையை புறக்கணித்துள்ளார்கள். அவர்கள் புறக்கணித்ததோடு மட்டுமல்லாமல் மற்றவர் யாரையுமே இச்சிலையை வணங்க அவர்கள் அனுமதிக்கவில்லை. இதன் மூலமாகத்தான் ஒரு காலகட்டத்தில் இச்சிலையைப் பற்றிய நியாபகம் அறவே அற்றுப்போய் மக்களும் வருடங்கள் உருண்டோட உருண்டோட நாளடைவில் இப்படி ஒரு சிலை இருந்ததையே மறந்து விட்டிருக்கின்றார்கள். இப்படித்தான் சாத்தனின் வரலாறும், அவரினுடைய புகழும், மெல்ல மெல்ல இக்கிராமத்தைவிட்டு மறைந்தே போயிருக்கின்றது.

என் அன்பான சொந்தங்களே இனிவரும் காலங்களிலேனும் நம்முடைய முப்பாட்டன் சிற்றரசர் சாத்தனின் சிலையை நாம் வணங்கி வழிபட வேண்டும். பூஜைகளும், படையல்களும், விழாக்களும் சாத்தனுக்கு ஆண்டுதோறும் நடத்த வேண்டுமென வேண்டிக் கேட்டுக்கொள்ள இதன்மூலம் நான் கடமை பட்ட வனாக இருக்கின்றேன்.

உயர்சாதியினரும், தாழ்த்தப்பட்டவர்களும்

மனுஸ்மிர்திப்படி பிராமணர்கள் பிரம்மாவின் நெற்றியிலிருந்தும், சத்திரியர்கள் தோளிலிருந்தும், வைசியர்கள் தொடையிலிருந்தும், சூத்திரர்கள் பாதத்திலிருந்தும் பிறந்ததாக கூறப்படுகின்றது. தாழ்த்தப்பட்ட, வஞ்சிக்கப்பட்ட ஒடுக்கப்பட்டவர்களின் பிறப்பைப் பற்றி எந்த வேதங்களிலும் எதுவும் கூறவில்லை. வேத இதிகாச காலத்தில் தாழ்த்தப்பட்ட குலத்தை பற்றி எந்த விதமான குறிப்புமில்லை. ஒரு குலத்திற்கு ஒரு நீதி பேசும் மனுநீதி மறைக்கு தமிழகம் வந்த காலத்தில்தான் இங்கு சாதியென்னும் மலம் வெளிக்கொணறப்பட்டது.

உயர்வு, தாழ்வுயென்ற சாதி என்பது தமிழர்களிடையே பிற்காலத்தில் புகுந்த ஒரு சமூக நோய். இதனால் சனாதன தர்மம் என்ற கொடிய முறை உருவாக்கப்பட்டு அவற்றின் வழியே நான்கு சாதிகள், உட் சாதிகள் 4400–க்கு மேலும் வளர்ந்துள்ளன.

தமிழரின் உயரிய பண்பாட்டை அடையாளப்படுத்திக் காட்டும் திருக்குறளில் ஆரியர்களின் குலத்தைப் பற்றி மற்றும் அவர்களை உயர்ந்தோர் என்று அடையாளப்படுத்திக் காட்டக்கூடிய எந்த வகையிலான சொற்றாடல்களும் கூறப்படவில்லை. ஆகவே திருவள்ளுவர் வாழ்ந்த காலங்களில் தீண்டாமையும் இல்லை பிரமானமும் இல்லை என்பது புலனாகின்றது. சாதிய அமைப்பு முறையில், தீண்டதகாவர்களென்று அழைக்கப்படகூடிய மக்கள் மற்ற வகுப்பினரால் பார்க்க, தொட, அனுகக் கூடாதவர்களென்று கூறி மனுதர்ம சாஸ்திரத்தால் தள்ளி வைக்கப்பட்டுள்ளனர். இவர்கள் வாழ்வதற்கு ஊரைத்தாண்டி ஒரு ஒதுக்கிடத்தை உருவாக்கி அதற்கு பறைச்சேரி என பெயரிட்டனர்.

பிணத்தை தொட்டாலும், மாதாவிடாய் விளக்கு அடைந்த பெண்ணை தொட்டாலும் அது ஒரு குறுகிய கால தீட்டு மட்டும் தான் ஆனால் ஆதியிலேயே பூர்விக மண்ணின் மைந்தனான தமிழனை தொட்டுவிட்டால் போக்க முடியாத தீட்டும்,

களங்கமும் உண்டாகுமென்று கூறி அதை நடைமுறையில் மனுவேர் நடைமுறைப் படுத்தியிருக்கின்றனர். தலித்துகளை பார்த்தாலும், இவர்களின் நிழலை மிதித்தாலும் தீட்டு என்ற சமூக கொடுமைகளை சாதிய மனம் கொண்ட பிற்போக்காளர்கள் கையாண்டுள்ளனர். தலித்துகள் காலடிப்பட்ட இடங்களும் தீட் டாகி விடுமென எண்ணிய உயர் வகுப்பின மக்கள் இவர்களை பொது இடங்களில் நடக்க விடக்கூடாதென சனாதன தர்மம் கூறுகின்றது. ஆதிதிராவிடர்களை (அ) சூத்திரர்களை நான்காவது சாதிக்காரனை தாசி (அ) வைப்பாட்டியின் பிள்ளை என்று தர்ம சாஸ்திரம் கூறுகிறது. இவர்களின் யாரேனும் ஒருவர் வேதத்தை கேட்டால் அவர் காதில் ஈயத்தை காய்ச்சி ஊற்றவும், வேதத்தை கற்று உச்சரித்துவிட்டால் நாக்கை அறுத்துவிடவும் வேதங்கள் கூறுகின்றன. இந்த மண்ணின் பூர்விக குடிகளென்று வாழ்ந்து வந்த மக்கள் வசிக்கும் பகுதிகளை "சேரி" என்று கூறப்படுகின்றது "சேரி" என்பதன் பொருள் என்னவென்றால் மக்கள் கூடிவாழும் இடம் என்று பொருள்படும்.

உயர் வகுப்பினரிடையே எந்த வகையிலான ஒற்றுமை இல்லாவிட்டாலும் தீண்டாமையைக் கடைப்பிடிப்பதில் மட்டும் மாற்றுக் கருத்தேயிருக்க முடியாது.

"தீண்டாமை" என்ற சொல்லிற்கு இந்து மத முறைப்படி விளக்கம் அறிவோமானால் இத்தகைய சொல் ஆங்கிலத்தில் (Untouchability) என்றும் இதை தமிழிலே "தீட்டு" (Pollution) என்று அழைக்கப்படுகின்றது. சரி நாம் காணும் இந்த சாத்தப்பாடியென்னும் கிராமத்தில் பூர்விக குடிகளான ஆதிதிரா விட மக்கள் வாழும் பகுதியை மேட்டுத்தெரு (இந்திரா நகர்) என்றும். சாத்தப்பாடி (சங்கத்துக் கொட்டாய்) என்றும் பிற மக்கள் அழைக்கப்பட்டு வருகின்றது. இதே கிராமத்தில் அக்ரஹாரத்திலே வாழ்ந்த பிராமணர்களால் சாத்தப்பாடி வாழ் தலித் மக்கள் எவ்வாறு பரம்பறை பரம்பறையாக அடிமைப்படுத்தப்பட்டு, கொத்தடிமைகளாக தண்டிக்கப்பட்டிருக்கின்றார்கள் என்பதை எனது வரிகளின் மூலம் தெளிவுபடுத்த விழைகின்றேன்.

முன்பெல்லாம் சாத்தப்பாடியில் பிராமணர்களின் கை வெகு நூற்றாண்டுகளாகவே ஓங்கியிருந்துள்ளது. அவர்கள் செய்த கொடு மைகளில் சில,

(1) தீண்டப்படாதவர்கள் என்று கருதப்பட்ட சங்கத்துக்

கொட்டாய் மற்றும் மேட்டுத்தெரு மக்கள் சரிகை போட்ட வேட்டியினை கட்டக்கூடாது.

(2) வண்ணம் நனைத்து *(அ)* அழகான கறையுள்ள வேட்டி களை அணியக்கூடாது.

(3) உயர் சமூகத்தைச் சேர்ந்தவர்கள் இறந்து விட்டால் இறப்புச் செய்தியை அவர்களின் உறவுகள் உலகின் எந்த மூளையில் இருந்தாலும் இவர்கள் தான் தேடிபிடித்து செய்தி சொல்லிவிட்டு வரவேண்டும்.

(4) இவ்வூர் தாய்மார்கள் அன்றைய கால கட்டத்திலே வெள்ளி, தங்க நகைகள் அணியக்கூடாது, அணிய முடியாது.

(5) பிராமணர்கள் தரும் ஊதியம் எதுவாக இருந்தாலும் அதை வாங்கிக் கொண்டு ஊழியம் செய்ய வேண்டும். வேலைக்கு உரிய சம்பளத்தை எக்காரணம் கொண்டும் கேட்கக்கூடாது.

(6) குறிப்பாக முட்டிக்காலுக்கு கீழ், இடுப்பிற்கு மேல் எந்த ஆடையையும் இவர்கள் அணிந்திருந்ததில்லை.

(7) சிகை அலங்காரம் செய்துகொள்ள அனுமதிக்கப்பட்ட தில்லை.

(8) கூந்தலில் மலர் சூட அனுமதியில்லை.

(9) பாதுகாப்பிற்காக கூட மழைக்காலங்களில் இவ்வூர்வாழ் மக்கள் குடைபயன்படுத்த அனுமதிக்கப்படவில்லை.

அடிமைத்தனம் என்பது மக்களின் உரிமையிழந்த நிலையை குறிக்கின்றது. அன்றைய காலக்கட்டங்களில் அடிமை ஊழியம் செய்த இக்கிராம மக்கள் தங்களின் எஜமானர்களால் கொத்தடி மைகளாகவும் பிற எஜமானார்களுக்கு ஊழியம் செய்வதற்கு, பரிசளிக்கப்பட்டும் இருந்திருக்கின்றார்கள் என்பது இவ்வூர் மக்களின் பதிவுகளின் மூலமும், இந்தியா முழுமைக்கும் நடை பெற்றதீண்டாமைக்கொடுமைபதிவுகளும்இவற்றைஉண்மைகள் என்று தெளிவுப்படுத்துகின்றன. இத்தகைய முறையில் விலைக்கு வாங்கிய எஜமான் கொடுமைப்படுத்தினால், சித்திரவதைச் செய்தால் அதனை தடுக்க அன்றைய காலகட்டத்தில் யாருமே இல்லை.

இந்து மதத்தில் சாதிகளுக்கேற்ப தனித்தனிக் குடியிருப்புக்

களும். ஊருக்கு வெளியே சேரி பகுதியும் உருவாக்கப்பட்டுள்ளன. பிராமணர்களால் ஒதுக்குப்புறமாக ஒதுக்கி வைக்கப்பட்ட சேரிகள் தமிழகத்தில் நிலைத்திருக்கின்ற அழியாத சாதிக் கொடுமை களையும் துன்பங்களையும் அனுபவித்த கோடான கோடி ஆதிதிராவிட மக்களின் கிராமங்களிலே சாத்தப்பாடி மக்களும் எந்த விதிவிலக்கையும் அடையவில்லை.

இவ்வூர் தலித் மக்கள் அக்ரஹார தெருக்களிலும், பொதுச் சாலைகளிலும் நடந்து செல்ல அனுமதி அக்காலத்தில் மறுக்கப் பட்டுள்ளது. இந்த கிராமத்து இளையோர் யாரேனும் அக்ரஹா ரத்திலே இவர்களின் கட்டுப்பாட்டிற்கு மீறியோ ஏதேனும் செய்துவிட்டால் அந்த குறிப்பிட்ட இளைஞனையும், அந்த ஒட்டுமொத்த சமுதாய மக்களையும் தண்டனைக்கு உட்படுத்திய நடைமுறைப்பழக்கம் இங்கு இருந்துள்ளது. ஒரு தனிமனிதனின் குற்றத்திற்கு அவன் பிறந்த இனம் (அல்லது) சமுதாயமே ஆண்டாண்டு காலமாக தண்டிக்கப்பட்டு வந்துள்ளது என்பது ஒரு இனச் செயலாகும். தலித் மக்கள் ஒரு குறிப்பிட்ட அடி தூரத்திற்குமேல் சில உயர் வகுப்பை சார்ந்தோர் (குறிப்பாக) அக்ரஹாரத்தில் வசிக்கும் பிராமணர்களை நோக்கி வரக்கூடாது என்ற சாதிய விதி இங்கு இருந்துள்ளது. ஏனென்றால் அந்த குறிப்பிட்ட தூரத்திற்கு மேல் இவர்கள் நெருங்கி வந்தால் அங்குள்ள உயர் சாதி மக்களுக்கு தீட்டுக்காற்று பட்டுவிடுமாம்.

மளிகைப் பொருட்கள் வாங்க கடைகளுக்கு செல்லும் ஆதிதிராவிடர்களை தூரத்திலே நிறுத்தி பணத்தை முன்னேயுள்ள மேசையிலே வைத்துவிட்டு தூரத்தில் ஓடி நிற்கவேண்டும். கடைக்காரர் வேண்டிய பொருட்களை கொண்டுவந்து கீழே வைத்துவிட்டு பணத்தை எடுத்த பிறகே இம்மக்கள் பொருளை எடுத்து வந்துள்ளனர். இவர்கள் செய்துவந்த தொழிலின் மூலமே இவர்கள் கருப்பு நிறமுடையவர்களாக பல தலைமுறைக்கு இருந்துள்ளனர். நாள் முழுவதும் வயல்வெளிகளில் கூலித்தொழில் செய்தும் வறுமையின் கொடுமையில் வாழ்ந்து வந்ததால் இவர்கள் முழுமையாக கருப்பு நிறமாகவும் கரடு–முரடாகவும் இருந்துள்ளனர்.

சமுதாயத்தில் இவர்கள் ஏற்றுச்செய்த தொழில்களால் தலித் மக்கள்உடல்தூய்மையோடு இருக்கவும். நாகரிகமான உடைகளை உடுத்தவும் வாய்ப்பில்லை. இவற்றையெல்லாம் காரணமாகக்

கொண்டு இச்சமுதாய மக்கள் மேலும் தாழ்வான தூய்மையற்ற குறைந்த ஊதியமுள்ள வேலைகளை செய்ய வற்புறுத்தி, வேலை வாங்கப்பட்டுள்ளனர். மற்ற உயர்சாதி மக்கள் செய்ய மறுத்த சமுதாயத்தில் இழிவான – தாழ்வான வேலைகளை இவர்களின் மீது திணித்துள்ளனர். அக்ரஹார மக்களால் அளிக்கப்பட்ட வேலைகளுக்கு குறைந்த வருமானத்தோடு மட்டுமல்லாமல் மதிப்பு, மரியாதை, கௌரவத்தை இக்கிராம மக்கள் இழக்க நேரிட்டுள்ளது. இந்த வகையிலான அடக்கு முறைகளை பரம்பரை, பரம்பரையாக கட்டாயத்தின் பேரில் இவர்களின் மீது திணிக்கப்பட்டவைகளாக இருந்ததால் அடுத்தடுத்து வந்த இவர்களின் தலைமுறைகளும் அடிமைகள்போல் நடத்தப்பட்டு வந்துள்ளனர்.

பிறமக்கள் எங்கு வேண்டுமானாலும் குடியேறி வாழலாம். ஆனால் இவர்கள் மட்டும் ஊருக்கு ஒதுக்குப்புறமாக வாழ மட்டும் அனுமதிக்கப்பட்டுள்ளனர். இத்தகைய இடங்கள் மற்ற அக்ரஹார மக்களின் கண்ணிற்கு புலப்படாத தீவுபோன்ற பகுதிகளாக வெகுதொலைவில் இருந்துள்ளன. உயர் வகுப் பினருக்கு அடிமை ஊழியம் செய்துகொண்டும் துர்நாற்றம் உள்ள இடங்களில் வசித்துக் கொண்டும் எந்த விதமான அடிப்படை வசதிகள் இல்லாத இடத்தில் இருந்துகொண்டும் குறைவான உடைகளோடும் ஒட்டிய வயிற்றோடும் இறந்த மாடுகளின் இறைச்சி, கீரை, மீன், நண்டு, நத்தை, கிழங்கு, ஊமச்சி போன்றவற்றை உண்டும் இவ்வூர் தலித் மக்கள் வாழ வேண்டிய நிலை இதே மண்ணில் இருந்திருக்கின்றது.

உயர் சாதியினர்களின் பயன்பாட்டில் உள்ள எந்த விதமான விலை உயர்ந்த ஆபரணங்களையும் மற்றும் பிற பொருட்களையும் பயன்படுத்த தடையும், உணவு எடுத்துக்கொள்வதிலே கட்டுப் பாடும் இங்கு இருந்துள்ளது. ஊர்வலம், விழாக்கள், திருமணங்கள், குடும்ப சடங்குகளை விமர்சையாக செய்ய தலித் மக்களுக்கு அனுமதி அறவே மறுக்கப்பட்டது. இக்கிராம பெண்கள் விலை மதிப்பில்லாத உலோகத்தாலான ஆபரணங்களையே அணிய வேண்டியிருந்த சூழல் இருந்துள்ளது. இன்று புரட்சிகரமான வாழ்வை நடத்திவரும் இவ்வூர் ஆதிதிராவிட மக்களின் மூதா தையர்கள் இத்தகைய வாழ்க்கையையே மேற்கொண்டு வாழ்ந் துள்ளனர்.

தலித் மக்களுக்கு அக்ரஹாரத்திலே வாழ்ந்த செல்வந்தர்கள் கொடுத்த கொடுமைகள் எண்ணில் அடங்காதவையாகவே நான் கருதுகின்றேன். அதை ஏட்டிலும், எழுத முடியாத இரத்தச் சகதி நிறைந்ததாகும்.

இந்தியா சுதந்திரம் அடைந்துவிட்டது என்று சொல்லு கின்றார்கள். மிட்டாய்கள் கூட சுதந்திரதினம் மற்றும் குடியரசு தினம் போன்ற நாட்களில் இந்தியா முழுமைக்கும் அனுசரித்து உயர்வு, தாழ்வு இல்லாத சமூகம் இந்தியாவில் உள்ளதாக மேடைதோறும் சமத்துவம் பேசும் பலர் இருக்கின்றார்கள். இன்றும் இந்தியாவில் தீண்டாமை அதே அடக்குமுறையோடு கொஞ்சம் நவீனப்படுத்தி கையாளப்படுகின்றதா இல்லையா? இன்னும் தீண்டாமை கொடுமைகள் தமிழகம் தோறும் தீப்பிடித்து எறிந்துக்கொண்டிருக்கின்றது. ஏன்? சாத்தப்பாடிக்கு அருகாமையில் உள்ள பக்கத்து கிராமமான வயலாமூர் என்னும் கிராமத்தில் இந்த 21–ம் நூற்றாண்டில் கூட இரட்டை குவளை முறை கையாளப்பட்டு வருகின்றதே. இவ்வூர் ஊர் தலித் மக்கள் இன்னும் சரிசமமாக உயர் சாதி மக்களோடு அமர்ந்து பேசும் நடைமுறை காணப்படவில்லையே. இதை ஏன் நான் சுட்டிக்காட்டுகின்றேனென்றால் தீண்டாமைக் கொடுமைகளை இன்றும் கட்டுக்குள் கொண்டுவர முடியவில்லையே என்ற ஆதங்கம்தான்.

இதுவரை தமிழகத்தை ஆண்ட எந்த அரசாங்கமும் அனைத்து மக்களையும் ஒரே இடத்தில் சேர்ந்து வாழ வைக்கும் முயற்சியை கையிலெடுக்கவில்லை. ஏனென்று எண்ணிப்பார்த்தால் அரசியல் வாதிகளின் மனதிலும் தங்களுடனேயே ஒட்டிக்கொண்டு சாதியமென்னும் மலக்கழிவு மூளையிலே ஒட்டிக்கொண்டி ருப்பதுதான் காரணமாக இருக்குமென கருதுகின்றேன். முத்தமி ழறிஞர் கலைஞர் பெருமகனார் அவர்களால் கொண்டு வரப்பட்ட சமத்துவப்புரம் உண்மையாகவே வரவேற்கத்தக்கது. இவற்றில் எந்த விதமான மாற்றுக்கருத்தும் இருந்துவிடமுடியாது. ஆனால் சமத்துவப்புரங்கள் இவர் ஆட்சியிலே கொண்டுவரப்பட்டு தமிழ கத்தின் பல பகுதிகளிலே வாழ்ந்த தலித்துளோடு. அனைத்து சமுதாய மக்களை ஒன்றினைக்கும் முயற்சி கையாளப்பட்டு, நாளடைவில் நடைமுறைப்படுத்தப்பட்டு ஓரளவு வெற்றி காணப்பட்டதாகவே கருதப்பட்டது. ஆனால் கலைஞர் அவர் களின் ஆட்சி மாற்றத்திற்கு பின்பு தமிழகத்தில் பல சமத்துவப்

புரங்கள், நிறம் மாறி தடம் மாறி வேறு வகையிலான முறைகளிலே கையாளப்பட்டு பின்பு, நாளடைவில் பொருளாதாரத்தில் வலிமை பெற்றவர்களாலும் உயர் வகுப்பு மக்களின் ஆதிக்கத்தினாலும், சமத்துவப்புரங்களிலே குடியமர்த்தப்பட்ட ஆதிதிராவிட மற்றும் பழங்குடியின மக்கள் பிறரின் வற்புறுத்தலின் மூலமாக கட்டாயப்படுத்தி வெளியேற்றப்பட்டும், வெளியேற்றப்பட்டுக் கொண்டும் இருக்கின்றார்கள். இந்தியாவில் ஆயிரம் காந்தி பிறந்தாலும், பத்தாயிரம் அம்பேத்கர் பிறந்தாலும் இன்னும் இந்தியாவின் தலைமை பீடத்தை அலங்கரித்து ஒற்றுமைக்காகவும் வஞ்சிக்கப்பட்ட மக்களின் உரிமைக்காகவும் பாடுபட்ட எத்தனையோபேர் உள்ளனர். அத்தனை தலைவர்களும் கோடான கோடி முறை அவதரித்து பிறந்தாலும் குறிப்பாக நம்மையெல்லாம் இந்தியாவின் குழந்தைகள் என்றுச் சொன்ன மகாத்மா காந்தி, ஆதிதிராவிட வகுப்பில் மறுபிறவி எடுத்து நான்தான் முந்தைய ஜென்மத்திலே காந்தியாக இருந்தேன். இதோ நான் மீண்டும் பிறந்து வந்திருக்கின்றேனென்று சொன்னாலும், காந்தி ஆதிதிரா விட வகுப்பில் பிறந்தால் அதே சாதிதான். அதிலே எந்தவிதமான மாற்றுக்கருத்தும் இல்லை எனலாம்.

இவ்வூர் மக்களுக்கு அன்றைய கால கட்டத்தில் கடைகளில் தனிவழியும், தேநீர் அருந்த தனியே கண்ணாடி டம்பளர்களும் இருந்திருக்கின்றன. அந்த டம்பளர்களை அவர்களே கழுவித் தருவதோடு காசை கையில் கொடுக்காமல் டீ கடையின் மேடையின் மீது வைத்துவிட்டு வரவேண்டும். இதுபோன்ற நிகழ்வுகள் அரங்கேறியிருக்கின்றன. இன்னும் தமிழகத்தின் பல்வேறு கிராமங்களில் இந்த கொடுமைகளை ஊடகங்களின் வாயிலாக நாம் பார்த்துக்கொண்டுதான் இருக்கின்றோம். தாழ்த் தப்பட்ட மக்களில் யாரேனும் ஒருவர் இறந்து விட்டால் இவர்களின் சடலத்தை உயர் சாதி இந்துக்களின் தெருவழியாக உடலை எடுத்துச் செல்லக்கூடாதென்ற சமூக கொடுமை, இன்னும் இருந்தே வருகின்றது. இதற்கு பல்வேறு தரப்பு மக்களின் தலைவர்கள் இவ்விதமான இனச்செயலுக்கு எதிர்ப்பு தெரிவித்தாலும், அது அந்த குறிப்பிட்ட நேரத்தில் மட்டும் ஊடகங்களுக்கு வருத்தம் தெறிவிக்கும் பதிவுகளாகவே இருந்து விடுகின்றன. இத்தகைய வருத்தத்தினால் எந்த விதமான முன் னேற்றமும் நிகழ்ந்துவிடப் போவது கிடையாது. ஆனால் இந்த வகையினாலான பிரச்சனைகள் தற்பொழுது சாத்தப்பாடி

கிராமத்தில் கிடையாது. ஆனால் முந்தைய காலங்களில் தலித் மக்கள் வாழ்ந்த இந்திரா நகர் (மேட்டுத்தெரு) பகுதியில் யாரேனும் ஒருவர் இறந்துவிட்டால், பக்கத்து ஊர்களின் உயர் சாதி இந்துக்களின் வயல் வெளிகளின் மீதுதான் பிணங்களை தூக்கிச் செல்ல வேண்டிய நிலையிருந்தது. அப்படி அந்த வயல்களை தாண்டி தகன இடத்தை அடைவதற்கு பல்வேறு விதமாக அடக்கு முறைகளை அப்பொழுது இவ்வூர் மக்களின் மீது கையாளப்பட்டிருக்கின்றது. மழை, வெள்ள காலங்களின் யாரேனும் இறந்துவிட்டால், பயிரிடப்பட்ட விவசாய பயிர்களை மிதிக்காமல் நடக்க வேண்டி நிலை இருந்ததால் அத்தகைய காலங்களில் பிணத்தோடு கொண்ட பாடையை இருவர் மட்டுமே ஒரு நபருக்கு இரு புறங்களையும் பற்றி அனைத்துக் கொண்டுச்சென்று உடலை அடக்கம் செய்து இருக்கின்றார்கள். அதன்பிறகு வந்த காலகட்டத்தில் இந்திராநகர் (மேட்டுத்தெரு) மக்கள் மயான தகனத்திற்கென ஊரைக்கூட்டி பேசி தங்களுக்கான பாதையை வழிவகைச் செய்து அதன் மீதே தற்பொழுது உடல் தகனத்திற்கு கொண்டு செல்கின்றனர்.

இவ்வூர் தாழ்த்தப்பட்ட மக்கள் பிராமணர்களின் வயல்களில் உழவுத் தொழில்செய்யவும் பண்ணை ஆட்களாகவும், தினக் கூலி ஆட்களாகவும் பெரும்பாலானோர் பிணையக் கூலியாட்கள் (Bonded Labourers) அல்லது முழுக்க முழுக்க அடிமைகளாக்கப்பட்டு எவ்வளவு முடியுமோ அந்த அளவிற்கு தாழ்த்தப்பட்ட மக்களின் வியர்வையை உறிஞ்சி குடித்திருக்கின்றனர்கள் சில முதலாளித்துவ பிராமணர்கள்.

தாழ்த்தப்பட்ட மக்களுக்கான வேலைகளாக பிணக்குழி தோண்டுதல், பறைகொட்டுதல், பாடைகட்டுதல், பிணத்தைச் சுடுதல், இறந்துபோன கால்நடைகளை அப்புறப்படுத்துதல், பிறப்பு–இறப்புகளை பறையறைந்து அறிவித்தல், பிராமணர்களுக்கு சொத்தமான வயல்களிலே வேலைசெய்தல் மலக் கழிவுகளை அகற்றுதல், இறப்பு செய்திகளை பல ஊர்கட்கு கொண்டு செல்லுதல், மாட்டு கொட்டகையை சுத்தல் செய்தல், ஏரி, குலம் வாய்க்கால் போன்றவைகளை மேம்படுத்துதல் மற்றும் தூர்வாருதல் போன்ற அத்துணை பணிகளையும் அன்றைய சாத்தப்பாடி மேட்டுத்தெரு பகுதியில் வசித்த ஆதிதிராவிடர்களின் மேல் திணித்து அவர்களின் பரம்பரைத் தொழிலாகவே இவர்களுக்கு தொண்டூழியம் செய்யவேண்டிய

ஆதிக்க முறை இங்கு இருந்துள்ளது. அன்றைய காலகட்டத்தில் தலித் மக்களின் வீடுகள் வைக்கோலினால் மட்டுமே அமைந்திருக்க அனுமதிக்கப் பட்டிருந்திருக்கின்றது. ஓட்டுவீடு கட்ட விரும்பினால் அக்ரஹார பிராமணர்களிடம் அனுமதிப் பெற்றே வீடுகட்ட அனுமதிக்கப்பட்டுள்ளனர். பெண்கள் உயர் சாதிப் பெண்களை போன்று தலைமுடியைக் கொண்டை போட்டுக் கட்டக்கூடாது. வேண்டுமானால் முடியை வாரிச் சொருகிக் கொள்ளலாம். காலை ஆறு மணி முதல் இரவு எட்டு மணி வரை உழுதல், நாற்று அடித்தல், நாற்று நடுதல், களை பறித்தல், பயிரிடுதல் போன்ற வேலைகளை கட்டாயம் செய்தே ஆகவேண்டும். எக்காரணம் கொண்டும் ஊதியம் அதிகமாக கேட்கவே கூடாது. அவர் தரும் பணத்தையோ, பொருளையோ எதைக் கொடுக்கின்றார்களோ அதை மட்டுமே பெற்றுக்கொள்ள வேண்டும். ஆதிதிராவிட மக்கள் பரம்பரை பரம்பரையாகவே பண்ணையாட்களாக இருந்துள்ளார்கள். அப்படி பண்ணையாட்களாக இருக்க மறுப்பு ஏற்படுமாயின் மறுப்பு தெரிவிப்போர் அந்த கிராமத்திலேயே பிழைப்பு நடத்த முடியாத நிலை இருந்துள்ளது. ஒரு தலித் கூலி தொழிலாளி யாருடைய பண்ணையாளாக இருக்கின்றான் என்பதுவே அவரின் சொந்த அடையாளங்களாகவும், பெருமையாகவும், வாழ்வாகவும் பாதுகாப்புமாக இருந்திருக்கின்றன.

அன்றைய அக்ரஹாரங்களே எல்லா வழக்குகளுக்கும் நீதி மன்றங்களாக இருந்துள்ளன. சாதி முறையைப் பார்த்தே அன்றைய பெரிய மனுஷர்கள் தீர்ப்பு அளித்த கொடுமையும் இங்கு அதிகபடியாகவே அரங்கேறியுள்ளன. விசாரனை முறை நடைபெறும் பொழுது கூட தலித் மக்கள் வாக்குமூலத்தை சில அடி தூரம் நின்றே சபையில் கூற அனுமதிக்கப்பட்டுள்ளனர். அடிமைப் படுத்தப்பட்டிருந்த இம்மக்களுக்கு திருமணம் போன்ற எந்த நல்ல, கெட்ட காரியங்களை நடத்த வேண்டிய நிலை ஏற்பட்டாலும் பண்ணையார்களாக இருக்கும் பிராமனர் களின் அனுமதி பெற வேண்டும். அனுமதி கேட்காமல் திரு மணம் நடைபெற்றால் அது தண்டனைக்கு உரியதாகவே கருதப் பட்டிருக்கின்றன. திருமணம் நடைபெற்ற பின்பு மணமகனும், மணமகளும் தனது நிலச்சுவான்தார்களின் இடத்திற்குத் தேடிச் சென்று குறிப்பிட்ட இடைவெளிக்கு அப்பால் நின்று காலில் விழ வேண்டும். பின் அந்த முதலாளி வீட்டின் பின்புறமாக

மணமக்களை தரையிலே அமரவைத்து அவர்கள் கொடுக்கும் ஒரு மரக்கால் நெல், மற்றும் கொஞ்சம் காசையும் பெற்றுக்கொண்டு அந்த தெருவில் உள்ள அனைத்து தரப்பினர்களின் காலி லேயும் விழுந்து எழவேண்டும். “இத்தகைய முறை ஏன் கையாளப்படுகின்றது என்றால் நாங்கள் எத்தனை ஜென்மங்கள் எடுத்தாலும் உங்களுக்கு நாங்கள் அடிமைகள் என்பதை ஒப்புக் கொள்வது என்று பொருள் படும்.“ சில பணம்படைத்த முதலாளிகள் தலித்துக்களின் திருமணத்திற்கு தாலியெடுத்துக் கொடுத்து அந்த கடனை அடைப்பதற்கு அப்பன், பிள்ளையென பரம்பரையையேஅடிமைப்படுத்தியகதைகளும்இந்தகிராமத்தில் இருந்துள்ளது. இத்தகைய திருமணத்திற்கு கடனென்று கொஞ்சம் தொகையை அளித்துவிட்டு இம்மக்களிடமுள்ள மனை, வீடு, நிலம், மாடு, ஆடு போன்றவைகளை பறித்துள்ளனர். இதுபோன்ற செயல்களை மேற்கொள்வதன் மூலம் இம்மக்களை அடிமைப்படுத்த முடியுமென்பதை அவர்கள் அறிவுப்பூர்வமாக கையாண்டிருக்கின்றார்கள்.

இது போன்ற முறைகளை பார்ப்பணர்கள் கையாண்டதால் இந்த கிராமத்து மக்கள் ஜென்மக் கடனாளிகளாகவும், கொத்தடிமைகளாகவும், வாழ்நாட்களை அடகு வைத்தவர் களாகவும் வாழ நேர்ந்திருக்கின்றது.

எல்லாவிதமான சித்திரவதைக்கும், கொடுமைகளுக்கும், அடக்கு முறைகளுக்கும், ஆளகியுள்ளனர். மாட்டை அடிப்பதைப் போன்று மரத்தில் கட்டிவைத்து அடித்துள்ளனர். சில நேரங்களில் தண்டனையாக இவர்களுக்கு சூடு போடப்பட்டுள்ளது.

காளை மாட்டின் கழுத்தில் இருக்கும் சலங்கையை கொண்டும் திருக்கைவாள் போன்ற மீனின் வாலாலும் தோல் கிழியும் வரை அடித்துள்ளார்கள். இது போன்ற தண்டனைகள் வழங்கப்படும் பொழுது உயர்குடியில் பிறந்த மக்கள் கூட்டமாக நின்று வேடிக்கைப் பார்த்து ரசித்திருக்கின்றனர்.

எந்த உயர்குடி மக்களில் யாரேனும் இறந்து விட்டால் எல்லாவிதமானவேலைகளையும், அந்த குறிப்பிட்ட முதலாளிக்கு சொந்தமான நிலத்தில் வேலைபுரியும் இவ்வூரைச் சார்ந்த அந்த குறிப்பிட்ட தொழிலாளியும், அவரின் உறவினர்களுமே தகனம் செய்ய அனைத்து பணிகளையும், செய்து முடிக்க வேண்டும். கண்ணதாசன் இயற்றிய பாடலில் வரும் வரிகளை நம் கேட்டி யிருப்போம்.

வீடுவரை உறவு
வீதிவரை மனைவி
காடுவரைபிள்ளை
கடைசிவரை யாரோ?

என்ற கேள்விக்கு பதில் என்னவோ ஆதிதிராவிட மக்கள்தான் பிணத்துடன் கடைசிவரையிலே அருகிலேயே இருந்து குழி தோண்டி புதைக்கும் வரை காரியத்தை செய்பவர்கள்.

1969–ஆம் ஆண்டு ஏப்ரல் திங்கள், பாட்னா நகரில் விஸ்வ இந்து பரிஷத்தை தொடங்கி வைக்கையில் பூரி சங்கராச்சாரியார் கூறியுள்ளது.

“தீண்டாமை என்பது இந்து சமூக அமைப்பிலுள்ள ஓர் அவசியமான அங்கம். என்னைத் தூக்கிலிட்டாலும் இந்த உண்மையில் கொண்டுள்ள என் பிடிப்பை விட்டுக்கொடுக்க மாட்டேன்” இந்த கருத்திற்கு சுவாமி விவேகானந்தர் எதிர் வாதமிட்டுள்ளதாக, “தீண்டாமையைத் தீயிட்டு புத்தகத்திலே பக்கம் 163–ல் சுட்டிக்காட்டியிருக்கின்றார். அந்த புத்தகத் தினுடைய ஆசிரியர் மதிப்பிற்குரிய அய்யா டாக்டர் முனைவர் ப. சீனிவாசன் அவர்கள்.

“இருட்டறையில் உள்ளதடா உலகம்
சாதி இருக்கின்றதென்பாவனும் இருக்கின்றானே”

இந்த வரிகளும் இப்புத்தகத்தில் சுட்டிக்காட்டப்பட்டுள்ளது. இந்த வரிகள் புரட்சி கவிஞர் பாரதிதாசன் அவர்களின் கவிதை வரிகளில் ஒன்று எந்த அளவிற்கு சாதியின் பிடி தமிழகத்தை ஆட்சிபுரிகின்றதென மன வேதனையை இந்த வரிகளிலே தெள்ளத்தெளிவாக பதிவு செய்திருக்கின்றார் புரட்சிகவிஞர் பாரதிதாசனார்.

இந்தியாவின் விடுதலைக்கு முந்தைய காலகட்டங்களில் ஓரளவு தாழ்த்தப்பட்ட மக்களிடம் கல்வியறிவு காணப்பட்டது என நம்மால் உணர முடிந்தால் அதற்கு கிருஸ்துவ மதம் என்ற நல்ல மதமே அதற்கு காரணமாக அமையும். கிருஸ்துவ மதத்தை இந்தியா முழுவதும் ஆங்கிலேயர்கள் தங்களின் மதக் கொள்கைகளை பரப்புவதற்காக கல்வி இயக்கங்களை தோற்றுவித்த பொழுது தீண்டாமையென கூறி உயர் வகுப்பு மக்களினால் புறம் தள்ளப்பட்ட ஆதிதிராவிட மக்களுக்கு

கல்வியை கொடுத்த கடவுள்கள் ஆங்கிலேயர்களென்றால் அது மிகையாகாது. ஆங்கிலேயர்களின் ஆட்சிக்காலத்திலே சுமார் மூன்று கிராமங்களுக்கு ஐந்து பேரேனும் ஆதிதிராவிடர்கள் அரசு பதவிகளிலே அமர இவர்கள் வழங்கிய கல்வி அதற்கு வழிவகைச் செய்துள்ளன என வரலாற்று ஆய்வாளர்களின் ஆய்வுகளின் மூலமாக அறிய முடிகின்றது.

தமிழகத்திற்குள்ளேயே சொந்த மக்களால், சொந்த மொழியால் சொந்த இனத்தவரால் மறுக்கப்பட்ட மற்றும் நசுக்கப்பட்ட உரிமைகளை நேசக்கரம் நீட்டி இதோ உனக்கும் நான் உரிமையளிக்கின்றேன். நீயும் கல்வி கற்கலாம், நீயும் சுயமரியாதையோடுவாழலாமெனவாழ்வைபுதுப்பித்துகொடுத்த புண்ணியவான்கள் என்றே இந்து மதத்தால் புறம் தள்ளப்பட்ட ஆதிதிராவிட மக்கள் ஆங்கிலேயர்களை மனிதாபிமானமுடைய மனிதர்களாக அடையாளம் கண்டிருக்கின்றார்கள். இன்னும் தெளிவாக சொல்ல வேண்டுமேயானால் தலித் மக்களை வாழ வைக்க வந்தவர்கள் ஆங்கிலேயர்கள் என்பது மகிழ்ச்சிக்குரிய செய்தியாக உள்ளது. அன்றைய கால கட்டத்தில். தமிழனை தமிழனே தீண்டத்தகாதவனென்றும், இரக்கமற்ற முறையில் கொடுமைப்படுத்தும் முறையை கையாளும் பொழுது மனிதாபிமானத்தோடு வெளிநாட்டவர் தலித் மக்களுக்கு கைகொடுத்துக் காத்ததால் அவர்களை எந்த அளவு உயர்த்தி மதிப்பிட்டிருக்க வேண்டும் ஆதிதிராவிட மக்கள் என்பதை சிந்தனையாளர்கள் எண்ணிப் பார்க்க வேண்டியது கடமையல்லவா?

அன்றைய காலகட்டங்களிலே கோஜதிராவ் பூலே தமிழகத்திலே அயோத்திதாச பண்டிதர், தாத்தா இரெட்டமலை சீனிவாசன், பெரியார் போன்ற இவர்களைத்தவிர வேறு எந்த தலைவனும் கிராமத்திலே குறிப்பாக சேரியிலே வாழும் தலித் மக்களின் உரிமைகளுக்காக குரல் கொடுக்கவில்லையென நான் கேட்கின்றேன். குற்றம் செய்யாத ஆதி தமிழனை (தீண்டப்பாடாதவனை) ஏழ்மையில் இருக்கின்றானென்ற காரணத்தை மையமாகக் கொண்டு உடம்பிலே குருதி கொட்டும் வரை தண்டிக்கும் உரிமையை (பிராமணர்களுக்கு) கொடுத்திருந்தார்களே தமிழர்கள். இதன் காரணமாகவே தாங்கள் உயிர்வாழவும் மானத்தைக் காத்துக்கொள்ளவும் தங்களின் சந்ததிகள் பாதுகாப்போடு வாழ தமிழகம் மட்டுமல்லாமல் இந்தியாவின் பல பகுதிகளில் இருந்த குறிப்பிடதக்க தலித் மக்கள்

கிருஸ்துவ மதத்திற்கும் அதே அளவு பௌத்த மதத்திற்கும் தங்களின் அமைதியான வாழ்க்கையை மேற்கொள்ள மத மாற்றம் அடைந்திருக்கின்றார்கள். இந்த மத மாற்றங்கள் அன்றைய சாத்தப்பாடி மக்களும் உடன்பட்டு சிலர் மத மாற்றம் அடைந்திருக்கின்றார்கள். தீண்டதகாதவர்களென்று அழைக்கப்பட்ட மக்களுக்கு கிருஸ்துவ மதத்தில் விருப்பம் இருந்ததோ இல்லையோ தங்களை உயர்குடி என்று அழைத்துக் கொண்ட அக்ரஹார பிராமணர்களிடமிருந்தும் உயர்குடி மக்கள் சிலர் கொடுத்த இடையூறுமே. பூர்வீக ஆதிகுடிகளான தலித் மக்கள் தங்களை பாதுகாத்துக் கொள்ளவும் வறுமையிலிருந்து விடுபடவும் மதமாற்றத்தை ஏற்றுக்கொண்டிருக்கின்றார்கள்.

அன்றைய சிதம்பரம் தனித்தொகுதி நாடாளுமன்ற உறுப்பினராகவும், ஒடுக்கப்பட்ட மக்களின் பாதுகாப்பிற்கு விடிவெள்ளியாக ஆதிதிராவிட மக்களினால் தங்களின் தலைவராக ஏற்றும் கொண்டிருந்த அய்யா திரு. ட. இளையபெருமாள் அவர்களுக்கும் இந்த கிராமத்திற்கும் நெறுங்கிய தொடர்பு உண்டு.

சாத்தப்பாடிவாழ் தலித் மக்களுக்கும் அய்யா ட. இளைய பெருமாளுக்கும் இடையேயான உறவு தாயுக்கும் பிள்ளைக்குமான உறவு. தன் மகனை பிறர் கொடுமைப் படுத்துவதைப் பார்த்துக் கொண்டு எந்த தாய்தான் கண்மூடிக்கொண்டு இருப்பாள். தங்களுக்காக இளையபெருமாள் என்ற தாய் இருப்பதாக பிற்காலத்திலே அறிந்து கொண்ட சாத்தப்பாடி மக்கள் இளைய பெருமாளின் தலைமையையும் அவரின் கருத்தியலையும் உள் வாங்கிக் கொண்டு அடிமை வாழ்க்கைக்கு எதிராக போர்க்கொடி உயர்த்தியிருக்கின்றார்கள். அய்யா ட. இளையபெருமாளின் வருகைக்கு பின்பே இவ்வூர் மக்கள் தங்களும் தனித்துவமாகவும், சுயமரியாதையுடனும், சுதந்திரமாகவும், வாழ உரிமை உள்ளதென அன்றைய சாத்தப்பாடி அக்ரஹாரத்திலே ஆதிக்கம் செலுத்திக் கொண்டிருந்த பிராமணர்களுக்கு பணிசெய்யமறுத்த வரலாறு ஒன்றன்பின் ஒன்றாக அய்யா ட. இளையபெருமாளின் வரு கைக்கு பின்புதான் இம்மக்களுக்கு உரிமைகள் கிடைக்கப் பெற்றது. அப்பொழுதெல்லாம் எந்தவிதமான ஊடக அறிவும் இம்மக்களுக்கு கிடைக்கப்பெறவில்லை. ட. இளையபெருமாள் என்கின்ற ஒரு மாமனிதர் இருக்கின்றார் என்பதை ஒருசிலர் செவிவழிச்செய்தியாக சொல்லியோ அல்லது இவ் ஊரைச்

சேர்ந்த சிலர் அவரை நேரடியாக மேடைப் பேச்சுக்களின் மூலமாக பார்த்து உணர்ந்தோ இவர்தான் தங்களுக்கான தலைமை என அறிந்து கொண்டு அய்யாவின் அறிமுகத்தை நேரில் சந்தித்து பெற்றிருக்கின்றார்கள். அதன் பின்பு பல முறை ட. இளையபெருமாள் அவர்கள் சாத்தப்பாடிக்கு வருகைபுரிந்து இம்மக்களை சந்தித்து கலந்துரையாடி ஆதிக்கத்திற்கு எதிராக இம்மக்களிடையே எழுச்சியை எழுப்பி எழ வைத்திருக்கின்றார் என்று குறிப்பிடலாம். அய்யா அவர்கள் இளம் வயதிலிருந்தே தீண்டாமைக் கொடுமைகளில் தீவிரம் காட்டி போராடியவர்.

தீண்டாமை கலவரங்கள் நடந்த பகுதிகளுக்குச் சென்று அவை களையெல்லாம் அரசினுடைய கவனத்திற்கு கொண்டுச்சென்ற பெருமை இப்பகுதியிலே இளையபெருமாளையே முழுமையாக சாரும் என்பதில் சந்தேகமில்லை. இத்தலைவரையே மக்கள் தீர்க்கமான முடிவாக முன்மொழிகின்றார்கள். சாத்தப்பாடி மக்களுக்கு பலதரப்பட்ட முறையில் துணையாக குறிப்பாக, பொருளாதார அதிகாரக சமஉரிமையை பெற உந்து சக்தியாக இருந்து அடிமை உறக்கத்தில் பல நூற்றாண்டுகளாய் இறந்துபோன சடலங்களாக கிடந்த மக்களை தட்டி எழுப்பிய ஒரு பெரும் தலைமையாகவே இவ்வூர் மக்களின் மனதிலே நீங்காது இன்றும் இத்தலைவர் உயிர் வாழ்ந்து கொண்டிருக்கின்றார் என்றால் அது மிகையாகாது.

அய்யாவின் அறிமுகத்திற்கு முன்பு சாத்தப்பாடி மக்கள் தீண்டாமை கொடுமைகளை எதிர்க்க முடியாமல் அங்குள்ள அக்ரஹார உயர்சாதியினருக்கு நிரந்தர அடிமைகளாக அவர்கள் காட்டிய தாழ்வான, இழிவுச் சொட்டிய, கௌரவமற்ற வேலைகளைச் செய்து பிழைத்து வந்துள்ளனர். மிக குறுகிய அளவே இருந்த மக்களால் இவர்கள் அடிக்கடி, ஒடுக்கப்பட்டு, நசுக்கப்பட்டு தண்டிக்கப்பட்டதோடு மட்டுமல்லாமல், மற்ற மக்களோடு சமத்துவ உணர்வை எண்ணிப்பார்க்க முடியாத அளவுக்கு இம்மக்கள் மேன், மேலும் ஒடுக்கப்பட்டுள்ளனர். ஆகையினால் இச்சேரி வாழ்மக்கள் அடிமைகளாகவும் தீண்டப் படாதவர்களாகவும் வாழ்வதைவிட வேறு வழியே இல்லை என்ற மனோபாவத்தோடே வாழ வேண்டிய நிலைக்கு ஆட்படுத்தப்பட்டு தீண்டத்தகாதவர்களாகவே வாழ்ந்திருக்கின் றார்கள். இம்மக்களுக்கு மற்ற கிராம மக்களோடு தங்களின் அடிமை வாழ்வைப் பற்றி பேசி எந்த முடிவையுமே எடுக்க முடியாத மோசமான நிலைக்கு உட்பட்டு கிடந்திருக்கின்றார்கள்.

அன்றைய காலங்களில் கிராமங்களை இணைக்கும் சாலைகள் மற்றும் போக்குவரத்த வசதிகளும், செய்தித் தொடர்புகளும், இல்லாத காலகட்டம் தாங்கள் அடைந்துவரும் துயரத்தைப் பற்றியும் மற்ற பகுதி மக்கள் கொண்டுள்ள வாழ்க்கை முறையை பற்றியும் அறிந்து கொள்ள முடியாத நிலையில் இம்மக்கள் பரிதவித்து நின்றிருக்கின்றார்கள். இத்தகைய சூழலில்தான் சில நூற்றாண்டுகளுக்கு பிறகு

அய்யாவின் அறிமுகத்தை இக்கிராம மக்கள் பெற்றிருக் கின்றார்கள். இளைய பெருமாளின் அறிமுகத்தின் பேரில், தலித் மக்கள் முதன்முதலிலே வெகுண்டெழுந்து கிராமத்திலுள்ள இளைஞர்களெல்லாம் ஒன்றிணைந்து மேற்கொண்ட போராட் டம் “கூலி உயர்வு” போராட்டம் இப்போராட்டத்தை முன் னெடுக்கும் வகையில் கிராமத்திலுள்ள அனைத்து, மக்களும் அக்ரஹார வேலைப்புறக்கணிப்புகளை மேற்கொள்ள முடிவு செய்து வேலைபுறக்கணிப்பை தொடர்ந்திருக்கின்றார்கள். அப்பொழுதுதான் இம்மக்கள் தங்களின் உரிமைகளுக்காக முதல்குரல் எழுப்பியிருக்கின்றார்கள். இது மிகப்பெரிய அள வில் கிராமத்திலே உண்டான “முதல் புரட்சியாகவே கருதப்பட்டுள்ளது இப்போராட்டத்தின் விளைவாக கூலி உயர்வு முதல்முறையாக பெறப்பட்டுள்ளது. இந்த நிகழ்வையே இவ்வூர் மக்களின் புரட்சியாக முதியவர்கள் இன்றளவிலும் அசைப்போட்டுக் கொண்டிருக்கின்றார்கள்.

அடுத்த போராட்டமாக “இரட்டை குவளைமுறை” ஒழிப்பு உயர் சமூக மக்கள் வசிக்கும் பகுதிகளில் உள்ள தேனீர் கடைகளில் தேனீர் அருந்த ஆதிதிராவிட மக்களுக்கு காலம் காலமாக உரிமைகள் மறுக்கப்பட்டுள்ளது. பின்பு தனியே கண்ணாடி டம்பலர் மூலம் இவர்களுக்கும், சில்வர் டம்லர்களிலே பிற உயர் வகுப்பு மக்களுக்கும் தேனீர் வழங்கப்பட்டதை கண்டித்து அந்த தேனீர் கடையானது அப்பொழுது இருந்த இளைஞர்களினால் அடித்து தகர்க்கப்பட்டது. “இரட்டைக் குவளை” முறை அதன் பிறகு சில ஆண்டுகளிலேயே சங்கத்துக்கொட்டாய் வாழ் இளைஞர்களின் எழுச்சியால் இரட்டைக்குவளை முறை அப்பொழுதே அடியோடு இக்கிராமத்தில் தகர்க்கப்பட்டுள்ளது. “தீண்டாமையின்” வெளிப்புற அடையாளமாக கருதப்பட்ட இரட்டைக்குவளை முறையை ஒழிப்பதற்கு இந்த கிராமங்களுக்கு பாதுகாப்பு அரணாக இருந்து வழிநடத்தியவர் அய்யா

ட. இளையபெருமாள் என்கின்ற மாபெரும் மகத்துவ தலைமையே ஆகும்.

இப்பகுதியில் குறிப்பிடப்பட்டுள்ள அனைத்துமே இவ்வூர் பெரியோர்களின் வாய்வழிச்செய்திகளாக திரட்டப்பட்டு பின்பு அவைகள் ஒழுங்குப்படுத்தப்பட்டவையாகும்.

ஆதிக்கமும், முதுகொடிந்திருந்த மக்களும்

பழமைகள் தன் நடப்புகளின் ஆன்மா, உலகம் தோன்றி உயிரினங்கள்ஜனனம்கொள்ளத்தொடங்கியகாலகட்டத்திலேயே வரலாறுகளும் பிறக்க ஆரம்பித்திருக்கின்றன. ஒவ்வொரு உயிரினத்தின் பிறப்பிலும், இறப்பிலும் வரலாறுகள் இருக்கின்றன என்பதை எவராலும் மருத்துவிட முடியாது. அதைப்போலவே தமிழன் தோன்றி வாழ்ந்தான் நாகரிகத்திற்கு முற்பட்ட காலத்திலும் சரி அதற்கு பிற்பட்ட காலத்திலும் சரி வரலாறுகள்தான் பழமைகளை பாதுகாக்கும் கேடயமாக இருக்கின்றன. ஒவ்வொரு உயிருக்குமே வரலாறு உண்டு என அகவும் பொழுது பல உயிர்கள் ஒன்றுபட்டு மனிதன் கூட்டமாக வாழ்ந்தான் அல்லது ஊருக்குள்ளே ஒன்றுகூடி தனக்கென நியாய அநியாயங்கள் இவை இவைகளென்று வகுத்துக் கொண்டு கிரங்களிலே வசித்திருக்கும் பொழுது ஒவ்வொரு கிராமத்திற்கும் வரலாறுகள் இருந்தே ஆகவேண்டுமென்ற கட்டாயம் ஏற்பட்டு விடுகின்றது. "இன்றைய செய்திகள்தானே நாளைய வரலாறு"

சி. சாத்தப்பாடி கிராமமானது நான் சார்ந்துள்ள மாவட்டமான கடலூர் என்ற பெயருக்கு ஏற்றார் போல சில கிலோ மீட்டர் தொலைவிலேயே இக்கிராமத்திலிருந்து "வங்கப்பெருங்கடல்" பரங்கிப் பேட்டையில் உள்ளது.

இவ்வூர் சாத்தப்பாடி ஊராட்சியாகவே தற்பொழுது செயல் பட்டுக் கொண்டிருக்கின்றது. புவனகிரியை ஒன்றியமாகவும், புவனகிரியையே தாலுக்காவாகவும், கடலூரை மாவட்டமாகவும் கொண்டு இக்கிராமம் தற்பொழுது இயங்கி வருகின்றது. இவ்வூர் சிதம்பரம் தாலுக்காவோடு முன்பு இணைந்து இருந்தது என்பது குறிப்பிடத்தக்கது. இதே பெயர்கொண்ட ஊர், புவனகிரி வட்டத்தில் கம்மாபுரம் ஒன்றியத்திற்கு உட்பட்டு க. சாத்தப்பாடி என்ற கிராமும் கடலூர் மாவட்டத்தை தலைமையாகக் கொண்டு இயங்குகின்றது.

சி.சாத்தப்பாடி என்ற ஊர் என்னுடைய மூதாதையர்களின் காலத்திலே சாத்தன்பாடி என்று பெயர் பெற்று இயங்கிக் கொண்டிருந்திருக்கின்றது. இவ்வூரின் வரலாற்றைத் தொடக்கி வைக்கும், எங்கள் ஊர் மக்களின் குலதெய்வமான அய்யனாருக்கு "சாத்தன்" என்ற பெயர் உண்டு. இவ்வூரையும் இச்சுற்று வட்டார பகுதியை ஆண்ட சிற்றரசர் சாத்தனுக்கு அய்யனாரின் பெயரையே அவரின் குடும்ப முன்னோர்கள் வைத்திருந்தால் இவ்வூருக்கு சாத்தன்பாடி என்று பெயர் உண்டாகி இருக்கின்றது "பாடி" என்றால் மக்கள் ஒன்று கூடி வாழும் பகுதியென்று பொருள். இவ்வூரை ஆண்ட சாத்தனின் குல மரபு என்னவென்றால் தங்களின் வம்சத்தில் பிறக்கும் முதல் ஆண் குழந்தைக்கு சாத்தனென்ற பெயரிட்டு அழைத்திருக்கின்றார்கள். சாத்தன் என்கின்ற பெயரே பல தலைக்கு தொடர்ந்து வந்து கொண்டே யிருந்திருக்கின்றது.

"சாத்தன்" என்றால் அதன் பொருளாக கருதப்படுபவை யாதெனில், ஐயன், தண்டிப்பவன், தெறிவிக்கின்றவன், புத்தன், ஐயனார் என்று பொருள்படுகின்றது.

அதேபோல"பாடி" என்பதற்கு பொருளாககருதப்படுபவைகள் யாதெனில், சேரி, ஊர், பாசறை, பாடுபவள், முள்ளை நிலத்தூர், பாடிவீடு, ஓரிராகம், கவசம், சேனை, நகரம், நாடு, உளவாளி, பாராட்டு, பூமி என்று பொருள் படுகின்றது.

இவற்றின் அடிப்படையாகவே சாத்தன் ஆட்சி செய்த இக்கிராமத்திற்கு சாத்தன்பாடி என்று பெயர் உருவாக்கம் பெற்று இருந்துள்ளதாக என்னுடைய ஆய்வின் மூலம் நன்கு அறிய முடிகின்றது.

சாத்தன்பாடியென்று விளங்கப்பெற்ற காலத்தின் பொழுது இம்மண்ணின் பூர்வீக குடிமக்களாக வாழ்ந்த மக்கள் யாரென் றுப் பார்த்தால் கல்தோன்றி மண் தோன்றாக் காலத்திலே முன்தோன்றிய மூத்தக் குடிமக்களான ஆதிதிராவிடர்களும் வன்னிய மக்களுமேயாவர்கள் இவ்விரு சமூக மக்களையும் ஒழுங்குபடுத்தி ஒற்றுமையுடனும் சகோதரத்துவத்துடனும் சிற்றரசராக இருந்து ஆட்சி புரிந்து வந்துள்ளார் சாத்தன்.

ஆதிதிராவிட மக்களும், வன்னிய மக்களுமே பூர்வீக குடிகளாக வாழ்ந்த பண்டைய காலகட்டத்தில் இக்கிராம மக்களின் குலதெய்வமான அய்யனாருக்கு வழிபாடுகள் நடத்தியும் பூஜை

கள் செய்தும் மக்கள் படையளிட்டும் வழிபாடுகளை மேற் கொண்டிருக்கின்றார்கள்.

சாத்தனின் தலைமையிலான கிராமம் அய்யனார் கோவிலுக்கு அருகாமையிலேயே இருந்து வந்திருக்கின்றது. வன்னிய மக்கள் கோவிலுக்கு மேற்கு புறமாக இருந்த மிகவும் உயரமான மேட்டுப்பகுதியிலே வாழ்ந்திருக்கின்றார்கள். இப்பொழுதும் அந்த மேடு ஓரலவு கண்ணுக்கு புலப்படும் வகையில் அமைந்திருப்பதை காணமுடியும்.

அந்த மேட்டுப்பகுதியில்தான் மக்கள் வாழ்ந்தார்கள் என்பதற்கு இன்னும் சாத்தப்பாடி வன்னிய மக்கள் வசிக்கும் அய்யனார் கோவிலுக்கு அருகாமையிலே ரோட்டோர சாலையோரமாக கட்டப்பட்டுள்ள வீடுகளுக்கெல்லாம் மேட்டுத்தெரு என்ற சொல்லாடளே முகவரியாக இன்னும் இருந்து வருகின்றது என்பதை இதன் மூலம் அறியலாம். அதே போல ஆதிதிராவிட மக்களும் அய்யனார் கோவிலுக்கு வடக்கே மேடான பகுதியிலே குடில்களை அமைத்து வாழ்ந்திருக்கின்றார்கள். ஆதிதிராவிட மக்கள் வசித்த பகுதிக்கு இன்னும் மேட்டுத்தெரு என்ற சொல்லாடலே பயன்படுத்தப்பட்டு வருகின்றது. தற்பொழுது (இந்திரா நகர்) என்று பெயர்மாற்றம் செய்யப்பட்டுள்ள ஆதிதிராவிட மக்கள் வசிக்கும் பகுதிக்கு மேட்டுத்தெரு என்றே ஆதிகாலத்திலிருந்து அழைக்கப்பட்டு வருவது உலகறிந்த ஒன்று.

ஆதிதிராவிட மக்களும் வன்னிய மக்களும் சாத்தனின் தலை மையிலே இந்த பகுதியில்தான் குடில்களை அமைத்து செல்வ செழிப்போடு வாழ்ந்திருக்கின்றார்கள்.

சாத்தன்பாடி கிராமத்திலே சிற்றரசர் சாத்தன் தலைமையிலான ஆட்சி பண்டைய காலத்திலே நிர்வகிக்கப் பட்டிருக்கின்றது. பின்பு சாத்தனின் ஆட்சி மறைந்து உருண்டோடிய பிறகு சிதம்பரத் திலிருந்து இவ்வூரான சாத்தன்பாடியின் செல்வ செழிப்புகளை கேள்விப்பட்ட பிராமணர்கள் இவ்வூருக்கு குடியேறி வாழ முடிவு செய்து தங்களுடைய உடமைகளான பொருட்களையும் அவற்றை கொண்டுவருவதற்கான குதிரைவண்டி, மாட்டுவண்டி போன்றவைகள் வர சமப்பகுதியான வழி இன்றி திகைத்திருக் கின்றார்கள். பிராமணர்கள் பின்பு அதற்கான வழியை அவர்கள் அறிவுக் கூர்மையினால் உருவாக்கி இருக்கின்றார்கள். தற்பொ ழுது பயன்படுத்தும் வழி பிற்காலத்திலே உருவாக்கம் பெற்ற

ஒன்று இவர்கள் தங்கள் வருவதற்கான வழியை அன்றைய ஊரான புவனேகவீரன் பட்டினத்தை அடைந்தனர். புவனேக வீரன் பட்டினம் என்பது எந்த ஊர் எதற்காக அதற்கு புவனேக வீரன் பட்டினம் என்று பெயர்வந்தது எனக்கேட்டால் கி.பி. 13–ம் நூற்றாண்டில் சோழநாட்டை ஆண்டவர் மாறவர்மன் விக்ரமபாண்டியன் என்னும் "புவனேகவீரன்" ஆவார். இவர் பெயரால் அமைந்த ஊர்தான் "புவனேக வீரன் பட்டினம்" ஆகும் இப்புவனேகவீரன்பட்டினம்தான் பின்நாட்களில் மருவி புவனகிரி என்ற பெயர் கொண்டு தற்பொழுதும் அழைக்கப்படுகின்றது. ஆக இவ்வூரை அடைந்த பிராமணர்கள் சாத்தன்பாடியை சென்றடைய மேடான பகுதிகளைத் தேர்ந்தெடுத்திருக்கின்றார்கள்.

அவர்கள் தேர்ந்தெடுத்த வழியாக புவனேக வீரன் பட்டினத்–திலிருந்து (புவனகிரி) தற்பொழுதைய குறியமங்கலம் மேட்டுப் பகுதிவழியாக சித்தேரியை அடைந்து, அங்கிருந்து மேட்டுப்பகுதி வழியாக இன்று மேலமணக்குடி வன்னிய மக்கள் வசிக்கும் (பிள்ளையார் கோவில் என்று அழைக்கப்படுகின்ற இடமான) மேட்டுப் பகுதியை அடைந்து அதிலிருந்து மேலமணக்குடி (நாடார் சமூக மக்கள் தற்பொழுது வசிக்கும் மேட்டுப் பகுதியை அடைந்து, அங்கிருந்து மேலமணக்குடி (ஆதிதிராவிட மக்கள் வசிக்கும் மேட்டுப் பகுதியை அடைந்து) அதிலிருந்து பிராமணர்கள் சாத்தன்பாடி யினுள் நுழைந்திருக்கின்றார்கள்.

இந்த வகையில்தான் பிராமணர்கள் இவ்வூருக்கு வருகை தந்தார்களென்ற செய்தி இன்னும் செவிவழிச் செய்தியாக இருந்து வருவது குறிப்பிடத்தக்கது. திரு. சீராளன் (மு. ஒன்றிய குழு உறுப்பினர்) திரு .ராமதுரை (அமரர்), திரு. ராமலிங்கம் திரு. பொன்னுசாமி திரு Dr.மணிகண்டன் சீராளான் போன்றவர்கள் எனது பேட்டியின் பொழுது இந்த தகவலை உறுதி படுத்தும் வகையில் தங்களது கருத்தை என்னோடு பகிர்ந்து கொண்டார்கள். தங்கள் வந்த வழியை முறைபடுத்தி அதைச் சரியான பாதையாக மாற்றி இவ்வூருக் குவர அவர்களுக்கு சில மாதங்களோ ஆண்டுகளோ ஆகி யிருக்கின்றன. பல கூலி தொழிலாளர்களை வழியைச் சரி செய்யும் பணியிலே ஈடுபடுத்தி தங்களுக்கான நிலையான வழியை அவர்கள் அமைத்திருக்கின்றார்கள். சாத்தன்பாடியை வந்தடைந்த இவர்களுக்கு குடியேறி வாழ சொகுசான வீடுகள் தேவைப்பட்டது. பிராமணர்கள் வீடுகளை கட்ட கிராமத்தின்

நடு மையப்பகுதியை தேர்ந்தெடுத்திருக்கின்றார்கள். பிற சமூக மக்கள் தங்களை நெருங்கி வந்துவிடக்கூடாது அப்படி வந்தால் தீட்டுப்பட்டுவிடும் என்ற எண்ணத்தை தன்னகத்தே வைத்துக்கொண்டு மிகவும் தெளிவாக வியூகங்களை அமைத்து சாத்தன்பாடி மக்களை விட்டு விலகி மையப்பகுதியிலே வீடுகளை கட்ட ஆரம்பித்திருக்கின்றார்கள்.

தங்களின் வீடுகளை செங்கற்கள் மற்றும் சுண்ணாம்பு போன் றவைகளை கொண்டு பெரிய அளவிலான வீடுகளை கட்டும் பொழுது அவர்களுக்கு அதிகபடியான வேலையாட்களும், அவர்களின் இதர வேலைகளைச் செய்ய மிகுதியான வேலையாட்களும் தேவைப்பட்டுள்ளது.

ஆக இத்தகைய தேவையை வேண்டி வெளியூர்களில் இருந்து மக்களை கொண்டு வந்தார்கள். அப்படி அழைத்துவரப்பட்ட மக்களில் பல்வேறு விதமான தொழில்களை மையமாகக் கொண்ட பல சமூக மக்களையும் பிராமணர்கள் அழைத்து வந்திருக்கின்றார்கள். தற்பொழுது இவ்வூறிலே 20–க்கும் மேற் பட்ட சமூகம் உள்ளதை கண்கூடாகவே பார்க்கலாம். இச்சுற்றுவட்டார பகுதியிலேயே இத்தனை சமூகம் ஒன்றாக உள்ள ஒரே கிராமம் இதைதவிர வேறு இல்லை. இதற்காகவே இவ்வூரை பலர் "சமயத்திற்கு சாத்தப்பாடியென்று கூறும் பழமொழியொன்று" நடைமுறையில் உள்ளது குறிப்பிடத்தக்கது.

வீட்டுக்கதவு, சன்னல், விவசாய உழவுகருவி செய்ய ஆசாரி என்ற சமூகமும், நகை வேலைகளை செய்ய பத்தர் என்ற சமூகமும் கொண்டுவரப்பட்டது. இரும்பு வேலைகளைச் செய்ய கருமார ஆசாரி என்ற சமூகமும், கருவாரி, வண்டி ஓட்ட நாயக்கர் சமூகமும், துணி துவைக்க வண்ணார் சமூகமும், முடிவெட்ட பறியாளி என்ற சமூகமும், ஆக இப்படி லைட்டு தூக்க ஒரு சமூகம். பாரதம் படிக்க ஒரு சமூகம், கணக்கு வழக்கு பார்க்க ஒரு சமூகம். பாத்திரம் கழுவ மற்ற தேவைகளுக்கு நீர் கொண்டுவர ஒரு சமூகம். சாணி அல்ல, ஈன வேலைகளைச் செய்ய ஒரு சமூகம். இப்படி பலத்தரப்பட்ட சமூக மக்கள் மொத்தம் 20–க்கும் மேற்பட்ட சமூக மக்களை இவர்கள் தங்களின் ஒட்டுமொத்தமான அனைத்து தேவைகளுக்குமான வேலையாட்களை வெளியூர்களில் இருந்து கொண்டு வந்திருக்கின்றார்கள்.

அக்ரஹாரம் கட்டுவதற்கான அடிமட்ட வேலைகளைச் செய்ய

இவ்வூரைச் சேர்ந்த ஆதிதிராவிட மக்களையே பிராமணர்கள் வேலையாட்களாக பயன்படுத்தியிருக்கின்றார்கள். ஆக இவர்களைக் கொண்டு பெரிய அளவிலான வீடுகளை கட்ட ஆரம்பித்தார்கள்.

நீர் ஆதாரத் தேவையை பூர்த்தி செய்து கொள்ள குளம் ஒன்றை அக்ரஹாரத் தெருவின் கடைசி மூலையிலே ஒரு குளத்தை வெட்டி அதற்கு "அந்தணன் குளம்" என்று பெயர் வைத்துள்ளார்கள். இன்று அக்குளம் மக்களால் அரணாக்குளம் என்று அடையாளம் காணப்படுகிறது. வெட்டப்பட்ட மண்ணை வீடுகள் கட்டுவதற்காக மேடுகளை எழுப்பி அக்ரஹாரத்தின் வீடுகள் கட்டப்பட்டுள்ளது. அதிக உயரத்திலே மேடு தூக்கப்பட்டு இவ்வூர் அக்ரஹாரம் கட்டப் பட்டிருப்பதினால் இதுநாள் வரையில் இந்த பகுதியிலே வெள்ளம் சூழ்ந்ததாக சரிந்திரமேயில்லை. அந்த அளவிற்கு மேடுகளை எழுப்புவதற்கு ஆதிதிராவிட மக்கள் இவர்களால் கஷ்டப்படுத்தப்பட்டிருக்கின்றார்கள். அதனாலேயோ என்னவே பிற்காலத்தில் பிராமணர்கள் இக்கிராமத்தை விட்டு வெளியேறும் பொழுது "அந்தணர் குளம்" என்னும் தற்பொழுது கிராம மக்களால் "அரணக்குளம்" என்று அழைக்கப்படுகின்ற இந்த குளத்தின் மீன் பிடிப்பதற்கான உரிமையை பிராமணர்கள் ஆதிதிராவிட மக்களுக்கு வழங்கி விட்டு சென்றிருக்கின்றார்கள். ஆதிதிராவிட மற்றும் வன்னிய மக்களின் சில ஒப்பந்தங்களின் மூலம் சாத்தப்பாடி (ஆதிதிராவிட மக்களுக்கு ஏரியில் மீன் பிடிப்பதற்கான எல்லையை அதிகப்படுத்திக் கொடுத்துவிட்டு, "அந்தணர் குளத்தை" தற்பொழுது வன்னிய சமூக மக்களே பயன்படுத்தி வருவது குறிப்பிடத்தக்கது.

சிதம்பரத்தில் வசித்துக் கொண்டிருந்த பிராமணர்கள் வீடுகள் கட்டப்பட்டு நிரந்தரமாக அக்ரஹாரத்திலே வாழ்ந்து கொண்டிருந்த பொழுது உயிரிழப்புகள் தொடர்ந்து ஒன்றன் பின் ஒன்றாக நடைபெற்ற பொழுதெல்லாம் பிராமணர்கள் காரணம் தெரியாமல் திகைத்து நிற்கவே அவர்களின் வியூகம் "கிராமத்தின் தெய்வமான அய்யனாரின் பக்கம் சென்றது" இக்கிராமத்தின் காவல் தெய்வமாகவும், இப்பூர்விக குடிமக்களின் குலதெய்வமாகவும் விளங்கும் அய்யனாரின் அருள் நமக்கு கிடைக்காத காரணத்தினால்தான் உயிரிழப்புகள் நடைபெறுவதாக உணர்ந்து அப்பொழுது முதல் "இவ்வூரின் காவல் தெய்வமான"

அக்ரஹாரக் குளம்

அய்யனாரை வணங்கி வர ஆரம்பித்திருக்கின்றார்கள் என்பது செவிவழி வரலாறு இச்செய்தியையே என்னால் பேட்டி காணப்பட்ட இக்கிராமத்தின் நபர்களும் தனது கருத்தாக முன் வைத்தார்கள் என்பது குறிப்பிடத்தக்கது. பின்பு, அய்யானர் கோவிலின் விழாக்காலங்களின் போது பிராமணர்கள் ஒரு யுத்தியை கையாண்டிருக்கின்றார்கள். அது என்னவென்றால் விழாக்களின் போது ஆயிரம் விளக்குகளை ஏற்றியும் ஆயிரம் அந்தணர்களைக் கொண்டு பூஜை செய்தும் அய்யனாருக்கு வழிபாடு நடத்தியிருக்கின்றார்கள். இம்முறையிலான வழிபாட்டையும், விழாக்கலையும் அய்யனாருக்கு எடுக்கும் பிராமணர்களின் மீது பிற்காலத்திலே இங்கு வாழ்ந்த குடிமக்களிடையே இவர்களின் மீது மதிப்பும் மரியாதையும் ஏற்பட்டது. உயிரிழப்பை போக்க பிராமணர்கள் "ஆயிரம் விளக்குகளை ஏற்றி பூஜைகள் செய்திருக்கின்றார்கள் ("சமஸ்கிருதத்திலே ஆயிரம் என்றால் சகஸ்திரம் என்று பொருள் படும்") ஆகவே ஆயிரம் விளக்குகளை ஏற்றி அய்யனாருக்கு பூஜைகள் நடைபெற்றதால் நாளடைவில் சாத்தன்பாடி என்ற ஊரின் பெயர் மறுவி "சகஸ்திரப் பாடி" என்று பெயர் மாற்றம் அடைந்திருக்கின்றது. இவ்வூருக்கு சாஸ்திரப்பாடி என்ற பெயர் இத்தகைய முறை–யிலேய உருவானதாக முதியவர்கள் எனது பேட்டியின் போது இத்தகவளை என்னோடு பகிர்ந்து கொண்டார்.

சுமார் 50 ஆண்டுகளுக்கு முற்பட்ட காலத்தில் பிராமணர்கள் தங்களின் திருமண பத்திரிக்கைகள் மற்றும் ஊர் சம்பந்தமான செய்திக் குறிப்புகளில் "சகஸ்திரப்பாடி என்கின்ற சாத்தப் பாடி" என்றே பதிவுகளை செய்திருப்பதாக என்னால் பேட்டிக் காணப்பட்ட பல முதியவர்கள் வாழ்வழிச்செய்தியாகச் சொன் னார்கள். அப்படி அச்சிடப்பட்ட பத்திரிக்கைகளை தாங் கள் படித்திருப்பதாகவும், முன்பு சகஸ்திரப்பாடி என்ற சாத்தப் பாடியென்ற பதிவு இருந்துள்ளதாகவும் செவி வழிச் செய்தியின் மூலமாகவும் அறிய முடிகின்றது. இன்றும் விளைநிலங்களாக உள்ள இவ்வூர் பழைய சொத்து பத்திரங்களிலே சகஸ்திரப் பாடியென்ற பதிவும் இருந்து வருகின்றது என்பது குறிப்பிடத்தக்கது.

சுமார் 32 ஆண்டுகளுக்கு முன்பு அய்யனார் கோவில் புதிக்கப்படுவதற்கான பணிகள் நடைபெற்ற பொழுது அய்ய னார் கோவிலின் குளத்திலிருந்து ஒரு யானை சிலையும் சாத்தன்பாடியென்று பெயர் பொறிக்கப்பட்ட கல்வெட்டும் கிடைத்ததாக மக்களின் வாய்வழிச் செய்தியின் மூலமாக அறிய முடிகின்றது. கோவில் கட்டுவதற்காக கடைக்கால் தோண்டும் பொழுது சுமார் 9 அடியில் "கோவிலின் பழைய பீடம்" கருவரையில் அபிஷேக நீர் வெளியேற்ற பயன்படுத்தப்பட்ட "கல்லால் ஆன பொருள்" போன்றவைகள் கிடைத்துள்ளதாக இவ்வூரைச்சேர்ந்த திரு. குழந்தைவேல் என்பவரின் செய்தியின்மூலம் அறிய முடிகின்றது.

சகஸ்திரப்பாடியென்று பெயர் விளங்கப்பெற்று வந்த இக்கிராமம் நாளடைவில் இப்பெயரும் மருவி சாத்தப்பாடி என்று பெயர் மாற்றம் அடைந்திருக்கின்றது. பிராமணர்கள் சிதம்பரத்திலிருந்து வந்த நியாபகத்தின் அடையாளமாகவும் சிவனை தினமும் வழிபட வேண்டுமென்ற நோக்கத்தோடும் அக்ரஹாரத்தின் முன் பகுதியிலே "சிவலிங்கமும்" அதற்குச் சற்று தள்ளி இடப்புறமாக "பிள்ளையார்" சிலையையும் நிறுவி வழிபாடு நடத்தியிறுக்கின்றார்கள். இந்த இரு சிலைகளுமே இன்றும் சாத்தப்பாடி பகுதியிலே பழங்காலந் தொட்டு இருந்து வருவதை காணலாம்.

அக்ரஹாரமானது கிராமத்தின் ஒட்டுமொத்த எல்லைக் குமே நடுமையமான பகுதியாக பிராமணர்களால் அமைக்கப் பெற்றுள்ளது. சிதம்பரம் நடராசப்பெருமானின் கருவரையை

பூமியின் மையப்பகுதியென்று எப்படி கூறுகின்றார்களே அதைப் போன்ற முறையை பிராமணர்கள் சாத்தப்பாடியில் தங்களின் வீடுகளின் முறைகளில் கையாண்டிருப்பது அவர்கள் தங்களை "கடவுளென்று" என்னும் எண்ணம் அவர்களுக்குள் இருந்திருக் கின்றது என்பதை தெளிவுறச் செய்கின்றது.

பிராமணர்கள் சிதம்பரத்திலிருந்து சாத்தப்பாடிக்கும், சாத்தப் பாடியிலிருந்து சிதம்பரத்திற்கும் அடிக்கடி போக்குவரத்தை அதிகரித்த காரணத்தினால் ஒரு காலகட்டத்திலே சிதம்பரம் நகர்வாழ் பகுதியிலே வசித்த பிராமணர்கள் சாத்தப்பாடிக்கு குடியேறிய நியாபகத்தை பதிவு செய்யும் பொருட்டு இன்னும் "சாத்தப்பாடி தெரு" என்ற ஒன்று சிதம்பரம் பகுதியிலே பயன்பாட்டிலே இருக்கின்றது என்பதை அறியமுடியும்.

"ஐய்யர் எங்கே போயிருக்கின்றார் என்று பிறர் கேட்டால் ஐய்யர் சாத்தப்பாடி போயிருக்கின்றார்"

என்ற சொல்லாடலை மிகவும் சாதாரணமாகவே கையாளப் பட்டு இருக்கின்றது.

வி.வி. சுவாமிநாதன் என்பவரின் வீடு சிதம்பரம் பகுதியிலே சாத்தப்பாடி தெருவில்தான் இருந்திருக்கின்றது. இவர் எம்.ஜி.ஆர். அவர்களின் ஆட்சிக்காலத்திலே முக்கிய அமைச்சரவை பொறுப் பான உணவுத்துறையை வகித்தவர் ஆவார்.

சங்கத்துக் கொட்டாய்யென்று பிற மக்களால் அழைக்கப் படுகின்ற தலித் மக்களின் ஆரம்பகால வாழ்விட பகுதியானது தற்பொழுது கிராமம் அமைந்திருக்கின்ற பகுதியிலிருந்து மேற்கே ஏரிப்பகுதிக்கு உட்புறமாக சிறு திட்டுப்போல காட்சியளிக்கும் பகுதிகளான இடத்திலேயே மக்கள் குடில்களை அமைத்து வாழ்ந்திருக்கிறார்கள். தலையாரிமேட்டிலே வசித்த காரிய பெரு மாளை குலதெய்வமாகக் கொண்ட ஆதிதிராவிட மக்களே பண்டைய காலத்தில் தற்பொழுது கிராமமாக இயங்கிவரும் பகுதிக்கு வந்து நிரந்தரமாக வாழத்தொடங்கிய முதற் கட்ட குழு மக்கள் . இவர்களை தலையாறி கொத்து என்று அழைக்கின் றார்கள். கழுவமேட்டுப் பகுதியிலே வாழ்ந்த ஆதிதிராவிட மக்கள் இவர்களுக்கு அடுத்தப்படியாக குடியேறி இவ்வூரிலேயே வாழ்ந்த இரண்டாம் கட்ட மக்கள் இவர்களை வெட்டியான் கொத்து என்று அழைக்கின்றார்கள். இத்தகைய மரபை முன்னோர்கள் நன்கு

பிள்ளையார் கோவில்

சிவலிங்கம்

அறிந்திருந்தவர்களென்பதை தெளிவுபடுத்தும் விதமாக சாத்தப் பாடி தலித் மக்களின் கோவிலான ஸ்ரீ சாலைக்கரை மாரியம் மனுக்கு விழா எடுக்கும் பொழுது முதல் கட்டமாக வந்து இவ்வூரிலே நிறந்தரமாக வாழ்ந்த தலையாரி கொத்தை

அம்மனுக்கு தாய்விடாகவும், இரண்டாம் கட்டமாக வந்து இவ்வூரிலே நிறந்தரமாக வாழ்ந்த வெட்டியான் கொத்தை அம்மனுக்கு மாமியார் வீடாகவும் எண்ணி மக்கள் பண்டைய காலத்தொட்டு அம்மனுக்கு விழா எடுத்து வருகின்றார்கள்.

இவ்வூரில் நிரந்தரமாக வாழ்ந்த ஆதிதிராவிட மக்களின் குழுவினர்க்கு எதற் காக தலையாரி கொத்து என்று பெயர் வந்தது என்றால் இம்மக்களில் சிலர், அக்காலத்திலே இவ்வூரில் பகுதிகளை ஆட்சி செலுத்திய ஆளுமைகளுக்கு உதவியாளர்களாகவும் நில அளவையாளர்களாகவும் இருந்த காரணத்தினால் இவர்களுக்கு தலையாரி கொத்து என்று பெயர் உண்டாகியது. இரண்டாம் கட்டமாக வந்து இவ்வூரிலேயே நிரந்தரமாக வாழ்ந்த ஆதிதிராவிட மக்களின் மற்றொரு குழுவான வெட்டியான் கொத்து என்ற இவர்கள் எதற்காக "வெட்டியான்களென்று" அழைக்கப்பட்டிருக்கின்றார்கள் என் றால் பிற்காலத்திலே பிரா மணர்களின் வீடுகளிலே வளர்க் கப்படுகின்ற மாடுகள் இறந்து விட்டால் இறந்துபோன மாடுகளை அதன் கால்களை கயிற்றால் கட்டி நடுவே உலக்கையை மாட்டி தூக்கி வந்து கழுவமேட்டிலே வைத்து இறந்துபோன மாடுகளின் தோலை உறித்து அதன் கறியை தன் குழுவை சேர்ந்த எல்லா மக்களும் பங்கிட்டு இறந்த மாட்டின் கரியை பதப்படுத்தி மாதக்கணக்கிலே வைத்துக் கொண்டு உண்டு வாழ்ந்திருக்கின்றார்கள். இறந்துபோன மாட்டின் குடல் பகுதியை மேட்டிற்குச் சற்று தள்ளி போடும் பொழுது அந்த குடல்களை உண்ணுவதற்காக ராட்சத கழுகு கள் அந்த மேட்டுப்பகுதியை எப்பொழுதும் வந்து சுற்றிக் கொண்டே–யிருந்திருக்கின்றன. அதன் காரணமாகவே இம் மக்கள் வசிக்கும் மேட்டுப் பகுதிக்கு பின்நாட்களில் "கழுவமேடு" என்று பெயர் உண்டானது. அதுமட்டுமல்லாமல் இறந்த பிணங்களை தூக்குதல், பறைகொட்டுதல், இழவுச் செய்திகளை ஊர் முழுக்கச் சொல்லுதல் போன்ற பணிகளை இம்மக்களில் ஒரு சிலர் மேற்கொண்டதாலும் இவர்களுக்கு பின் நாட்களிலே "வெட்டியான்" என்று பெயர் உருவாக்கம் அடைந்திருக்கின்றது.

காரியப்பெருமாளை குல தெய்வமாக கொண்ட (தலையாரி மேட்டில்) வசித்த ஆதிதிராவிட மக்கள் தங்கள் குடியேறி

வாழ்ந்த மேட்டுப் பகுதிக்கு தெற்கு புறமாக தற்பொழுது (பெருமாள்கோவில்) என்று அழைக்கப்படும். சுயம்புவாக உருவான கடவுள் இங்கு கல் சிலையாக காட்சியளிப்பதாக கூறப்படும் இக் கோவிலையே அன்று தலையாரிமேடு என்று அழைக்கப்பட்ட பகுதியிலே வாழ்ந்த ஆதிதிராவிட மக்கள் தங்களின் குலதெய்வமாக வணங்கியிருக்கின்றார்கள். எந்த காரணத்திற்காக இக்கோவில் பெருமாள் கோவில் என்று அழைக்கப்படுகின்றது என்பதை திறனாய்வு செய்து பார்த்தால் சிதம்பரம் பகுதியிலே இருந்து வந்து வசித்த ஆதிதிராவிட மக்கள் அன்று தலையாரி மேட்டிலே நிரந்தரமாக வாழத்தொடங்கியதால் தங்களின் குலதெய்வத்தை வணங்க முடியாமல் போனதன் காரணமாகவே சுயம்புவாக உருவானதாக கூறப்படும். இந்த சாமியை "தங்களின் குலதெய்வமான காரியபெருமாளை நினைவு கூறும் பொருட்டு இந்த சுயம்பு கடவுளுக்கு பெருமாள் என்று பெயரிட்டு அதையே தங்களின் குல தெய்வமாக தலையாரி மேட்டுப் பகுதியிலே வாழ்ந்த ஆதிதிராவிட மக்கள் வணங்கி வந்திருக்கின்றார்கள். பின்பு அந்த பகுதியிலேயே சிறு தெய்வ வழிபாடாக எண்ணி ஏரிக்கு அருகாமையிலேயே அம்மக்கள் வாழ்ந்ததால் அங்கு "கங்கையம்மன்" என்ற பெயரிலே ஒரு பெண் தெய்வத்தையும் அம்மக்கள் வழிபாடு நடத்தி வணங்கி வாழ்ந்து வந்திருக்கின்றார்கள்.

தற்பொழுது தலையாரி மேட்டுவாழ் ஆதிதிராவிட மக்கள் இவ்வூரிலேயே வசித்து வந்தாலும் ஆரம்ப காலகட்டத்திலே தங்களின் மூதாதையர்கள் குல தெய்வமாக கருதி, வணங்கி வழிபட்ட "பெருமாள் கோவில்" பல தலைமுறைகளை கடந்து வந்து விட்டதாலேயோ என்னவோ தெரியவில்லை இக்கோவிலை அம்மக்கள் வணங்க வருவதாக தகவல்கள் தற்பொழுது இல்லை. இக்கோவிலுக்கான பூஜைகளையும், படையல்களையும் கிராமவாழ் பொதுமக்களே ஒரு பிரதிநிதியை நியமித்து அவரின் மூலமாக தற்பொழுது பெருமாள் கோவிலுக்கு பூஜைகள் நடைபெறுகின்றது. இப்பூஜை வழிபாட்டு முறையை தற்பொழுது ஏற்று நடத்தி வரும் நபர் யாரென்றால் சாத்தப்பாடி ஆதிதிராவிட மக்கள் வசிக்கும் பகுதியைச் சேர்ந்த கலியன் (வள்ளுவர் சமூகம்) என்பவரை இவ்வூர் மக்கள் "வானகாரர்" என்று மாற்று பெயரிட்டு அழைப்பதுண்டு.

கொடுமைகள்

இவ்வூர் மக்களின் வாழ்க்கை முறை முழுக்க, முழுக்க விவசாயக் கூலிகளாகவும், கூலி வேலைசெய்யும் அடிமைகளா கவும் வாழ வேண்டிய அவலநிலையே இவ்வூர் மக்களுக்கு ஏற்பட்டிருக்கின்றது. இவ்வூரிலே வாழ்ந்த பிராமணர்களில் பெரும்பாலானோர் அனைவருமே "ஜமின்தார் வாழ்க்கையை" சாத்தப்பாடியிலே வாழ்ந்திருக்கின்றார்கள். சிலர் வறுமையிலும் இருந்திருக்கின்றார்கள்.

பிராமணர்களால் மிகவும் கொடுமைப்படுத்தப்பட்டு வஞ்சிக் கப்பட்ட மக்கள் யாரென்று பார்த்தால் ஆதிதிராவிட மக்களும் வன்னிய மக்களும் மட்டுமே. பிற ஊர்களில் இருந்தும் பிரா மணர்களால் அழைத்துவரப்பட்ட உயர் சமுதாயமாக கருதப் பட்ட மக்கள் யாரும் ஆதிதிராவிட வன்னிய மக்களைக் காட்டிலும் பிராமணர்களால் கொடுமைகளுக்கு ஆளாக்கப் படவில்லையென்று தெளிவுற கூற முடியும்.

பிராமணர்கள் சாத்தப்பாடியை காலி செய்துகொண்டு செல் லும் வரையில் ஆதிதிராவிட மக்களை வர்ணசிரம முறையைக் காரணம் காட்டி மிருகங்களைக் காட்டிலும் கீழ்த்தனமாக பிராமணர்களால் நடத்தப்பட்டிருக்கின்றார்கள்.

வன்னிய சமூகத்தை சார்ந்த மக்கள் ஓரளவு நாகரிகமாகவே பிராமணர்களால் நடத்தப்பட்டிருக்கின்றார்கள். பாத்திரம் கழுவ, வீட்டு வேலைகளைச் செய்ய இதுபோன்ற மேம்போக்கான வேலைகளையே வன்னிய பெண்களுக்கு பிராமணர்களால் வழங்கப்பட்டிருக்கின்றன. ஆண்களுக்கு வண்டி ஓட்ட, உணவு எடுத்துக்கொண்டு சென்று வயல்களிலே வேலைசெய்யும் ஆட்களுக்கு கொடுக்க, விவசாய நிலங்களில் வேலையாட்கள் வேலை செய்கின்றார்களா? இல்லையாவென? இதுபோன்ற வேலைகளே உயர் குடிகளுக்கும் இன்னும் பிற சமூக மக்களுக்கும் வழங்கியிருக்கின்றார்கள் பிராமணர்கள்.

ஆதிதிராவிட மக்கள் பிற சமூக மக்களைக் காட்டிலும் மிக கீழ்நிலை அடிமை வாழ்க்கையை மேற்கொள்ள வைத்திருக் கின்றார்கள் இவர்கள்.

அக்ரஹாரத்து தெருவிலே நடந்து செல்ல கூடாது, சட்டை அணியக் கூடாது, செருப்பு அணியக்கூடாது, கோமனத்தோடுதான் எங்கும் சென்றுவரவேண்டும், அந்தணர்குளம் (அர்ணாகுளம்) அதிலிருந்து நீர் அருந்தவோ, காலை நனைக்கவோ கூடாது, மாட்டு வண்டியிலே அமர்ந்து கொண்டு வண்டியை ஓட்டிவரக் கூடாது, கீழே இறங்கி முன்னே நடந்த வாறுதான் ஓட்டிவரவேண்டும், இரவு பகல் பாராமல் மாட்டுத் தொழுவத்திலேயே இருந்து மாடுகளுக்கு தீணி போட வேண்டும், தீபாவளி பொங்கல் போன்ற நல்ல நாட்களில் கூட மாட்டுத் தொழுவத்திலேதான் அடிமை ஊழியம் செய்ய வேண்டும், மாடு மேய்க்க அதைக் குளிப்பாட்ட, மாட்டுத் தொழுவத்தை சுத்தம் செய்ய, உயர் சமூக மக்களின் வீட்டு இழவுச் செய்தியை ஊர்முழுக்க சொல்லி வர, இது போன்ற வேலைகளையும், பின்பு ஆதிதிராவிட சமூக மக்களில் யாருக்கேனும் குழந்தை பிறந்தாலும், பிராமணர்களிடத்திலே உடனே வந்து பிறந்தது ஆணா? பெண்ணா? என்பதைக் கூறி பிறந்திருக்கும் குழந்தை அடிமையை அவர்களின் அடிமை கணக்கு நோட்டிலே பதிவுச் செய்ய வேண்டும். இது போன்ற பல்வேறு கொடுமைகளைச் சொல்லிக் கொண்டே போகலாம்.

இச்சமூகத்தைச் சார்ந்த பெண்ணிற்கு திருமணம் செய்ய வேண்டுமென்றால் பிராமணர்களிடத்திலேயே கையேந்த வேண்டிய நிலை இருந்திருக்கின்றது. பிராமணர்களுக்கு தலித் மக்களின் வீடுகளில் நடைபெறும் திருமணத்திற்கான செய்தி கிடைத்த பின்பு திருமணத்திற்கு ஏதோ சிறிதளவு காசு வழங்கப்பட்டிருக்கின்றன. அதைக்கொண்டே தங்களின் பிள்ளை களுக்கும், அக்கா, தங்கைகளுக்கும் திருமணம் செய்து வைத் திருக்கின்றார்கள் ஆதிதிராவிட மக்கள். அப்படி திருமணத்திற்காக பெற்ற பணக்கடனை அடைக்க அந்தந்த குடும்பத்திலே இருக்கும் இளைஞர்கள் அந்த பணத்திற்கான கடன் அடையும் வரையில் மாடு மேய்த்து பெற்ற கடனை அடைக்க வேண்டும். அப்படி வேலைச் செய்து கடனை அடைத்து விட்டாலும் கூட பிராமணர்களால் வாயாலையும், கையாலேயும் அடித்து கணக்கு முடியவில்லை அதனால் அடிமை ஊழியம் செய்தே ஆக வேண்டுமென இளமை மறைந்து முதுமை வந்தாலும் கூட பண்ணை அடிமையாகவே இருக்க வேண்டிய அவள நிலையை பிராமணர்கள் ஆதிதிராவிட மக்களுக்கு அளித்திருக்கின்றார்கள்.

தலித்சமூகத்தில் ஒரு பெண்ணுக்கோ அல்லது ஆணுக்கோ

திருமணம் நடந்து முடிந்த உடன் கணவனும், மனைவியுமாக தங்களின் ஆண்டைகளாகக் கருதப்பட்ட பிராமணர்களிடத்திலே தூரத்தில் இருந்து வணங்கி நின்றவாறே காலிலே விழ வேண்டும். பின்பு ஆண்டை பிராமணரைத் தவித்து அக்ரஹாரத்திலே இருக்கும் எல்லா பிராமணர்களிடத்திலும் தூரத்தில் இருந்தவாரே காலில் விழுந்து "நாங்கள் எப்பொழுதுமே உங்களுக்கு அடிமைகள்தான்" என்பதை ஏற்றுக்கொள்வதைப் போன்ற மனோபாவத்தை ஆதிதிராவிட மக்களிடத்திலே இவ்வூர் பிராமணர்கள் கொண்டு வந்திருக்கின்றார்கள்.

வயல்களிலே வேலை செய்யும் ஆதிதிராவிட மக்களுக்கு மண்கலையத்திலே கஞ்சியும், கொட்டாங்குச்சியிலே பச்சை மிளகாய் (அ) வெங்காயத்தை வைத்துக்கொடுத்திருக்கின்றார்கள். ஒவ்வொரு தலித் பண்ணை அடிமைகளுக்கும் தனியே ஒரு மண்சட்டி வழங்கப்பட்டுள்ளது. அதைக் கொண்டுதான் அவர்கள் உணவருந்த வேண்டும். அதைவிட அந்த மண் சட்டியை உடையாமல் பாதுகாப்பாக வைத்துக்கொள்ள வேண்டும். அப்படி உடைந்தால் திருக்கை வாளைக் கொண்டு பிராமணாரின் உதவியாளர் அடிப்பார். அதுவும் **1965**– க்கு பிறகே மண் களையம். அதற்கு முற்பட்ட காலத்திலே கஞ்சியை கையேந்திதான் வாங்கிக் குடிக்க வேண்டிய நிலையை உருவாக்கி இம்மக்களை பருக வைத்திருக்கின்றார்கள்.

இரட்டைக் குவளை முறையை இவ்வூர் பிராமணர்கள் தேனீர் கடைகளிலே கையாளப்பட வேண்டுமென தேனீர் கடைகளை வைத்திருந்த மக்களுக்கு உத்தரவு பிரப்பித்திருக்கின்றார்கள். தலித் மக்களுக்கு கொட்டங்குச்சியில் தேனீர், பின்பு, கண்ணாடி குடுவை, பின்பு ஈய்யத்தாள் ஆன டம்பலர் போன்றவைகளில் காலமாற்றம் ஏற்பட ஏற்பட தேனீர் வழங்கிய பாத்திரங்களை மட்டுமே மாற்றிக் கொண்டிருந்திருக்கின்றார்கள். தங்களின் மனதை மாற்றிக் கொள்ளவேயில்லை.

பனை மட்டையால் தட்டுபோன்று அமைத்து அதிலே கஞ்சி, கூழ் போன்றவைகளை பருக கொடுத்திருக்கின்றார்கள். பிறகு சோத்தை குழைய காய்ச்சி அதை உருண்டை பிடித்து நடுவிலே பச்சை மிளகாய் வைத்து சாப்பிட கொடுத்திருக்கின்றார்கள்.

இவ்வூரிலே லட்சக்கணக்கான மாடுகள் இருந்ததாக கிராம மக்களால் வாய்வழிச் செய்தியாக கூறப்படுகின்றது. எருமை

மாடுகளும், காளை மாடுகளுமே கண்ணுக்கு எட்டிய தொலைவுவரைத் தென்படுமென்கின்றார்கள். வயது முதிர்ந்த மூதாட்டிகள், சாத்தப்பாடி பிராமணர்களுக்கு சொந்தமான மாடுகளை ஒரே இடத்தில் நிறுத்தி மாடுகள் சாணம் போட்டால் 30 ஆட்களின் உயரம் இருக்குமென்று கூறுவது வியப்பை அளித்தாலும் என்னுடைய பார்வை என்னவென்றால் இத்தனை எறுமை, காளை மாடுகளையும் மேய்க்க ஒரு சமூகம் ஒடுக்கப்பட்டிருக்கின்றதெயென்ற வருத்தம் ஒன்றுதான்.

வறுமையும் உணவும்

கற்பமான பெண்கள் சாம்பல் தின்னும் பழக்கமானது ஆதித்தமிழினம் அகன்று விரிந்த இந்த தமிழகத்திலே பழங்காலந்தொட்டே நடைமுறையில் இருப்பது போல இந்த மண்ணில் வாழ்ந்த மூத்த குடிமக்களான ஆதிதிராவிடர்கள் மழைக்காலங்களிலே மழையில் கரைந்து கொண்டு ஓடிவரும் வண்டல் மண்ணின் பாலடையைப் போல உள்ள மேல்புற மண்ணைச் சேகரித்து எடுத்துவந்து அதைச் சட்டியிலே தீயிட்டு வருத்து பசிக்கு உணவாக உட்கொண்டிருக்கின்றார்கள் என்பது எந்த அளவிற்கு வியப்பாக இருக்கின்றதோ அதே அளவிற்கு இந்த உணவு முறை சாத்தப்பாடியிலே வாழ்ந்த ஆதிதிராவிட மக்கள் பஞ்சத்தின் போதும் பசியின் போதும் கையாண்டிருக்கின்றார்களே இவர்களின் வறுமையை இனியும் நான் சொல்லித்தான் தீர வேண்டுமாயென்ன?

கைகுத்தல் அரிசியின் தவிட்டை புடைத்து அதிலே ஒதுங்கும் வழவழப்பான தவிட்டை நோம்பி அதை உணவாக உட்கொண்டிருக்கின்றார்கள் இவ்வூர் மக்கள். வறுமையின்போது நீர் நிலைகளிலே இருக்கும் அல்லி, தாமரையின் கிழங்குகளை சேரித்து வந்து அதைத் தீயிட்டு சுட்டும், வேகவைத்தும் உணவாக இம்மக்கள் பயன்படுத்தியிருக்கின்றார்கள். பின்பு நண்டு, நத்தை, ஊமச்சி, எலி, இறந்த மாட்டு கறி போன்றவைகளை சுட்டும் தீயிட்டு சமைத்தும் உணவாக பயன்படுத்திய அவளம் இந்த சாத்தப்பாடியிலே அறங்கேற்றம் அடைந்திருக்கின்றன. இது போன்ற உணவுகளை குழம்பு வைக்க புளிப்பு சுவை மிக அவசியமான ஒன்றாகும். அதை வாங்க கையில் காசு இல்லாத வெள்ளம் மழைக்காலங்களின் பொழுது புளியமரத்தில் காய்த்து

தொங்கும் புளியங்காய்களை தீயில் வேகவைத்து அவற்றின் சாரை எடுத்து குழம்பு சமைக்க பயன்படுத்தியிருக்கின்றார்கள். பிராமணர்களுக்கு பண்ணை அடிமைகளாக வேலைச் செய்யும் பொழுது மாட்டுக்கு தொட்டியிலே போடப்படும் புண்ணாக்குகளை பிராமணர்களுக்கு தெரியாமல் ஏதோ கோடிக்கணக்கான ரூபாயை திருடி வந்துவிட்டது போல எண்ணி மாட்டை தொட்டியிலே நீர் காட்டுவதற்கு முன்பாக எடுத்து ஒளித்துவைத்து விட்டு அதைத் துண்டிலே வேடுகட்டி எடுத்து வந்து வயிறு ஒட்டிக்கிடக்கும் தங்களின் குழந்தைகளுக்கு புண்ணாக்கை புசிக்க தந்த தந்தைகள் இதோ இந்த ஊரில் வாழ்ந்திருக்கின்றார்கள்.

பனைம்பழம், சப்பாத்திப் பழம், பனங்கிழங்கு, பனங்கொட்டையின் உட்புறத்திலேயுள்ள சதைப்பகுதி, முருங்கைக்கீரை போன்றவைகளை பெருமளவிலே உண்டு உயிர்வாழ்ந்த அவல நிலைக்கு சொந்தக்காரர்களாக இருந்திருக்கின்றார் இவ்வூர் ஆதிகால, இடைக்கால கிராம மக்கள்.

"பனைம்பழத்தை பசிக்கு திண்றால்
பித்தம் போகும் வழி போகும்"

இது இன்னும் இவ்வூர் மக்களினால் பசியில் பனைம்பழத்தை ருசியாறும் பொழுது பயன்படுத்தும் பழமொழியில் முக்கியமானவையாக இருக்கின்றது.

சுமார் நாற்பது ஆண்டுகளுக்கு முற்பட்ட காலத்திலே ஒவ்வொரு குடும்பத்திலேயும் பத்துக்கும் மேற்பட்ட குழந்தைகள் இருந்திருக்கின்றார்கள். ஒரு நாளைக்கு வேலை செய்யும் தந்தை வாங்கி வரும் கூலி ஒரு மரக்கால் நெல் என்கின்ற பொழுது பத்து பேரின் பசிக்கு என்ன செய்வதுயென்று வறுமையில் வாழ்ந்த மக்கள் இத்தகைய உணவுகளை எடுத்துக் கொள்ள வேண்டிய கட்டாயத்திற்கு தள்ளப்பட்டிருக்கின்றார்கள்.

பிராமணர்களின் விளைநிலங்களிலே நெல்லுக்கு உரம் கொடுக்கும் நைட்ரஜன் முடிச்சுக்களைக் கொண்ட செடியை வயல்வெளிகளில் விதைக்கப்படும் (காவாலை) என்கின்ற செடியின் விதைகளை பறித்துவந்து அவற்றை வெய்யிலிலே நன்கு காயவைத்து விதைகளைப் பிரித்து எடுத்து கடைகளிலே சென்று விற்று விட்டு அரிசி, கோதுமைப் போன்ற தானியங்களை வாங்கி வந்த பின்பே பல ஆதிதிராவிட மக்களின் வீடுகளிலே அடுப்பு எறியும் சத்தம் கேட்குமாம். அந்த அளவிற்கு வறுமையும்

வயிறும் ஒட்டிக் கிடந்திருக்கின்றது. இவ்வூர் தலித் மக்களின் குடிசைகளில். காவாலை என்ற ஒன்று அக்காலகட்டத்திலே இல்லாமல் போயிருந்தால் பசி பட்டினியால் மக்கள் என்றோ இடுகாடு சென்றிருப்பார்கள் என்பது இதன் மூலம் தெளிவாக அறிய முடிகின்றது.

பிராமணர்களின் விளைநிலங்களிலே நெல் அறுவடைச் செய்த பின்பு சிதறிக்கிடக்கும் நெற்கதிர்களை பொறுக்கி அதைக் கொண்டுவந்து உறலிலே குத்தி அவுள் குத்தி தின்று பசியாறி யிருக்கின்றார்கள். அதோடு மட்டுமல்லாமல் விதை நெல் வயல்வெளிகளிலே விதைக்கப்படுகின்ற பொழுது கடைசியாக எஞ்சிய விதைகளை விதைப்பவன் பெரிய மனது ஏழை மக்களுக்கு கஞ்சி சமைத்து உண்ண கொடுத்த வரலாறுகள் இந்த சாத்தப்பாடி பகுதியிலே அதிகமாக இருக்கின்றது. அது மட்டுமல்லாமல் நத்தை ஓடுகள் ஏரியின் மேட்டுப் பகுதிகளிலே மலை, மலையாக குவிக்கப்பட்டு கண்ணுக்கு புலப்படும் இடம் முழுவதும் நத்தை ஓடுகளாக இருந்திருக்கின்றன. மழைவெள்ளம் மற்றும் பஞ்சம் தாண்டவமாடிய பொழுது மக்கள் நண்டு, நத்தை மரவள்ளிக்கிழங்கு போன்றவைகளால் ஆதரிக்கப்பட்டு உயிர் வாழ்ந்திருக்கின்றார்கள்.

நெல் அறுவடை செய்த பின்பு அதன் அடித்தாள் பகுதியிலே மீண்டும் நெற்கதிர்கள் முளையிட்டு விளையுமாம். அப்படி விளைந்த நெல்லை தங்களின் ஆண்டைகளின் விலை நிலங்களில் இருந்து தெரிந்தும், தெரியாமலும் அறுத்து வந்து அதைக் குத்தி உமியை புடைத்து அந்த அரிசியை உணவு சமைக்கப் பயன்படுத்தியிருக்கின்றார்கள்.

கிராமங்களிலே இந்த நாட்டுப்புற பாடலை நீங்கள் கேட்டிருக்கலாம்.

"அரிதாள் அறுத்துவர மறுதால் பயிராகும்
அரிதாலின் கீழே ஐந்தளந்தேன் கூடுகட்டும்
இப்படி விளையும் நெல்லுக்கெல்லாம் ஆதியும்
அந்தமுமான ஆதிதிராவிடன் எங்களுக்கே"

என்ற நாட்டுப்புறபாடல் இன்னும் மக்களால் சில நேரங்களில் முனுமுனுக்கப்படுகின்றது.

மறுநாள் வயிற்றுக்கு வழியில்லாமல் போனாலும் அரிசியை பக்கத்துவீட்டு மக்கள் கடனாய் கேட்டால் மனம் கொடுக்கலாமா?

வேண்டாமா? என்று யோசிப்பதற்குள்ளே வலதுகை எடுத்துவந்து கேட்டதைக் கொடுத்து விடுமாம். வறுமையிலும் ஆதித்தமிழன் தன் வாழ்வியல் நீதியை தவரவிடாமல்தான் வாழ்ந்திருக்கின்றான் என்பதற்கு இதுவே மிகப்பெரிய சாட்சியமாகவும் கருதலாம்.

குடிநீர் தேவைகளுக்கெல்லாம் இவ்வூர் மக்கள் ஏரி நீரைத்தான் சாத்தனின் காலத்திலிருந்து பயன்படுத்தி வந்திருக்கின்றார்கள். ஏரி வறண்டு போன காலகட்டங்களில் தற்கால ஊற்றுகளை வெட்டி அதன்மூலமாக கிடைக்கின்ற நீரை உணவுக்கும் அடிப்படை தேவைகளுக்கும் பயன்படுத்தியிருக்கின்றார்கள். பின்பு ஏரி யிலே நீர் வரத்து ஏற்பட்டவுடன் ஊர்மக்களெல்லாம் ஒன்று கூடி ஊற்றை துத்து நிலங்களாக பயன்படுத்தி இருக்கின்றார்கள்.

தமிழக கிராமங்களின் கட்டமைப்பு முறையானது ஒவ்வொரு கிராமத்திற்கும் இரட்டை விதமான குடியிருப்பு அமைப்பு, இரட்டை இடுகாடு போன்றவற்றில் எந்த வகையிலும் சாத்தப்பாடி (சங்கத்துக் கொட்டாய்) என்று அழைக்கப்படுகின்ற இவ்வூர் மக்கள் விதிவிலக்கல்ல. மற்ற கிராமங்களை பார்த்தால் ஆதிதிராவிட மக்களின் குடியிறுப்பிற்கும், மற்ற சமூகத்தைச் சார்ந்தோர்களின் குடியிருப்பும் சுமார் 30 அடி, அல்லது 50 அடி தூர இடைவெளியிலேயேதமிழகத்தின்பெரும்பாலானகிராமங்களின் கட்டமைப்புகள் இன்றைக்கும் காட்சியளிக்கின்றன. நாமும் பார்த்துக்கொண்டுதான் இருக்கின்றோம். ஆனால் இவ்வூர் சாத்தப்பாடி (ஆதிதிராவிட) மக்களின் குடியிறுப்புகளுக்கும் மற்றும் இதர பிராமணர்கள் வாழ்ந்த குடியிறுப்புகளுக்கும் சுமார் ஒரு கிலோ மீட்டர் தொலைவு இருக்கின்றது. அக்காலத்திலிருந்து இக்காலம் வரை அதே ஒருகிலோ மீட்டர் தொலைவில்தான் இம்மக்களின் குடியிருப்புகள் அமைந்திருக்கின்றன. இங்கு பிராமணர்கள் வசித்த காரணத்தினால்தான் இவ்வூர் தலித் மக்களின் குடியிறுப்புகள் இவ்வளவு தொலைவிற்கு அப்பாள் இருப்பதற்கு காரணமாக கருதப்படுகின்றன.

பிராமணர்களின் ஆதிக்கம் நிறைந்த காலகட்டத்தில் இவ்வூர் தலித் மக்கள் வசிக்கும் பகுதியை பறையர்கள் வாழுகின்ற பகுதி என்றும் பின்பு காலணியென்றும் தான் காலம் காலமாக பிற சமூக மக்களால் அழைக்கப்பட்டுள்ளது.

முன்பெல்லாம் இவ்வூரில் முறையான சாலைகள் இல்லை பின்நாட்களிலேயே செம்மண்ணால் சாலைகள் விரிவுப் படுத்தப்

பட்டிருக்கின்றன. அதன்பிறகு இந்த ஊர் வழியாக இரண்டு பேருந்துகள் சுமார் 45 ஆண்டுகளுக்கு முற்பட்ட ஆண்டுகளில் பேருந்துகள் இயக்கப்பட்டிருக்கின்றன. அந்த காலகட்டத்திலே முஸ்லீம் ஒருவர் இவ்வூர் (ஆதிதிராவிட மக்கள்) வசிக்கும் பகுதியிலே மளிகைக் கடை ஒன்றை நடத்தி வியாபாரம் செய்ய தொடங்கிய காலம் முதல் காலனி (அ) பறத்தெரு என்று அழைக்கப்பட்ட இவ்வூரின் பெயர் மாற்றம் அடைந்து ''சாயப்பு கடை'' பஸ்டாப் என்று பெயர் உருமாற்றம் அடைந்திருக்கின்றது.

ஏரிக்கரையில் திட்டுப் பகுதியிலே குடியிருந்த ஆதிதிராவிட மக்களின் மயானமாக பயன்படுத்தப்பட்ட இடம் தற்பொழுது (சங்கத்துக்கொட்டாய்) என்று அழைக்கப்படுகின்ற தலித் மக்களின் பகுதிகளிலே தற்பொழுது இருக்கின்ற ஊராட்சி மன்ற அலுவலகம் அமைந்திருக்கின்ற கட்டிடத்திற்கு அருகாமையில்தான் பழைய மயானம் இருந்திருக்கின்றது. பின் நாட்களில் மக்கள் ஏரியின் திட்டுப் பகுதியிலிருந்து குடியிறுப்புக்களை அகற்றிவிட்டு இன்று கிராமமாக பயன்பாட்டிலே இருக்கின்ற இடத்திலே வீடுகளைகட்டிக்கொண்டு குடியேற நேர்ந்ததால் அந்த மயானம் மக்களின் வருகைக்கு பின்பு அங்கிருந்து அகற்றப்பட்டு வேறு இடத்திற்கு மாற்றம் செய்யப்பட்டிருக்கின்றது. அப்படி மாற்றம் செய்யப்பட்ட பிறகு அலுவலகம் அமைந்திருக்கும் இடத்திற்கு அருகாமையிலே அப்பொழுது ஒரு கோவிலைக்கட்டி அக்கோவிலுக்கு ஸ்ரீ சாலைக்கரை மாரியம்மன் ஆலயமென பெயரிட்டுள்ளார்கள். அப்பொழுது வாழ்ந்த ஆதிதிராவிட மக்கள் கோவில்கட்டி வழிபாடு நடந்து கொண்டிருக்கும் பொழுது ஆண்டு தோறும் மாசி மாதத்திலே ஸ்ரீ சாலைக்கரை மாரியம்மனுக்கு மாசிமக விழாவினை எடுக்கத் தொடங்கியிருக்கின்றார்கள்.

அம்மன் கடலுக்கு நீராட அழைத்துச்செல்ல தற்பொழுது டிராக்டர்களை பயன்படுத்துவதைப் போன்ற வசதிகள் அந்த கால கட்டத்திலே இல்லை. மரத்திலான இரண்டு வாரைகளிலே அம்மனின் சிலையை வைத்து தங்களால் இயன்ற மலர்களால் ஜோடித்து கால்நடையாகவே இக்கிராமத்திலிருந்து சுமார் 15 கிலோ மீட்டர் தொலைவிலே வங்காள விரிகுடா கடல் பரங்கிப்பேட்டையிலே உள்ளது. அங்கு நடந்தே அம்மனை அக்கால கட்டத்திலே வலிமைமிக்க இளைஞர்கள் தூக்கிச் சென்று தீர்த்தவாரியை அம்மனுக்கு முடித்து விட்டு பின்பு அம்மனை

தூக்கிகொண்டு நடந்தே ஊரை வந்து சேர்ந்திருப்பதாக இக்கிராம மக்களால் நினைவு கூர்ந்துள்ளனர்.

அன்றைய வறுமை நிறைந்த காலத்திலே அம்மனுக்கு ஒரு தனி மனிதன் படையளிட்டு வழிபடுவது சாதாரண காரியமே யில்லை. அதற்காகவே இவ்வூர் மக்கள் ஒரு யுக்தியை கையாண்டிருக்கின்றார்கள்.

இந்த கிராமத்திலே வாழ்ந்த ஆதிதிராவிட மக்கள் கொத்து என்கின்ற முறையை கடைபிடித்து வருகின்றார்கள். மொத்தம் இங்கு ஐந்து கொத்துமுறை இருக்கின்றது.

1. தலையாரி கொத்து
2. வெட்டியான் கொத்து
3. மாவுப்பானை கொத்து
4. சவுரிக் கொத்து
5. காணன் கொத்து

என்கின்ற ஐந்து கொத்து முறை நடைமுறையில் இக்கிராம மக்களின் வாழ்முறையிலே கலந்த ஒன்றாகவே காட்சியளிக் கின்றது.

முதல் கொத்து

காரியபெருமாளை குலதெய்வமாக கொண்ட மக்களை தலையாரி கொத்து என்றும்,

இரண்டாவதாக வந்த மக்களின் குழுக்கள் வெட்டியான்கள் என்றும், மூன்றாவது மற்றும் நான்காவதுக்கொத்தான மக்கள் குறிஞ்சிப்பாடி பகுதியைச் சேர்ந்த பழுக்கமுடையார் மற்றும் ஆலடி வீரன் போன்ற குலதெய்வங்களை வணங்கும் மக்கள் பின் நாட்களிலே இங்கு வந்ததால், மாவுப்பானை கொத்து என்றும் சவுரிக்கொத்து என்றும் அழைக்கப்படுகின்றார்கள். ஐந்தாவது கொத்தாக கருதப்படும் காணன் கொத்து முறை பிறகு இவ்வூருக்கு வந்தவர்களாக இருக்கின்றார்கள்.

ஆக மொத்தம் ஐந்து கொத்து முறை ஆதிதிராவிட மக்களால் பின்பற்றப்பட்டு வருகின்றன.

இவ்வூரிலே முதல் வருகையை தலையாரி என்ற கொத்து மக்கள் கொண்டிருந்ததால் அவர்கள் முதல் கொத்து என்றும், இரண்டாம் கட்டமாக வந்த பழுக்கமுடையாரை வணக்கும் மக்களை இரண்டாம் கொத்தாகவும் கருதப்படுகின்றார்கள். மற்ற மூன்று கொத்து மக்களுமே பின்நாட்களில் தான் இவ்வூரை அடைந்திருக்கின்றார்கள்.

இவ்வூர் ஸ்ரீ சாலைக்கரை மாரியம்மனுக்கு விழா எடுக்கும் மாசி மக விழாவின் பொழுது முதல் கொத்தாக கருதப்படும் "தலையாரி" கொத்து அம்மனுக்கு தாய்வீடாக கருதப்பட்டு கடல் தீர்த்த வாரிக்கு அம்மன் செல்லும் முன்னே இவர்களின் படையளைப் பெற்றுத் தான் செல்ல வேண்டும் என்கின்ற முறையை ஆரம்பகால மக்கள் பின்பற்றியிருக்கின்றார்கள்.

இரண்டாவது கொத்தாக கருதப்படும் வெட்டியான் கொத்து குடும்பம்அம்மனின்மாமியார்வீடாககருதப்பட்டுஸ்ரீசாலைக்கரை மாரியம்மன் மாசி மக கடல் தீர்த்த வாரியை முடித்துக்கொண்டு கிராமத்திற்கு வந்தவுடன் இக்குடும்பத்தின் மரியாதையை ஏற்றுக்கொள்வதாக எண்ணி அவர்களின் வீடுகளுக்கு முன்பு அம்மனை இறக்கி வைத்து படையளிடும் முறையை ஆரம்பகால ஆதிதிராவிட மக்கள் மேற்கொண்டிருக்கின்றார்கள்.

அன்றைய வறுமையின் உச்சத்தில் மக்கள் இருந்ததினால் இரு கொத்து மக்களுமே தனித்தனியே ஒன்று கூடி படையளிட்டு ஸ்ரீ சாலைக்கரை மாரியம்மனை வழிபட்டிருக்கின்றார்கள். பின் நாட்களிலே தலையாரி கொத்திற்கு யார் பிரதிநிதியாக இருந்து செயல்பட்டார்களோ அவர்களே தங்களின் சொந்த செலவிலே படையளிடும் பழக்கத்தை மேற்கொண்டனர். மக்களின் கையில் அன்றைய காலகட்டத்தில் பொருளாதார குறைப்பாடுகளின் காரணமாக அதற்கான எதிர்ப்புகள் உருவாகவில்லை. ஆக இரண்டாவது கொத்தாக கருதப்பட்ட இவர்களிடமும் இப்படித்தான் பின் நாட்களின் அக்கொத்தின் பிரதிநிதிகளே படையளிடும் மொத்த செலவையும் ஏற்று நடத்தியிருக்கின்றார்கள்.

இன்றும் இந்த கொத்து முறைகளிலேயே மாசிமக விழா முன்னெடுக்கப்படுவதை நாம் கண்கூடாகவே இந்த கிராமத்திலே காணமுடியும்.

மக்கள் புரட்சி

1962–ஆம் ஆண்டு ஆதிதிராவிட மக்கள் வசித்த பகுதியிலே மக்களின் ஒட்டுமொத்த முயற்சியினால் பொதுக் கிணறு வெட்டப்பட்டு மக்களின் அத்தியாவசிய தேவையான குடிநீர் எடுக்கப்பட்டிருக்கின்றது. இந்த கிணரே முதன் முதலாக இக்கிராமத்தில் சுண்ணாம்பு மற்றும் செங்கல்லை பயன்படுத்திக் கட்டப்பட்ட முதல் கிணறு என்று கூறலாம்.

1974–ஆம் ஆண்டுகளில் அன்று இருந்த எழுச்சி மிகுந்த இளைஞர்களெல்லாம் ஒன்றுகூடி தற்பொழுது புதிதாக 1990 ஆம் ஆண்டு அடிக்கல் நாட்டப்பட்டு கட்டப்பட்டுள்ள ஸ்ரீ சாலைக்கரை மாரியம்மன் ஆலயம் அமைந்திருக்கும் அந்த குளத்தின் பகுதியிலிருந்து மண்ணை வெட்டி தற்பொழுது புதிதாக கட்டப்பட்டுள்ள பேருந்து நிலையத்திற்கு அருகே ஒரு மேட்டை உருவாக்கி அதிலே ஒரு கொட்டகையை கட்டினார்கள். அந்த கொட்டகைக்கு செங்கற்களால் சுவரும், தென்னை மட்டையால் கூறையும் அமைந்திருக்கின்றார்கள். இப்படி கட்டப்பட்ட "கொட்டாகைக்கு" டாக்டர் அம்பேத்கர் நற்பணி மன்றம் என்று பெயரிட்டு விழா எடுத்தும் இவ்வூருக்கு டாக்டர் அம்பேத்கர் நகர் என்று பெயர் சூட்டியும் விழா எடுத்திருக்கின்றார்கள். "கொட்டகையை" திறந்து வைக்க வருகை தந்தவர் அய்யா ட. இளையபெருமாள் அவர்கள். இவரின் தலைமையில் தான் திறப்பு விழா செய்யப்பட்டு இனி இந்த தலித் மக்கள் வாழும் பகுதியை காலணி என்றோ, சேரி என்றோ யாரும் அழைக்கக்கூடாது. அதனால் இன்றுமுதல் தலித் மக்கள் வாழும் இந்த பகுதிக்கு டாக்டர் அம்பேத்கர் நகர் என்று பெயரிடுகின்றேன் என்று ட. இளையபெருமாள் அன்றைய துவக்கவிழா உரை யிலே மக்களின் முன் பேசியிருக்கின்றார். ஆக இப்படி ட. இளைய பெருமாள் அவர்களினால் திறந்து வைக்கப்பட்ட இவ்வூர் கொட்டகை மக்களின் அறிவு இருளைப் போக்கும் பொருட்டு அன்றைய தமிழ் நாளிதழ்கள் வரவழைக்கப்பட்டு மக்கள் வெளியுலக செய்திகளை படிக்க ஆரம்பித்த காலம் இந்த நிகழ்விற்கு பிறகுதான். மக்களுக்கு கொஞ்சம் நல்லது கெட்டது தெரிய ஆரம்பித்தது.

அம்பேத்கர் நகர் என்று மாற்றப்பட்டு கிராமத்தின் அடை யாளமாக நிறுத்தப்பட்ட கொட்டகைக்கு அம்பேத்கர் நற்பணி

மன்றம் என்ற பெயரிட்டு இங்கு பெருந்திரளான இளைஞர்கள் செய்தித்தாள் படிக்க, கலந்து பேசி விவாதிக்க அடிக்கடி ஒன்று கூடி தினமும் அங்கு இளைஞர்கள் வருவதையும் போவதையும் பார்த்த யாரோ ஒரு சாமானியான் அம்பேத்கர் நற்பனி மன்றம் என்ற பெயரைச் சொல்லத் தெரியாமல்" சங்கத்துக்கொட்டாய்" என்றச் சொல்லாடலை பயன்படுத்திய பின்பு, மந்தையிலே சாயும் ஆடுகளைப்போல பாமர மக்கள் சங்கத்துக்கொட்டாய் என்றே பின் வரும் நாட்களிலே அழைக்க ஆரம்பித்த காரணத்தினால் டாக்டர் அம்பேத்கர் நகர் என்ற பெயரை மறந்து இன்றும் சங்கத்துக்கொட்டாய் என்றே பலராலும் அழைக்கப்பட்டு வருகின்ற வழக்கம் இன்றும் தலித் மக்கள் வாழும் பகுதியான இங்கு நடைமுறையில் இருக்கின்றது.

மக்கள் முன்னேற்ற படிகள்

1970–களில் கூலி உயர்வு வேண்டி மக்களெல்லாம் ஒன்று திரண்டு கூலி உயர்வு போராட்டத்தை முன்னெடுத்து இதுவரை வழங்கப்பட்டுவந்த ஒரு மரக்கால் நெல் கூலியை தவிர்த்து தினக்கூலியாக நான்கு மரக்கால் நெல்லை கூலியாக உயர்த்தி வழக்க வேண்டுமென போராடி பின்பு அதிலே இவ்வூர் மக்கள் வெற்றியையும் அடைந்திருக்கின்றனர். இந்த நிகழ்வை இக்கிராம மக்கள் கூலி உயர்வு போராட்டம் என்று நினைவு கூறுகின்றனர்.

இவ்வூர் தலித் மக்களின் எழுச்சி எப்பொழுது தொடங்கப் பட்டது என்றால் சீர்காழி தனித்தொகுதியில் கே.பி.எஸ் மணி (எம்.எல்.ஏ) காட்டுமன்னார்கோவில் தனித் தொகுதி சட்டமன்ற உறுப்பினர் ட. இளையபெருமாள், கல்வித்தந்தை சுவாமி சகஜாநந்தா போன்றவர்களின் வருகைக்குப் பிறகே மக்களிடத்திலே புரட்சித்தீயும், தங்களும் சுய மரியாதையோடு மற்றவர்கள் முன் வாழ வேண்டுமென்ற எண்ணமும் வந்திருக்கின்றது. அதற்கு முன்பு இவர்களிடத்திலே எழுச்சி காணப்பட்டதாக எந்த நிகழ்வுகளும் காணப்படவில்லை. இந்த மூன்று தலைவர்களின் முயற்சியால் ஊரெங்கிலும் இருந்து ஆதிதிராவிட மக்களை கொண்டு வந்து பிராமணர்கள் வசித்த சாத்தப்பாடி அக்ரஹாரத் தெருவிலே மிதிவண்டிகளை ஓட்டிச் செல்லும் போராட்டத்தை நடத்தி வெற்றியும் கண்ட வரலாறு இந்த கிராமத்திலே நிகழ்ந்திருக்கின்றதாக இவ்வூர் முதியவர்களால் நினைவு கூறப்படுகின்றது.

1975–ம் ஆண்டில் வாக்கில் தமிழக அரசானது கிராமங்கள் தோறும் ஒரு விளக்கு வழங்குவதாக மக்களுக்கு தகவல் கிடைத்தது அதனால் இவ்வூர் மக்கள் ஒன்று கூடி அத்திட்டத்தை பெருவதற்காக நிதியை திரட்டி மின்சார வாரியத்திடம் எத்தனை மக்கள் இப்பகுதியிலே வசிக்கின்றார்களென்ற பதிவை அளித்து மின் இணைப்பு வழங்குவதற்கான தொகையைச் செலுத்தி விட்டு மின்சாரம் கிடைத்துவிடுமென்ற நம்பிக்கையில் காத்து கிடந்திருக்கின்றார்கள். ஆனால் மின்சாரம் கிடைக்கப்படவில்லை. அப்பொழுதெல்லாம் மின்சாரவிளக்குகள் தெருக்களில் மட்டுமே அமைக்கப்பட்டு இருந்திருக்கின்றன. அப்படி வீதிகளிலேயும் தெருக்களிலேயும் எரியும் மின் விளக்கின் வெளிச்சத்தில்தான் விளையாட்டுக் குழந்தைகள் இரவு நேரங்களில் கூட்டாங்சோறு, கண்ணாமூச்சி, சடுகுடு போன்ற விளையாட்டுக்களை பசி மறந்து விளையாடிக் கொண்டிருப்பார்கலாம். அதன் பிறகு தமிழக அரசு கிராமங்கள் தோறும் கரவை மாடுகள் வழங்குவதற்கான வழிவகையை மேற்கொண்ட பொழுது இக்கிராம தலித் மக்கள் மிகுந்தபயனை அடைந்திருக்கின்றார்கள். அப்பொழுது தல ஒரு நபருக்கு கரவைமாடு வாங்குவதற்கான தொகையாக 3,000 ரூபாய் நிதியை அரசு வழங்கியிருக்கின்றது. இத்திட்டத்தின்மூலம் வீட்டிற்கு ஒரு கரவை மாடுகளை வாங்கி பால் கரந்து விற்று அதைக் கொண்டு ஓரளவு முன்னேறி அடிமை வாழ்க்கை யிலிருந்து மக்கள் மெல்ல வெளியே வந்த தருணமென்றால் அது இந்த தருணம்தான்.

1982–ஆம் ஆண்டு எம்.ஜி.ராமச்சந்திரன் தமிழகத்தின் முதல மைச்சராக இருந்த பொழுது தன்னிறைவு திட்டம் கொண்டு வரப்பட்டுள்ளது. இத்திட்டத்தின் மூலம் ஆதிதிராவிட மக்கள் பயன்படுத்தும் மயானப் பாதை மிகவும் குறுகிய ஒத்தையடி பாதையாக இருந்துள்ளது. இன்றும் இம்மக்கள் வசிக்கும் பகுதியிலிருந்து மயானக்கொட்டகையின் தொலைவு ஒரு கிலோ மீட்டர் தூரமாக இருந்து வருகின்றது. அப்படி இருக்கும் பொழுது 1982–களிலே பாதையானது குறுகியதாகவும், ஒற்றை யடிப் பாதையாகவும் இருந்த காரணத்தினால் அப்பாதை விரிவு செய்யும் பொருட்டு இத்திட்டத்தின் கீழ் மக்கள் அதற்கான பணியை மேற்கொண்ட தருணத்தில் மயானத்திற்கு சடலங்களை தூக்கிச் செல்வதற்கான இடைப்பட்ட தூரத்தில் அரசுக்கு சொந்தமான புரம்போக்கு நிலம் உள்ளது. அந்த நிலத்தை

கடந்துதான் இறந்துபோனவர்களை தூக்கிச் செல்ல முடியும். ஆனால் அந்த புறம்போக்கு நிலமானது பக்கத்து கிராமமான மேலமணக்குடியைச் சார்ந்த ஆதிதிராவிடர் சமூகத்தைச் சேர்ந்த திரு தம்புசாமி என்பவர் இந்திய இராணுவத்தில் பணிபுரிந்து ஓய்வு பெற்றதற்காக அரசால் வழங்கப்பட்ட இந்த புறம்போக்கு நிலமானது எங்களுக்கே சொந்தமென்றுக் கூறி திரு தம்புசாமியின் உறவினர்கள் பாதையை விரிவுபடுத்தும் பணியை தடுத்து நிறுத்தியிருக்கின்றார்கள். இந்த பிரச்சனை நடைபெறுவதற்கு முன்பாகவே இந்த நிலத்திற்கு உரியவராகச் சொல்லப்படும் தம்புசாமி தவறியிருந்தார். அவருக்கு இரண்டு பெண் பிள்ளைகள், ஆக இப்படிப்பட்ட சூழ்நிலையில் தடுத்து நிறுத்தப்பட்ட பொழுது காவல்துறை மற்றும் அரசு அதிகாரிகளின் பேச்சுவார்த்தையின் மூலமாக தீர்வு காணப்பட்டு மயானப்பாதையை விரிவுபடுத்தும் பணி நிறைவு பெற்று இன்று இப்பாதையின் வழியாக தலித் மக்கள் பயன்படுத்தி வருகின்றார்கள்.

ஆரம்ப காலகட்டத்தில் தேர்தல் முறை எப்படி இருந்தது என்றால் அரசுக்கு யார் நிலவரி செலுத்துகின்றார்களோ அவர்களே தேர்தலில் வேட்பாளர்களாக நிற்கமுடியுமென்ற கட்டுப்பாடு விதிக்கப்பட்டு அவ்வாறே நடைமுறைப்படுத்தப்பட்டும் வந் துள்ளது. இதுபோன்ற தேர்தல்களிலே ஏழை, எளிய மக்கள் பங்குகொள்ளமுடியாத நிலைக்கு தள்ளப்பட்டு இருந்தார்கள். நிலவரி முறை கட்டாயமாக்கப்பட்ட தேர்தல்களில் இவ்வூரைச் சேர்ந்த உயர் வகுப்பினைச் சார்ந்தவர்களே நிலவரி செலுத்தி வந்தார்கள். ஆக அவர்களில்தான் இத்தகைய தேர்தல்களிலே வேட்பாளர்களாக நின்று வெற்றி பெற்றிருக்கின்றார்கள். அதன் பிறகு இந்த முறையிலான தேர்தல் ஒழிக்கப்பட்டு நிலவரி கட்டாதவர்களும் தேர்தலிலே போட்டியிடலாம் என்ற முறை அடுத்தக்கட்டமாக கொண்டுவரப்பட்டது. அப்படி முதன் முதலாக தேர்தல் அறிவிக்கப்பட்டு தமிழக அரசினால் கிராமப்புறங்களுக்கான உள்ளாட்சி தேர்தல் முறை அறிவிக்கப் பட்டிருக்கின்றது. அப்படி அறிவிக்கப்பட்ட தேர்தலில் இப்பஞ் சாயத்திற்கு உட்பட்ட மேட்டுத்தெரு (இந்திரா நகர்), சாத்தப் பாடியில் வசிக்கும் இதர சமூக மக்கள், சாத்தப்பாடி (ஆதி திராவிட) மக்கள் அடங்கிய வாழ்விடப் பகுதிகள் இவைகள்தான் இவ்வூர் பஞ்சாயத்திற்கு உட்பட்டவையாக விளங்குகின்றன.

அறிவிக்கப்பட்ட முதல் பஞ்சாயத்து தேர்தலிலே இந்த ஊராட்சி பகுதி பொதுத் தொகுதியாக அறிவிக்கப்பட்டு அந்த தேர்தலிலே ஆதிதிராவிட சமூகத்தைச் சேர்ந்த கோ. கதிர்வேல் என்பவர் முதல் ஊராட்சி மன்ற தலைவராக மக்களால் தேர்ந் தெடுக்கப்பட்டிருக்கின்றார். அதன் பிறகு அரசுக்கு மறுமுறையும் ஊராட்சி சார்பாக கோரிக்கை வைக்கப்பட்டு ஒரு விளக்கு மின்சாரம் முதல் கட்டமாக சுமார் அறுபத்து ஐந்து வீடுகளுக்கு பெறப்பட்டுள்ளது. இவ்வூர் மக்கள் அப்பொழுதுதான் வெளிச் சத்தை முதன்முதலாக வீடுகளில் பார்த்து மகிழ்ச்சி அடைந் திருக்கின்றார்கள். அதற்கு முந்தைய காலங்களில் மண் ணெண்னை விளக்குகளையே வீட்டின் வெளிச்சத்திற்கு மக்கள் பயன்படுத்தியிருக்கின்றார்கள். பின்பு வரும் அடுத்தடுத்த வருடங் களிலே அனைத்து வீடுகளுக்கும் ஒரு விளக்கு மின்சாரம் பெறப் பட்டிருக்கின்றது. தொடர்ந்து மூன்று முறை திரு கோ. கதிர்வேல் என்பவர் ஊராட்சி மன்ற தலைவராக இருந்துள்ளார். திரு சீராளன் அவர்கள் ஒன்றியக்குழு உறுப்பினராகவும், திருமதி கலைச் செல்வி ஜோதிமணி, திருமதி கலைச்செல்வி சின்னையன் போன்றவர்கள் ஊராட்சிமன்றத் தலைவர்களாகவும் இருந்துள்ளனர். தற்பொழுது T. குமரவேல் என்பவர் இவ்வூரின் ஊராட்சி தலைவராக பணியாற்றி வருகின்றார் மேலும் 20–க்கும் மேற்பட்ட சமுதாயத்தைச் சார்ந்த மக்கள் ஒன்று கூடி வாக்களித்து தலித்துக்களின் தலைமையை ஏற்றுக் கொள்ளும் மனோபாவம் தமிழ்நாட்டில் மற்ற பகுதிகளில் இருக்கின்றதோ இல்லையோ, ஆனால் சாத்தப்பாடியில் வாழும் அனைத்து சமுகத்தைச் சார்ந்த மக்களுமே சகோதரத்துடன் உறவாடி வருவது இக்கிராமத்தின் வரலாற்றுச் சிறப்புமிக்க சிறப்பம்சமாகவே நான் கருதுகின்றேன்.

அக்கால பெண்களின் நிலை

சாத்தப்பாடியை பொருத்தவரையில் குடும்ப வளர்ச்சிக்கான பங்களிப்பில் பெண்களின் கரம் ஓங்கி இருந்ததாகவே நினைவு கூறப்பெறுகின்றன. அக்கால பெண்களிடம் காதல் சார்ந்த அணுகுமுறைகள் மிகவும் அறிதாகவே இருந்துள்ளது. அப்படி காதல் போன்றவைகளில் தங்களை அவர்கள் ஈடுபடுத்திக் கொண்டாலும் ஆழ்ந்த கண்ணியத்தோடு காதல் செய்து வந்திருக்கின்றார்கள். அக்கால பெண்களாக இருந்த இன்றைய மூதாட்டிகள் தங்களின் பருவ காலங்களை நினைவு கூர்ந்து தெரிவித்த பொழுது பலர் ஒரே கருத்தை முன்வைத்தார்கள். அவை என்னவென்றால் தங்களின் ஆசா பாசங்களுக்கு என்றுமே முன்னுரிமை கொடுத்ததில்லையாம். குறிப்பாக பெற்றோர்களை கண்கலங்க வைத்துவிட்டு எந்த பெண்ணும் சுயநலம் கருதி தனக்கு பிடித்த ஆடவனோடு சென்றதேயில்லையாம். அதிக படியான இவ்வூர் மக்களின் திருமணமானது பெற்றவர்களின் முழு மனதுடனேயே நடத்தி வைக்கப்பட்டுள்ளது. தன் திருமணம் செய்துகொள்ள போகின்ற ஆண்களின் முகத்தினை பல பெண்கள் திருமண மேடைகளிலேயே கண்டதாக என்னிடம் நினைவு கூர்ந்துள்ளார்கள்அன்றைய பருவப் பெண்களாகஇருந்த இன்றைய மூதாட்டிகள் பொதுவாக இவ்வூர் பெண்களின் வாழ்வியல் சூழல் எப்படி இருந்துள்ளது என்றால் விடியற்காலையிலே வேலைக்கு செல்லுதல், குறிப்பாக குடும்பத்திற்கு தேவையான அனைத்து பொருளாதார நடவடிக்கைகளிலும் தங்களை முழு மூச்சுடன் ஈடுபடுத்தி கொண்டிருக்கின்றார்கள். இவ்வூரை சுற்றியுள்ள மொத்த வயல்வெளிகளிலேயும் இவ்வூர் பெண்களின் காலடி படாத இடமே இருக்க முடியாது. குறிப்பாக சாத்தப்பாடியை பொருத்தவரையில் வன்னியர் மற்றும் ஆதிதிராவிட மக்கள் மனித உழைப்பில் முன்னோடியாக இருந்திருக்கின்றார்கள்.

இவர்களுக்கு அன்றைய காலகட்டத்தில் உடுத்திக்கொள்ள சரியான ஆடை கிடையாது. ஆனால் எப்பாடு பட்டாவது

ஒவ்வொரு பெண்களுக்கும் ஒரு சேலையை எப்படியோ பெற்று அந்த ஒரே ஒரு சேலையை வைத்துக் கொண்டே தங்களின் தன்மானத்தை மறைத்து வாழ்ந்திருக்கின்றார்கள். தாங்கள் உடுத்தியிருக்கும் அந்த புடவையுடனேயே ஏரியிலேயோ அல்லது குளம், வாய்க்கால் போன்றவைகளிலேயோ குளித்து விட்டு ஒரு பகுதி முனையான புடவையை மேலெங்கும் சுத்திக்கொண்டு, மறுமுனையை கருவமுள் அல்லது நாணல் கோரை போன்றவைகளில் கட்டிவிட்டு புடவையை கையால் பிடித்தவாரே நின்று ஒரு பக்க புடவையை காயவைத்து விட்டு பின்பு அந்த பக்க புடவையை மேலே சுற்றிக்கொண்டு மறுமுனையை அதே போல காயவைத்து புடவை முழுவதும் சூரிய ஒளி பட நன்கு காய்ந்த பிறகே பின்பு ஆடையாக உடுத்திக்கொண்டு வாழ்ந்திருக்கின்றார்கள். தற்பொழுதிலிருந்து சுமார் நாற்பது ஆண்டுகளுக்கு முற்பட்ட வருடங்களிலே வாழ்ந்த பெண்கள் இப்படித்தான் இவ்வூரிலே வாழ்ந்திருக்கின்றார்கள். தற்பொழுது நமது அம்மா, தங்கைகள் அணிந்து கொள்ளும் ஜாக்கெட் என்கின்ற உடையை அக்கால பெண்களிடையே காணப்படவில்லையாம், அவர்கள் உடுத்தியது புடவை மட்டுமே. அந்த புடவையும் ஒன்றே ஒன்றுதான்.

பெண்கள் அப்பொழுது ஆண்களுக்கு நிகராக சுறுசுறுப்பாக இருந்திருக்கின்றார்கள். அன்றைய இவ்வூர்வாழ் பெண்களின் குடிசைகளிலே விடியற்காலை கருக்கலின் பொழுதே அனைத்து வேலைகளும் செய்து முடிக்கபட்டுவிட்டு காலை பொழுது விடிந்த உடன் வயல் வேலைக்கு சென்று விடுவார்களாம். அப்படி வேலைக்கு சென்ற இடத்தில் ஆண்டைகள் மதியான பொழுதுகளிலே கொடுக்கின்ற கஞ்சை பெற்று தாங்கள் வயிறார குடிக்காமல் அதை சேகரித்துக் கொண்டு வந்து வீட்டிலே உள்ள குழந்தைகளுக்கு கொடுத்து அக்குழந்தைகள் உணவை அறுந்தி பசியாறுவதைப் பார்த்து தங்களின் பசியை போக்கிக்கொண்டிருக்கின்றார்கள். என் ஆறுயிர் தாய்மார்கள் அப்படி வேலைக்கு சென்று தங்கள் ஈன்றெடுத்த பச்சிலம் குழந்தைகளையும் உடனேயே அழைத்துச் சென்று ஊஞ்சலம் என்னும் தொட்டிலைக் கட்டி உறங்க வைத்துவிட்டு வேலை செய்திருக்கின்றார்கள். வேலை செய்து கொண்டிருக்கும் பொழுது குழந்தைக்கு பசியெடுக்கும் நேர காலத்தை தெறிந்து வைத்திருந்த பெண்களான இவர்கள் வேலைப்பொழுதினிலே

சில நிமிடங்களை ஒதுக்கி குழந்தைக்கு பால் கொடுத்து உறங்க வைத்துவிட்டு மறுபடியும் சென்று வேலை செய்திருக்கின்றார்கள் இவ்வூரைச் சேர்ந்த பெண்கள். தற்பொழுது நாகரிகமென்ற பெயரில் குழந்தைகளுக்கு பால்கொடுப்பதைக்கூட அழகு குலைந்து விடுமென்று பலர் இன்றைய காலத்திலே பழக்கப் படுத்திவரும் மரபு உண்மையாகவே வறுத்தத்தை அளிக்க கூடியதாக உள்ளது. அன்றைய காலகட்டத்தில் இன்று இருப் பதைப்போல கடிகார வசதியெல்லாம் கிடையாது என்கின் றார்கள். காடிகாரம் இல்லாத பொழுது எப்படி இவர்கள் கால நேரத்தை அறிந்து நடத்திருக்கின்றார்கள் என்பதைப் பார்த்தோமேயானால் அதுவும் குறிப்பாக கார்காலம் என்றுச் சொல்லக்கூடிய மழைகாலத்திலும் கூட இவர்கள் கால பொழுதுகளை துள்ளியமாக கணித்து வாழ்ந்திருக்கின்றார்கள்.

விடியற்காலைப் பொழுதை அன்றைய காலபெண்கள் பீக்கம் பூ என்றுச் செல்லக்கூடிய பூ மலர்ந்தவுடனேயே மணி சரியாக நான்கு ஆகிவிட்டது, சரி இப்பொழுது மாட்டுத் தொழுவத்திற்கு சென்று சாணியை எடுத்து வந்து கரைத்து வாசலிலே தெளிக்கலாமென எண்ணி அதற்கான பணியை செய்திருக்கின்றார்கள். பீக்கம் பூ இல்லாத அல்லது இப்பூ மலராத மாதங்களில் பெண்கள் எப்படி விடியற்காலையை உணர்ந்திருக்கின்றார்கள் என்பதை பார்த்தோமேயானால் காகம் கரைவதையும், சேவல் கூவுவதையும் கேட்டு உணர்ந்ததன் மூலம் விடியற்காலையை உணர்ந்து வாழ்ந்திருக்கின்றார்கள். காலைச் சூரியன் தனது இளஞ்சிவப்பு நிறத்தோடு கிழக்கே எழ தொடங்கும் பொழுது மணி ஆறு என்றும் உச்சியிலே சூரியன் இருக்கும் பொழுது மணி ஒன்று என்றும் அதன்பின்பு சிறு சிறு மேற்கு நோக்கிய சூரியனின் இறக்க நிகழ்வைப் பார்த்து மணி மூன்று என்றும் நான்கு என்றும் சூரியன் மறையும் பொழுது மணி ஆறு என்றும் கணித்து அதன்படி வாழ்ந்திருக்கின்றார்கள். அன்றைய காலகட்டங்களில் கிராமப்புறங்களிலே ஒரு தாயிக்கு குழந்தை பிறக்கும் நேரத்தை கண்டறிய மக்கள் மிகவும் கஷ்டப்பட்டு வாழ்ந்திருக்கின்றார்கள். இன்று எல்லோருடைய வீடுகளிலும் கடிகாரம் இருப்பதைப் போன்று அன்று இருந்ததில்லை. வசதி வாய்ந்தவர்களின் வீடுகளிலே அக்காலகட்டத்தில் கடிகாரங்கள் இருந்துள்ளன. ஒரு தாயிக்கு குழந்தை பிறந்தவுடன் அந்த குழந்தையின் பிறந்த நேரத்தை

கண்டறிய ஒரு பெரியவரையோ அல்லது நன்கு ஓடத்தெரிந்த சிறுவனையோ பிரசவம் நடக்கவிருக்கும் வீட்டுக்கு வெளி யிலேயே தயாராக வைத்திருந்திருக்கின்றார்கள். குழந்தை பிறந்த சத்தத்தை கேட்டவுடனேயே அந்த பெரியவரோ அல்லது அந்த சிறுவனோ ஒரே ஓட்டமாக ஓடி கடிகாரம் இருக்கும் வீட்டிலே சென்று மணியை பார்த்துவிட்டு வந்து சொல்ல வேண்டும். அதன்பிறகே குழந்தை பிறந்த சரியான நேரம் தெரியவரும். பின்பு பிறந்த குழந்தையின் ஜாதகம் என்னும் சோதிடம் பார்க்கும் பொழுது அந்த சோதிடக்காரர் குழந்தை பிறந்த நேரத்தை கேட்டு குழந்தை பிறந்த இடத்திலிருந்து கடிகாரம் உள்ள வீட்டிற்கு சென்றுவர எவ்வளவு நிமிடங்கள் ஆகுமோ அதைக் கழித்துவிட்டு பின்பு அவரே ஒரு நேரத்தை குறித்து சோதிடம் பார்த்து குழந்தையின் ராசிக்கான பலன்களை கணித்துச் சொல்லியிருக்கின்றார். ஆக இப்படியெல்லாம் மக்கள் வாழ்ந்திருக்கின்றார்கள்.

பெண்கள் வயல்வெளி வேலைகளுக்கு மட்டும் தான் சென்றார்களா என்று கேட்டால் அதுமட்டுமே இல்லையென்றே கூற வேண்டியிருக்கின்றது. வயல்வெளி வேலைகளையும் தவிர்த்து அவர்கள் நேரம் கிடைக்கின்ற பொழுது விளை யாட்டுகளிலும் ஈடுபட்டிருக்கின்றார்கள். கிராமங்களிலே பல விளையாட்டுக்கள் ஊருக்கு ஊர் வேறுபட்டு இருந்தாலும் கூட கண்ணாமூச்சி என்ற விளையாட்டு அனைத்து கிராமப்புற மக்களுமே விளையாடியுள்ளனர் என்பதை நம்மால் நன்கு அறிய முடிகிறது.

சாத்தப்பாடி பெண்கள் கண்ணாமூச்சி விளையாடும் பொழுது பல நாட்டுப்புற பாடல்களை பாடி மகிழ்ந்து விளையாண்டிருக்கின்றார்கள். அப்படி பாடி விளையாண்ட பல பாடல்களின் ஒன்றாக இருக்கும் இந்த பாடலை இங்கு நான் பதிவு செய்ய விருப்புகின்றேன்.

“கிளி கிளிச்சா பழம்பறிக்க போனன்டியக்கா
கிளியோட கிளவந்து போதுச்சியெக்கா
மாயகொரவங்கிட்ட போனன்டியெக்கா
மாங்கல்ய பிச்ச போட்டாண்டியெக்கா”

ஆக இந்த வகையிலான பாடல்கள் வறுமையிலும் பெண் கள் மகிழ்ந்து வாழ துணைபுரிந்து நின்றிருக்கின்றன என

என்னும்பொழுது எண்ணிலடங்கா மகிழ்ச்சியையே மனம் அடைகின்றது. ஒரு ஊர்ல ஒரு ராஜா என்றுதான் பொதுவாகவே கிராமப்புறங்களிலே கதையை தொடங்குவார்கள். இப்படி தொடங்கும் கதைக்கு முடிவை யாறாலுமே சொல்லமுடியாது. அதன்பிறகு தாலாட்டு பாட்டு, ஒப்பாரி பாட்டு போன்றவைகள் இவ்வூரின் முகவரிகளாகவே இன்றலவிலும் இருந்து வருகின்றன. வயதான மூதாட்டிகள் இன்றலவிலும் திண்ணைகளிலே அமர்ந்து முனுமுனுத்துக் கொண்டேயிருக்கின்றார்கள். இவ்வூரில் சிறுபிள்ளைகளான பத்து பதினைந்து வயது வந்த அன்றைய பெண்கள் அல்லி கிழங்கு, நண்டு பிடித்தல், மீன் பிடித்தல், விறகு பொருக்குதல், கெடைய மாட்டுச் சாணி பொருக்குதல், மரம் ஏறி விறகு வெட்டுதல், கீரை பறித்தல் போன்றவைகளிலே பெண்கள் ஈடுபட்டிருக்கின்றார்கள். என்னுடைய தாய் மகேஸ்வரி நான் சிறுபிள்ளையாக இருக்கும் பொழுது நான் நன்றாகவே பார்த்திருக்கின்றேன். ஏரியிலுள்ள கருவமரத்தில் ஏறி பெரிய, பெரிய முள்ளினுடைய கிளைகளையெல்லாம் வெட்டி கொண்டு வந்து உணவு சமைக்க விறகாக பயன்படுத்தியிருக்கின்றார்கள். சாத்தப்பாடியிலுள்ள அன்றைய கால பெண்களைப் பொறுத்தவரையில் எல்லோருமே மரம் ஏறி விறகு வெட்டும் ஆற்றல் கொண்டவர்களாக இருந்தார்கள். ஆனால் இன்றைய கால கட்டத்தில் யாருமே முள்வெட்டி உணவு சமைக்க முன்வருவதில்லை. இப்படி ஒரு நிலைமை தற்பொழுது இருக்க எங்கே இக்கால பெண்கள் மரம் ஏறி முள்வெட்டப் போகின்றார்கள்? அதேபோல தங்களின் வீட்டிலேயுள்ள ஆடுகளையும், மாடுகளையும் பராமரித்து அவற்றைப் பேணிகாத்து மாட்டினுடைய சாணத்தை வரட்டியாக தட்டி வைத்தல் போன்ற வேலைகளையும் அன்றைய கால இவ்வூர் பெண்கள் தங்களை ஈடுபடுத்திக் கொண்டிருக்கின்றார்கள். யாருடைய வீடுகளிலேனும் திருமணம் நடைபெறப்போகின்றதெனில் இவ்வூரிலுள்ள அன்றைய கால பெண்களெல்லாம் ஒன்றாக சேர்ந்து நெல்லை பங்கிட்டு அதை உலக்கையைக் கொண்டு உரலிலே குத்தி அரிசியை தயார் செய்து திருமணத்திற்கு உணவு சமைக்க கொடுத்திருக்கின்றார்கள்.

ஊரல் என்பது அன்றைய காலகட்டத்தில் எல்லோராலும் வாங்க முடியாத ஒன்றாகவே இருந்துள்ளது. உரல் இல்லாத வீடுகளிலே பெண்கள் அரிசி குத்தி சமைப்பதற்கு ஒரு விதமான

முறையை சில நேரங்களிலே கையாண்டிருக்கின்றார்கள். அது என்னவென்றால் நன்கு காய்ந்து போன சமமான தரையிலே ஊரல்போன்ற அளவிற்கு சிறு குழியைத் தோண்டி, தோண்டிய குழியின் மீது சாக்கினை போட்டு மூடி அந்த சாக்கின் மீது நெல்லைக் கொட்டி உலக்கையைக் கொண்டு நெல்லைக் குத்தி பின்பு அதை புடைத்து எடுத்து அரிசியை தனியாகவும், தவிட்டை தனியாகவும் பிரித்து எடுத்திருக்கின்றார்கள். இத்தகைய முறை யிலே பெறக்கூடிய தவிட்டிலே கூட பெண்கள் ஒரு முறையை பின்பற்றியிருக்கின்றார்கள் அது என்னவென்றால் உரலிலே குத்தி தனியாக பிரித்து எடுக்கப்பட்ட தவிட்டை புடைத்து தவிட்டிலே ஒரு விதமான வழுவழுப்பான (ஊட்டச்சத்து மாவினைப் போன்று) முரத்தின் முனையிலே தங்கிய அந்த மாவினை தெருக்கலிலே விளையாடும் குழந்தைகளுக்கும், தங்கள் வீடுகளிலேயுள்ள குழந்தைகளுக்கும் சாப்பிடச் சொல்லிக் கொடுத்திருக்கின்றார்கள். அப்படி தவிட்டிலே பிரித்து எடுக்கப்பட்ட மாவு இன்று அரசினால் ஊட்டச்சத்து மாவு என்று கூறி அங்கன்வாடிகளிலே வழங்கப்படுகின்றதே அதைப் போலவே அவ்வளவு ருசியாக இருக்குமாம் அந்த தவிட்டிலிருந்து பிரித்து எடுக்கப்பட்ட மாவு. இப்படி பெறப்பட்ட மாவினை தான் விரும்பி உண்டதாக இவ்வூரை சேர்ந்த மூதாட்டி என்னிடம் நினைவு கூர்ந்துள்ளார்கள்.

காசு கொடுத்து பூ வாங்க முடியாத இவ்வூர் மக்கள் தாழம்பூ, நெரிஞ்சிப்பூ செம்பருத்திப்பூ போன்றவைகளையே தங்களின் தலையிலே மலர்களாக சூடியிருக்கின்றார்கள். சிறுவயது பெண் பிள்ளைகள் சுரக்காயினுடைய காய்ந்த தண்டினை சிறு, சிறு துண்டுகளாக வெட்டி அவற்றின் முனையிலே நெறுப்பினை பற்ற வைத்து ஆண்கள் சுறுட்டு, பீடி பிடிப்பதைப்போன்று சிறு பெண் பிள்ளைகள் சுறக்கயிறுனுடைய தண்டை பயன்படுத்தி புகைப்பிடிப்பதைப் போன்று விளையாடி மகிழ்ந்துள்ளார்கள்.

வயல்வெளிகளிலே நெல்விதைப்பு காலங்களிலே விதை விதைத்து எஞ்சியிருக்கும் மீதி நெல்லை வயலின் உரிமை யார்களிடத்திலிருந்து பெற்று வந்து அந்த விதை நெல்லை வறுத்து அதை உரலிலே குத்தி அவுலாக மக்கள் உட்கொண்டுள்ளார்கள். நெல் அறுவடை காலங்களிலே வயல் அறுவடையின் பொழுது கீழே சிந்திவிழும் நெல்கதிர்களை பெண் குழந்தைகளும், வயது முதிர்ந்த மூதாட்டிகளும் பொறுக்கி சேகரித்து அதைக்கொண்டு

வாழ்க்கையினை நகர்த்தி வாழ்ந்து வந்திருக்கின்றார்கள் இவ்வூர் பெண்கள். இந்த அளவிற்கு பெண்களின் வாழ்க்கை நிலையை பதிவு செய்துள்ள பொழுது இவர்களின் கல்வி சார்ந்த நிலைபாட்டை தெறிவிக்கபட வில்லையென கேள்வி எழலாம். கல்வியை பொறுத்தவரையில் சாத்தப்பாடி வாழ் பெண்களென்று எடுத்துக்கொண்டாலே அவர்கள் ஆதிதிராவிட பெண்களாக இருந்தாலும் சரி, வன்னிய பெண்களாக இருந்தாலும் சரி கல்வி–யிலே அறிவு அற்றவர்களாக இக்கிராமத்தில் வாழ்ந்து பாமர மக்களாக இருந்துள்ளனர் என்பது தெளிவாகிறது.

சாத்தப்பாடி கிராமத்தில் பெண்கள் கல்வி கற்கும் நிலையானது தற்பொழுது சுமார் இருபது வருடங்களாகவே இருந்து வருகின்றது. அதற்கு முற்பட்ட காலத்தில் பெண்கள் கல்வி அறிவிலே தேர்ச்சி பெற்றிருந்தார்களா என்றுக் கேட்டால் இல்லை என்றே தெளிவுபடுத்த வேண்டியிருக்கின்றது. இந்த இருபத்து ஒன்றாம் நூற்றாண்டில்தான் இந்த கிராமத்திலே பெண் கல்வியின் வளர்ச்சி துளிர்விட ஆரம்பித்திருக்கின்றது என்று சொல்ல முடியும். இவ்வூரிலே நடத்தப்பட்டுவரும் தொடக்க பள்ளியிலும், உயர்நிலைப் பள்ளியிலும், தற்பொழுது பெண் பிள்ளைகளே அதிகபடியான மதிப்பெண்களைப் பெற்று ஊருக்கும் சரி, பள்ளிக்கும் சரி, பெருமை சேர்த்து கொண்டிருக்கின்றார்கள். இந்த நிலை தொடர்ந்தால் நிச்சயமாக சாத்தப்பாடி கிராமம் வெகு விரைவிலேயே ஒட்டுமொத்தமான வளர்ச்சி நிலையை எட்டி விடும் என்பதில் எந்த விதமான மாற்றுக்கருத்தும் இருந்து விட முடியாது.

என் ஊர் சார்ந்த சில பதிவுகள்

சி.சாத்தப்பாடியை சுற்றியுள்ள கிராமங்களுக்கும் அதன் பெயர்களுக்கும் தனித்தனியே காரணங்கள் சொல்லப்படுகின்றன. அவைகள் யாதெனின் சி. சாத்தப்பாடியின் வடக்கே சொக்கன் கொல்லை என்ற ஊர் அமைந்துள்ளது. இவ்வூர் முன்பு சி. சாத்தப்பாடி பஞ்சாயத்திற்கு உட்பட்டிருந்தது அதன் பிறகு தனியே பிரிக்கப்பட்டு சொக்கன் கொல்லை தனி ஊராட்சியாக தற்பொழுது செயல்பட்டு வருகின்றது. சரி நம்முடைய கதைக்கு வருவோம்.

சொக்கன் கொல்லை

சொக்கன் + கொல்லை என்று பிரித்தால் சொக்கன் (சிவனு டைய பெயர்) கொல்லை (வயல் (அ) விலைநிலம்) என்று பொருள் படும். சிவன் கொல்லையிலே சுயம்புவாக இவ்வூரிலே லிங்கமாக தோன்றியதால் இவ்வூருக்கு சொக்கன் கொல்லை என்று பெயர் உருவாகி இருக்கின்றது. அதன்பிறகு "வயலாமூர்" என்ற ஊர் உள்ளது. இதற்கு வயல் மூடிய ஊர் என்று பொருள் படும் இவ்வூருக்கு செல்ல வேண்டுமானால் சி. சாத்தப்பாடி யிலிருந்து வயல்களின் வழியே பாதை அமைத்துத்தான் இவ்வூரின் முன்னோர்கள் சென்றிருக்கின்றார்கள். வயலாமூரைச்சுற்றிலும் அப்பொழுதும் சரி இப்பொழுதும் சரி வயல்களை கடந்துத்தான் இவ்வூருக்கு செல்ல வேண்டும் இதற்காகவே இந்த கிராமத்திற்கு வயலாமூர் என்று பெயர் உருவாகியிருக்கின்றது.

மேலமணக்குடி, கீழமணக்குடி என்ற ஊர்கள் தற்பொழுது பிரிந்து வெவ்வேறு கிராமங்களாக இருந்து வருகின்றன. 'மணக்குடி' என்றே இவ்விரு ஊர்களும் ஒன்றாக இருந்த காலகட்டத்தில் அழைக்கப்பெற்றுள்ளது. "மணக்குடி" என்பதற் கான பொருளாக இறைவன் மக்களின் மனதில் குடிகொண் டிருக்கின்றான் என்ற பொருள்படும் வகையில் இவ்வூருக்கு மணக்குடி என்று பெயர் உருவாகியிருக்கின்றது.

பழங்காலகட்டத்தில் மணக்குடியென்ற இவ்வூர் ஒரே கிராமமாக இயங்கி வந்திருக்கின்றது. அப்பொழுது வந்த பெருத்த வெள்ளத்தினால் மக்கள் பாதிக்கப்பட்டு மேடான பகுதிகளில் சென்று குடியேறி வாழ்ந்திருக்கின்றார்கள். மேல் பகுதி மேட்டிலே குடியேறிய மக்கள் தங்களை மேலமணக்குடியென்றும், கீழ் பகுதியிலே குடியேறி மக்கள் தங்களை கீழமணக்குடியென்றும் கூறிக்கொண்டு எல்லைகளை தனித்தனியே உருவாக்கிக்கொண்டு தற்பொழுது மேலமணக்குடி ஒரு கிராமமாகவும், கீழ மணக்குடி ஒரு கிராமமாகவும் இயங்கிவருகின்றது.

அடுத்து சித்தேரி என்ற ஊர் உள்ளது சித்தேரி என்று தற்பொழுது அழைக்கப்படும் இவ்வூர் அக்காலத்திலே வயல்களுக்கு பாசனம் கொடுக்கும் "சிறு ஏரியாக" இருந்துள்ளது. சிறு ஏரி மறுவி அதன் பிறகு தற்பொழுது சித்தேரி என்று அழைக்கப்படுகின்றது.

வடக்குத்திட்டை, தெற்குத்திட்டை என்று இரண்டு கிராமங்கள் தற்பொழுது இயங்கி வருகின்றது. இவ்வூர் தனித்தனியே பிரிவதற்கு முன்பாக பழங்காலத்தில் இப்பகுதியிலே "மணல் திட்டுக்கல்" மேடுபோல காட்சியளித்திருக்கின்றன. தற்பொழு தும் இவ்விரு ஊர்களையும் மக்கள் "திட்டை" என்றே பொது பெயரிட்டு அழைப்பதுண்டு.

மணல்திட்டு பகுதியிலே வாழ்ந்த மக்கள் தனித்தனியே குடியேறி வாழ்ந்த காலகட்டத்தில் ஊருக்கான எல்லையை பிரித்துக் கொள்ளும் அளவீடாக தெற்குதிட்டை, வடக்குதிட்டை என தனித்தனி கிராமங்களாக உருவாக்கி கொண்டு மக்கள் வாழ்ந்துகொண்டு இருக்கின்றனர்.

ஆரம்ப காலகட்டத்தில் இவ்வூர் மணல்திட்டை என்றே அழைக்கப் பெற்றிருக்கின்றது. இவ்வூரை சுற்றிலும் உள்ள கிராமங்களில் இவ்விரு ஊர்களில் மட்டுமே, மணல் பகுதி யிலே விலைவிக்கப்படும் விலைப்பொருட்களான நிலக் கடலை பயிர்வகைகள், கரும்பு போன்றவை இவ்வூரின் விலைவிக்கப்படுகின்றது.

கிருஷ்ணாபுரம், இவ்வூர் ஆரம்பக்காலகட்டத்திலே கிருட்டி ணாபுரம் என்று பெயர் பெற்று விளங்கி வந்திருக்கின்றது. இவ்வூரில் பிராமணர்கள் அதிகமாக குடியேறி வாழ்ந்த்தினால்

வைணவ கடவுளான கிருஷ்ணரின் பெயரைச் சூட்டி தங்கள் வசிக்கும் பகுதிக்கு கிருஷ்ணாபுரம் என்று பெயர் வைத்திருக் கின்றார்கள். கிருஷ்ணாபுரத்திற்கு வடக்கு பகுதியிலே தலித் மக்களின் குடியிறுப்புக்கள் தனியே அமையப்பெற்றுள்ளது. தலித் மக்கள் வசிக்கும் பகுதிக்கு வடகிருஷ்ணாபுரம் என்று பெயர் விளங்கப்பெற்றிருக்கின்றது.

அடுத்து நத்தமேடு என்ற ஊர் உள்ளது. இவ்வூருக்கு எதற்காக இப்பெயர் வழங்கப்பெற்றது என்று பார்த்தால் மக்கள் மழை வெள்ள காலத்தில் பசிப்பட்டினியோடு உணவிற்கு வேறு வழி யின்றி நீர் நிலைகளிலே கிடக்கும் நத்தைகளை பிடித்து உணவாக உட்கொண்ட பிறகு அதன் ஓடுகளை மலைகளைப்போல குவியல் குவியலாக கொட்டிவைக்கும் மேட்டுப் பகுதியாக இருந்ததாக கூறுகின்றனர். அதன்பிறகு இவ்வூருக்கான பெயருக்கு மற்றொரு காரணமும் கூறப்படுகின்றது. இப்பகுதியிலே நத்தம் நிலப்பகுதிகள் அதிகமாக இருந்ததாகவும் ஒரு செய்தி ஆக இத்தகைய காரணங்களை மையமாக வைத்தே இவ்வூர் மக்கள் வசித்த மேட்டுப் பகுதிக்கு நத்தமேடு என்று பெயர் உருவாகி யிருக்கின்றது.

அடுத்து குமுடிமூலை என்ற ஊர் உள்ளது. இவ்வூருக்கு எதற்காக குமுடிமூலை என்று பெயர்உருவாக்கப் பெற்றிருக்கின்றதென்றால் நான்பிறந்த ஊர் சாத்தப்பாடி கிழக்கு பகுதியாகவும், கிருஷ்ணாபுரம் என்னும் ஊர் மேற்குப்பகுதியாகவும் திசை அமைப்பை பெற்றிருக்கின்றது. சாத்தப்பாடியில் பிராமணர்கள் வசித்ததைப் போலவே கிருஷ்ணாபுரத்திலும் பிராமணர்கள் வசித்திருக்கின்றார்கள். அங்கும் அக்ரஹாரக் கொடுமைகள் அரங்கேறியிருந்திருக்கின்றது.

சாத்தப்பாடி (கிழக்காகவும்), கிருஷ்ணாபுரம் (மேற்காகவும்) அமைந்துள்ளது இரு கிராமங்களின் திசை அமைப்பிற்கும் வடக்குப்பகுதியிலே ஒரு கூட்ட மக்கள் மேட்டுப்பகுதியிலே வசித்துக் கொண்டிருந்தார்கள்.

இவ்வூர் மக்கள் வசித்த மேட்டுப் பகுதிக்கு எதற்காக குமுடி மூலை என்று பெயர் வந்தது என்று பார்த்தால் சாத்தப்பாடி என்னும் (கிழக்கு பகுதியிலே) வசித்த பிராமணர்களுக்கும், கிருஷ்ணாபுரம் (மேற்கு பகுதியிலே) வசித்த பிராமணர்களுக்கும் இவ்வூர் இம்மேட்டுப்பகுதியில் மக்கள் வசித்த பகுதி முக்

கோணம் போன்ற தோற்றத்தை கொண்டிருந்திருக்கின்றது. அதுமட்டுமல்லாமல் பிராமணர்கள் குமுடியை தனது சிகை அளங்காரமாக வைத்திருப்பது அனைவரும் அறிந்த ஒன்று. இரு கிராமத்தில் வசித்த பிராமணர்களுக்கும் தலையிலே குமுடி வைத்திருந்தார்கள். குமுடி வைத்த பிராமணர்கள் வசித்த கிராமங்களுக்கு வடக்கு பகுதியிலே வசித்த மேட்டுப்பகுதி மக்கள் வசித்த கிராமத்திற்கு குமுடிமூலை என்று பெயர் வைத்து பிராமணர்களால் அழைக்கப்பெற்றதால் குமுடிமூலை என்ற பெயர் உருவாக காரணமாக அமைந்திருக்கின்றது.

இங்கு பெயர் காரணம் சுட்டிக்காட்டி எடுத்துரைக்கப்பட்ட கிராமங்கள் அனைத்தும் சிற்றரசர் சாத்தனின் ஆட்சியின் கீழ் இயங்கி வந்த நிலப்பரப்புகளில் ஒரு பகுதி என்பது குறிப்பிடத்தக்கது. ஆக இத்தகைய அடிப்படையில்தான் சாத்தப்பாடியைச் சுற்றியுள்ள கிராமங்களுக்கு பெயர்கள் உருவாகியிருக்கின்றன.

எங்க ஊர் புளியமரம்

தலித் மக்கள் வசிக்கும் பகுதிக்கு முதன்மை அடையாளமாக விளங்குவது தற்பொழுது கிராமத்தின் சாலைப் பகுதியிலே ஸ்ரீ சாலைக்கரை மாரியம்மன் ஆலயத்திற்கு வடக்கு புரமாக அமைந்துள்ள புளியமரம்தான் அப்படியென்ன இந்த புளியமரம் ஒரு ஊரினுடைய அடையாளமாக கூறப்படுகின்றதே என்று பலருக்கும் ஐயம் ஏற்படலாம். இந்த புளியமரம் ஒரு பெருத்த சூறாவெளிகாற்றின் போது கீழே சாய்ந்து விட்டதாம். சாய்ந்து கிடந்த புளியமரத்தை ஊர் மக்கள் ஒன்று சேர்ந்து தூக்கி நிமிர்த்தி, மரத்தைச் சுற்றி மண்ணை வெட்டிவந்து மேடு எழுப்பி இந்த புளியமரத்தை நிற்க வைத்திருக்கின்றார்கள்.

இந்த புளியமரம்தான் இவ்வூர் மக்களின் நீதிமன்றமாக இருந்து வருகின்றது. கிராமம் தொடர்பான எந்தவிதமான நிகழ்வுகளுக்கும் இந்த புளியமரத்தின் கீழ் அமர்ந்துதான் நாட்டாமைகள், ஊர் தலைவர்கள் பஞ்சாயத்து செய்வார்கள். இந்த புளிய மரத்திற்கு "பஞ்சாயத்து மரமென்றே பெயரும் உண்டு." தலித் மக்களின் நல்லது, கெட்டது போன்ற எல்லா நிகழ்வுகளுக்கும் இந்த புளியமரத்தின்கீழ்தான். இந்த புளிய

மரத்தைச் சுற்றி எப்பொழுதுமே ஆண்களின் கூட்டம் இருந்து கொண்டேயிருக்கும். இளைஞர்கள் ஒரு பக்கம் செய்தித்தாள்களை படித்துக்கொண்டிருக்கும்பொழுது மற்றொரு புறம் வயது முதிர்ந்த முதியவர்களின் கூட்டம் ஒரு புறம் பழங்கதைப் பேசி வாயசைப்போடுவார்கள். இந்த புளியமரத்தின் கீழே காலை வேலையில் இட்லி, பத்து மணிக்கெல்லாம் கூழ், மதியம் போண்டா, பஜ்ஜி போன்ற உணவு பொருட்களை வியாபாரம் செய்துள்ளனர். அதுமட்டுமல்லாமல் நான் சிறு பிள்ளையாக இருக்கும் பொழுது கண்ணம்மா என்னும் பாட்டி இங்கு அமர்ந்துதான் மாம்பழம் விற்றுக்கொண்டிருப்பார்கள். மாம்பழங்கள் இருபது பைசா, ஐம்பது பைசா, ஒரு ரூபாய் போன்ற விலையிலேயே அந்த பாட்டி விற்பார்கள். அந்த பாட்டி மாம்பழத்தின் அழுகிய பகுதிகளை தான் வைத்திருக்கும் சிறு கத்தியால் அறிந்துவிட்டு மீதமுள்ள மாம்பழத்தை விற்பனை செய்வார்கள். அதற்காக அனைத்தும் அழுகிய மாம்பழங்கள் என்று அர்த்தம் கொண்டு விடாதீர்கள். நல்ல மாம்பழங்களை அதிகமாகவே வைத்திருப்பார்கள். ஆனால் நல்ல மாம்பழங்கள் கொஞ்சம் விலை அதிகம் அவ்வளவுதான் விலை அதிகமென்றால் நல்ல மாம்பழம் ஒரு ரூபாய் என்றால் கொஞ்சம் அழுகிய மாம்பழம் ஐம்பது பைசா, அவ்வளவுதான். ஆனால் அந்த பாட்டி கொடுக்கும் நல்ல மாம்பழங்களுக்கு இல்லாத ருசி அழுகிய மாம்பழங்களுக்கு அதிகம். நான் அழுகிய மாம்பழத்தையே அதிகமாக விரும்பி வாங்கி உண்ணுவேன். அழுகிய மாம்பழத்தைத்தான் வாங்க வேண்டுமென்ற கட்டாயத்தினால் வாங்கவில்லை நல்ல மாம்பழம் வாங்க காசு குறைவாகவே இருக்கும். அதன் காரணத்தினாலேயே நான் விரும்பி அழுகிய மாம்பழங்களை வாங்கி சாப்பிடுவேன். அந்த அழுகிய மாம்பழத்தின் ருசி அமிர்தத்தையும் தோற்க்கடித்துவிடும்.

அதுமட்டுமல்லாமல் இந்த புளிய மரத்தின் கீழ் சோளக்கறுத்து, மரவள்ளிக்கிழங்கு, கொண்டைக்கடலை, நறுக்கப் பட்ட சிறு, சிறு கரும்பு துண்டுகள், ரவாலெட்டு, சீனிக்கிழங்கு, இளநீர் போன்றவைகளை வைத்து மாதங்களின் பருவநிலைக்கு ஏற்றார்போல திண்பண்டங்கள் மாறி, மாறி, இந்த புளிய மரத்தின்கீழ் விற்று கொண்டேயிருக்கும்.

இந்த புளியமரத்தின் கீழ்தான் நான் சிறுபிள்ளையாக இருக்கும் பொழுது எனது அப்பா சீராளன் கிழங்கு வியாபாரம் செய்வார். அப்பா மரவள்ளி கிழங்குகளை பல ஊர்களுக்கு சென்று விற்பார். ஆனால் அதற்கு முன்பு கொஞ்சம் மரவள்ளிக் கிழங்குகளை என்னுடைய அம்மா மகேஸ்வரியிடம் கொடுத்து விற்கச் சொல்லிவிட்டு அப்பா வியாபாரம் செய்ய சென்று விடுவார். நானும், என்னுடைய அண்ணன் மணிகண்டன், அம்மா, மூன்றுபேரும் சேர்ந்து மரவள்ளிக் கிழங்குகளை சாக்கை கீழே விரித்து அதன்மீது கிழங்குகளை வைத்து என்னுடைய அம்மா விற்கும். நானும் அண்ணனும் சிறுபிள்ளைகள் சும்மா ஒத்தாசைக்கு அம்மாவோடு கூட அமர்ந்து இருப்போம்.

இன்றும்சரி பலபேர் பேருந்துகளின் செல்லும் பொழுது இந்த புளியமரத்தை மட்டும் வெறுக்கிப் பார்த்துக் கொண்டே செல்வார்கள். காரணம் இந்த புளியமரம்தான் இவ்வூர் மக்களுக்கு போதிமரம். இரவு பன்னிரெண்டு மணிக்கே இந்த புளியமரம் வெறுமையாக காட்சியளிக்கும். அப்படியும் சில நேரங்களில் யாரேனும் ஒருசில முதியவர்கள் துண்டை விரித்துப் போட்டு தூங்குவார்கள். மதுரையை எப்படி தூங்கா நகரம் என்று அழைக்கின்றார்களோ இந்த ஊர் புளியமரத்தை தூங்காப் புளியமரம் என்றுகூட அழைக்கலாம் தவறில்லை. என்னுடைய சிறு வயதில் இந்த புளியமரத்தின்கீழ் உள்ள இடத்தில்தான் நண்பர்களெல்லாம் ஒன்றுகூடி கிரிக்கெட் விளையாடுவோம், கபடி விளையாடுவோம் பெண்குழந்தைகள் கோக்கோ விளையாடுவார்கள்.

அம்பேத்கர் சிலை

இவரை அனைத்து மக்களின் குலதெய்வம் என்று பலர் வாய்பேச்சில் சொல்லிவிட்டு சென்று விடுகின்றார்கள். இதில் எனக்கு ஒரு முரண்பாடான கருத்துண்டு. அம்பேத்கர் என்னும் சகாப்தம் இந்த இந்திய தேசத்தில் பிறந்ததற்காக இந்திய தேசம் பெருமைப்படவேண்டும். ஆனால் அதற்கு மாறாக அம்பேத்கரின் புகழுக்கு கலங்கம் விளைவிக்கும் காலச்சூழல் அவர் வாழ்ந்த நாட்களிலும் சரி இன்றளவிலும் சரி அம்பேத்கர் இந்த தேசத்திலே இருட்டடிப்புச் செய்யப்பட்டு வருகின்றார் என்பதை எவராலும்

மறுத்துக்கூறிவிடமுடியாது. இதைப் பற்றி பேசினால் பேசிக்கொண்டேயிருக்கலாம் சரி நாம் விஷயத்திற்கு வருவோம்.

அம்பேத்கர் சிலை

சி. சாத்தப்பாடி தலித் மக்கள் வசிக்கும் பகுதியிலே அம்பேத் கரின் முழுத்திரு உருவச் சிலை நிறுவப்பட்டுள்ளது. இந்தச் சிலை 28.08.2008 ஆம் ஆண்டு கட்டப்பட்டு திறப்பு விழாச் செய்யப்பட்டிருக்கின்றது.

எனது தந்தையான திரு. சா. சீராளன் (ஒன்றியக்குழு உறுப்பினர்) வரவேற்புரை நிகழ்த்தியிருக்கின்றார். திரு. வே. சுதாகர் என்பவர் தலைமையேற்றிருக்கின்றார். இந்த விழாவிற்கு திருமதி கலைச்செல்வி ஜோதிமணி (ஊராட்சி மன்ற தலைவர்) முன்னிலை வகித்திருக்கின்றார்கள். அம்பேத்கர் அவர்களினுடைய திருஉருவச்சிலையை திறந்து வைத்து விழா பேரூரையை திரு. தொல். திருமாவளவன் (தலைவர் வி.சி.க.) அவர்கள் நிகழ்த்தியிருக்கின்றார். இந்த கிராமத்தின் சார்பில் திரு. கோ. கதிர்வேல் முன்னால் ஊராட்சி மன்றத்தலைவர், திரு. எம். ராமதுரை அவர்கள் சிறப்புரை ஆற்றி இருப்பதாக அம்பேத்கர் சிலை நிறுவப்பட்டுள்ள கல்வெட்டில் பதிவுகள் நமக்கு உறுதிப்படுத்துகின்றன.

அம்பேத்கர் சிலையை அமைப்பதற்காக குழு ஒன்றை இளைஞர்களினால் உருவாக்கப்பெற்று அக்குழுவிலே இடம் பெற்றுள்ளவர்களாக சிலையின் கல்வெட்டிலே குறிப்பிடப்பட்டுள்ள நபர்களின் பெயர்கள் வருமாறு, திரு. ச. குருசங்கர், த. குமரவேல், த. ஆனந்த், அ. ராஜசேகர், டி. திருக்குமரன், கு. சக்கரவர்த்தி என்றும் நன்றியுரையை

திரு. த. முத்துலிங்கம் வழங்கியதாக கல்வெட்டில் குறிப்பிடப் பட்டுள்ளது.

அம்பேத்கரின் உருவச் சிலைக் கல்வெட்டில் ஒரு வாசகம் பொறிக்கப்பட்டுள்ளது. அது யாதெனில் "கடவுள் மனிதனாக அவதரித்த திருஉரு" அம்பேத்கர் என்று குறிப்பிடப்பட்டுள்ளது.

மரங்களும் சிறுவர்களும்

இவ்வூரில் அதிகபடியான புளியமரங்கள், பனைமரங்கள், தென்னைமரங்கள் இருக்கின்றன. இவைகளையெல்லாம் வருடாவருடம் கிராமமக்கள் ஒன்றினைந்து ஏலம் விடுவார்கள். இதில் புளியமரங்கள் ஒவ்வொன்றாக ஏலம் விடப்படும் யார் அதிகபடியான தொகைக்கு ஏலம் கேட்கின்றார்களோ அவர்களுக்கு ஒருவருடம் குத்தகைக்கு புளியமரம் கொடுக் கப்படும். மற்ற பனைமரங்கள், ஜெதன்னை மரங்கள் மொத்தமாகவே ஏலம் விடப்படுகின்றன. அதுவும் ஒருவருட ஏலம்தான். இவ்வூர் இளநீர் என்றால் எல்லோரும் கேட்டு வாங்கி பருகுவார்களாம் அவ்வளவு சுவையாக இருக்குமென்று ஊர் பெரியவர்கள் விவரித்துக் கூறுகின்றார்கள். இளநீர் மரம் பழைய கோவில் அமைந்திருந்த இடத்தில் இருக்கின்றது. தற்பொழுது பெரும்பாலான மரங்கள் இயற்கை சீற்றத்தின் பொழுது சாய்ந்து விட்டன. எஞ்சிய மரங்களே மீதமுள்ளன அதைத்தான் தற்பொழுதும் இவ்வூர் வாழ் தலித் மக்கள் ஒன்றினைந்து ஏலமிடுகின்றார்கள். பனைமரங்கள் ஏரி மேட்டில் இருக்கின்றன. சுமார் நாற்பது மரங்களாவது இருக்கும். முன்பு அதிகமாகவே இருந்திருக்கின்றது. இயற்கை சீற்றத்திற்கு பலியானவற்றில் பனைமரங்களும் அடங்கும். பனைமட்டைகள் கூறைகள் அமைக்கவும் அதன் கொங்கைகள் அடுப்பு எறிக்க பயன்பட்டன. பனைம்பழங்கள் செங்காய் நிலையில் இருக்கும்பொழுது அதை மரத்திலிருந்து வெட்டி கொண்டுவந்து பத்தை பத்தையாக அறிந்து கொஞ்சம் தண்ணீர், கொஞ்சம் உப்பு போட்டு மண் சட்டியில் வைத்து அவித்தபின்பு அதை ஆளுக்கு ஒரு பனைம்பழ சக்கையை எடுத்துக் கொடுப்பார்கள். தின்பதற்கு அவ்வளவு ருசியாக இருக்கும். அடுத்து பனைம்பழங்கள் மரத்திலேயே பழுத்தும் இருக்கும். கீழே நடந்து செல்பவர்களுக்கெல்லாம் பனைம்பழ வாசனை மூக்கை துளைக்கும். இந்த பனைமரங்கள்

தினம், தினமும், காலை நேரங்களில் தான் அதிகமாக கீழே விழும். இருந்தாலும் குறிப்பாக அதிகாலை நேரங்களில்தான் அதிகமாக விழும். பனைம்பழங்களை பொறுக்க சிறார்கள் காலையிலேயே ஓடி பனைமரங்களின் கீழே பனைம்பழங்கள் விழுந்து கிடக்கின்றனவா? என்பதை பார்த்து எடுத்து வந்து அதை பச்சையாகவும் சாப்பிடுவார்கள். சுட்டும் சாப்பிடுவார்கள். பனைம்பழங்களின் தோலுக்கு போட்டாபோட்டி நிகழும். பனைம்பழம்கிடைக்காதவர்கள்அதைசுட்டுசாப்பிடுபவர்களிடம் போய் நிற்பார்கள். பனைம்பழம் சுட்ட உடன் அது மூன்று கொட்டைகளாக தனித்தனியாக பிரிக்கப்பட்டும், அதன் மேல் உள்ள பனைம்பழத் தோலை பிய்த்துக் கொடுப்பார்கள். பனைம்பழத் தோலே அவ்வளவு ருசியென்றால் அப்பொழுது பனைம்பழம் எவ்வளவு ருசியாக இருக்குமென்பதை எண்ணிப் பாருங்களேன்.

ஒரு முறை எனது மாமா பாலு சிறு பிள்ளையாக இருக்கும் பொழுது ஏரிக்கு பனைம்பழம் பொருக்க சென்றாராம். கோழி கூவிய சத்தம் கேட்டு வீட்டிலிருந்து எழுந்து வேகமாக ஏரிக்கு பனைம்பழம் பொருக்க ஓடினாராம் ஆனால் கூவியது விடியற்காலை கோழியல்ல அது இராக்கோழியாம். இராக்கோழி என்றால் சுமார் இரவு ஒன்று அல்லது இரண்டு மணிக்கு கோழிகள் கூவி சத்தமிடும் இதைத்தான் இராக்கோழி என்பார்கள். கிராமப்புறங்களிலே அப்படி இராக்கோழி கூவியச்சத்தம் கேட்டு விடிந்து விட்டது என நினைத்துக் கொண்டு ஓடி "ஏரி யிலே பனைமரங்களின் கீழே பனைம்பழத்தைதேடி பொறுக்கி கைநிறைய வைத்திருக்கும் பொழுது தூரத்தில் பெரிய வெள்ளைநிற உருவம் அவரை நெறுங்க வந்து கொண்டே யிருந்ததாம் பொறுக்கிய பனைம்பழங்களை கீழே போட்டுவிட்டு ஒரே ஓட்டம் பிடித்து வீடுவந்து சேர்ந்திருக்கின்றார். அடுத்து இவ்வூரைச்சார்ந்த திரு. பொன்னுசாமி என்பவர் தனது மழலைப் பருவத்தை நினைவு கூர்ந்தார். தன் பனைம்பழம் பொறுக்க ஏரிக்கு காலையிலே எழுந்து சென்று கொண்டிருப்பேன். எதிரே பாலு நடந்து வருவான் "என்னடா பாலு நடந்து வர பனைம்பழம் கிடச்சிதா இல்லையா அதயேன்டா கேக்குற எனக்கு முன்னாலேயே எவனோ வந்து எல்லாத்தையும் பொறுக்கிட்டு போயிட்டான் போலடா" என்று பாலூ தன்னிடம் சிறுபிள்ளைப் பருவத்திலே கூறிய நிகழ்வை நினைவுகூர்ந்திருக்கின்றார்.

நானும் எனது பள்ளி நண்பனுமான சரவணனும் எப்பொழுதுமே ஒன்றாகத்தான் இருப்போம். எங்கள் இருவரையும் ஒன்றாகத்தான் ஒன்றாம் வகுப்பில் ஒரே நாளிலே பள்ளியில் சேர்த்தார்கள். அப்பொழுது இரண்டாவது படித்த நியாபகம் நானும் அவனும் சாத்தப்பாடி கூட்டுறவு வங்கி அமைந்திருக்கும் வளாகத்திற்கு அச்சித்தாள் பொறுக்க போவோம். அச்சித்தாள் என்றால் (Corpan Sheet) அதைத்தான் நாங்கள் சிறு பிள்ளையிலே அப்படி கூறுவோம். நாங்கள் மட்டுமல்ல எங்களைப்போல பல சிறுவர்கள் அச்சித்தாள் பொருக்க அங்கு வருவார்கள். அப்படி அச்சித்தாள்களை பொருக்கிக் கொண்டிருக்கும் பொழுது அருகே பனைம்பழங்கள் விழுந்து கிடப்பதை பார்த்து விட்டு இரண்டுபேரும் அதை எடுத்து மூன்று கொட்டையாக இருந்த பனைம்பழத்தை எனக்கு ஒரு கொட்டையை கொடுத்துவிட்டு இரண்டு கொட்டைகளை அவனே எடுத்துக்கொண்டான். நாங்கள் இருவரும் பச்சையாகவே பனைம்பழத்தை தின்று கொண்டிருந்தோம். பனைமரத்தின் கீழே மற்றொரு பனைம்பழம் கிடந்ததை அவன் பார்த்துவிட்டான் அந்த பனைம்பழம் ஒன்று முழுக்கொட்டையாகவும் மற்றொன்று சப்பங்கொட்டையாகவும் இருந்தது. பெரிய பனைம்பழக்கொட்டையை என்னிடம் கொடுத்துவிட்டு சப்பங் கொட்டையை அவன் எடுத்துக் கொண்டான். சப்பங்கொட்டையென்றால் அதில் வெறும் சதைகளாகவே பழம் இருக்கும் கொட்டை இருக்காது. அதுவும் என்னுடைய நண்பன்சரவணன்இருக்கின்றானேஅந்த பனைம்பழ கொட்டை வெள்ளைநிறம் மாறும்வரை அந்த பனைம்பழத்தை படாதபாடு படுத்துவான். பனைங்கொட்டையை நன்கு தின்றுவிட்டு அந்த கொட்டை வெள்ளை நிறத்திற்கு வந்தவுடன் அதற்கு இரண்டு முனையிலும் சடைபின்னுவான் அவன்.

நாங்கள் சிறுபிள்ளையாக இருக்கும் பொழுது புளியமரத்தின் மீதும், வேப்பமரதின் மீதும் ஏறி விளையாடுவோம். எங்கள் ஊர் புளியமரத்தின் மீது ஏறிப்பார்த்தால் நெய்வேலி பழுப் புநிலக்கரியின் பெரிய பெரிய புகை அடுப்புகள் தெரியும். புளியமரத்தின்கிளை, வேப்பமரத்தின்கிளைகளிலேயே எங்களின் இளமைகால விளையாட்டுகள் தொடர்ந்து கொண்டேயிருக்கும். புளியமரத்தை குத்தகைக்கு எடுத்தவர்களுக்கு தெரியாமல் புளியம்பழங்களை பறித்து அப்பொழுது மேலமணக்குடியில்

முத்தம்மா என்ற பாட்டி மளிகைக் கடை வைத்திருந்தார்கள். அந்த பாட்டியிடம் சென்று பறித்த புளியம்பழங்களை உருண்டையாக பிடித்து கொடுத்துவிட்டு காசு வாங்குவோம் சில நேரம் திண்பண்டங்களையும் வாங்கி வருவோம். வேப்பமரங்களில் காய்ந்திருக்கும் வேப்பம்பழங்களை உறுவிச் சேகரித்து வைத்து ஊருக்கு வேப்பங்கொட்டை வாங்கவரும் வியாபாரியிடம் கொடுத்து காசு வாங்கிக் கொள்வோம். பள்ளி விடுமுறை நாட்களிலே கருவை காடுகள் எங்கெல்லாம் அடர்ந்து கிடக்கின்றனவோ அங்கெல்லாம் சென்று தேன் கூடு இருக்கின்றதாவென தேடி அதைக் கண்டு பிடித்து தேன் எடுத்து எங்களோடு வந்த எல்லோருக்கும் பங்கிட்டுக்கொடுத்து தேனை உள்ளங்கையில் ஊற்றி நாவால் நக்கி, நக்கி ருசித்து சாப்பிடுவோம். அதே போன்று நொனா மரங்கள் எங்கள் ஊரில் முன்பெல்லாம் அதிகமாக இருக்கும். சிறுபிள்ளைகளாக இருக்கும் நாங்களெல்லாம் ஒன்றிணைந்து நொனாபழம் பறிக்க காடுகாடுகளாக திரிவோம். பழங்கள் கிடைத்தால் பறித்து உடனே சாப்பிடுவோம். நொனா பழம் பழுக்காமல் காயாக இருந்தால் அதை மரத்திலிருந்து பறித்து தரையில் குழியைத் தோண்டி புதைத்து விட்டு மறுநாள் காலையில் புதைத்த பழங்களை எடுத்து பார்த்தால் பழங்கள் பழுத்திருக்கும். ஒரு சிலவைகள் பழுக்காமல் இருக்கும் பழுத்த பழங்களைமட்டும் எடுத்து தின்றுவிட்டு காயாக இருப்பதை மீண்டும் குழிக் குள்ளேயே போட்டு புதைத்துவிட்டு மறுநாள் தோண்டி அதை எடுத்து சாப்பிடுவோம். நொனாப்பழத்தைப் போலவே கோவைப்பழத்தை சிறுவயதிலே விரும்பி சாப்பிடுவோம். முட்கள் அதிகமாக படர்ந்து இருக்கும் இடத்தில் நான் கோவைப் பழகொடிகள் அதிகமாக படர்ந்து கருவேள முள்ளின்மீது பழங்கள் சிவப்பு நிறத்தில் ஆப்பிளைப் போன்று அழகாக தொங்கும். சிவப்புநிறத்தில் கோவைப்பழங்களை பார்க்கும் பொழுது நாக்கில் எச்சில் ஊற்றும் அதுவும் காலை நேரங்களில் பனி பெய்ந்து பனித்துளிகள் கோவைப்பழத்தின் மீது முத்து முத்துக்களாக நிற்கும். அதை பறித்து தின்றால் தான் பிறந்த பயனை அடைந்தது போல ஒரு பெரிய மகிழ்ச்சி ஏற்படும். கோவைப்பழம் தின்றிருக்காத சிறுவர்கள் எங்கள் ஊரில் யாருமே இருக்க முடியாது. எல்லோரும் விரும்பி சாப்பிடுவதால்

கோவைப்பழங்களை தேடித்தேடி அலைவோம். அதே போன்று எங்கள் ஊர் கருவேலங் காடுகளிலே கொடிபோல படர்ந்து குண்டு, குண்டாக பழம்பழுத்திருக்கும் பார்ப்பதற்கு வெளிர் பச்சை நிறமாக இருக்கும். இந்த பழத்தை எங்க ஊரு மக்கள் பூனை புடுக்கு பழம் என்பார்கள் அதன் உள்ளே விதைகள் சிறு அரிசி அளவு இருக்கும் திண்பதற்கு அவ்வளவு ருசியாக இருக்கும். வயல்வெளிகளிலே படர்ந்திருக்கும் ஒரு சிறு தாவரம் அதில் இளநீர் குருவைகள் எப்படி இருக்கின்றதே அதனைப்போலவே இருக்கும். சிறுபிள்ளையில் நாங்கள் அதை எலணிக்காய் என்றுதான் கூறுவோம் அதுவும் திண்பதற்கு ருசியாக இருக்கும்.

மீன் பிடித்தல்

சாத்தப்பாடியில் ஏரி, குளம், வாய்க்கால் போன்றவைகள் இருக்கின்றவையால் நீர் அதிகமாக இருக்கும் அதுவும் எங்கள் ஊர் ஏரி வடிகால் பகுதி இந்த ஊரைக் கடந்துதான் தண்ணீர் பரங்கிப்பேட்டையிலுள்ள கடலிலே சென்று கலக்கும். எங்களின் முப்பாட்டன் தலைமுறைக்கு முன்பிருந்தே மீன் பிடித்து அதைக் குழம்பு சமைத்து சாப்பிடுவது இந்த ஊரின் மரபாகவே இருந்து வருகின்றது.

ஏரி குளங்களின் தண்ணீர் அதிகமாக இருக்கும் பொழுது தூண்டில் போட்டு மீன் பிடிப்போம். தண்ணீர் மே மாதங்களின் வாக்கில் ஏரி குளம் நீர் வற்றிப் போயிருக்கும். இத்தகைய நேரங்களில் எஞ்சின் வைத்தும் கையால் இறைத்தும் மீன் பிடிப்பார்கள். சாத்தப்பாடி ஏரியின் எல்லை ஏரியில் உள்ள முதல் புளியமரத்திலிருந்து தொடங்குகிறது. முதல் புளியமரத்திலிருந்து சட்டர் என்னும் தடுப்பு அணை வரையில் இவ்வூர் எல்லைக்கு உட்பட்ட மீன் பிடிப்பகுதியாகும். ஏரியை இரண்டு பிரிவுகளாக எங்கள் ஊர் இரு சமூக மக்களும் பிரித்துக்கொண்டுள்ளார்கள். முதல் புளியமரத்திலிருந்து குத்தள குட்டை வரையி லான ஏரிப்பகுதி சாத்தப்பாடி வாழ் தலித் சமூக மக்களின் எல்லையாகவும், குத்தலக்குட்டையிலிருந்து சட்டர் அதைச் சுற்றியுள்ள பகுதிகள் வன்னிய சமூக மக்களின் எல்லைகளாகவும் பிரித்துக் கொண்டு இவ்வூர் மக்கள் மீன் பிடிப்பது வழக்கம்.

ஏரியிலே அதிகபடியான மீன்கள் முன்பெல்லாம் இருக்கும் தற்பொழுது மீன்கள் குறைவாகவே இருக்கின்றன. இந்த பகுதி வடிகால் என்பதினால் அதிகபடியான மீன்கள் வந்து தங்குவதற்கு ஏதுவாக இருந்தது தற்பொழுது தண்ணீர் வருவதே மிகவும் அறிதாக இருப்பதினால் மீன்களின் வரத்தும் குறைந்திருக்கின்றது என்றே கூறவேண்டும். ஏரியில் கிடைக்கும் மீன்கள் என்னென்னவென்றால், விரால் மீன், சிலேப்பி, கருஞ் சிலேப்பி, கெளுத்தி, உலுவை, கெண்டை, வளர்ப்பு கெண்டை, ஆறா மீன், தேளி, கொரவை, சென்னல், செல்லாகாசி மீன் போன்றவைகள் எங்கள் ஊர் ஏரியில் அதிகமாகவே கிடைக்கும்.

வள்ளுவ குடும்பம்

தலித் மக்கள் வசிக்கும் இடத்தில்தான் வள்ளுவ குடும்பத்தைச் சார்ந்தவர்களும் இருக்கின்றார்கள். பெயருக்குத்தான் இப்படி பிரித்து தெளிவு படுத்துகின்றேனே தவிர மற்றபடி அண்ணன் தம்பிபோலத்தான் ஒன்றாக பழகி வருகின்றோம். எந்த விதத்திலும் வள்ளுவ மக்களுக்கும் தலித் மக்களுக்கும் முரண்பாடு கிடையாது. ஒரு தாயின் வயிற்றில் பிறந்த இரட்டைக் குழந்தைகள் எப்படி தாயின் அன்பை பெறுகின்றார்களோ அதுபோலத்தான் வள்ளுவ குடும்பமும், தலித்மக்களின் அணுகுமுறையும் இருக்கின்றது.

எங்கள் ஊரில் கோவிந்தராசு என்ற தாத்தா ஒருவர் இருந்தார். அவர் தவறி சுமார் ஐந்து வருடங்கள் இருக்குமென்று எண்ணுகின்றேன். அவர் எங்கள் ஊரின் கோவில் பூசாரியாகவும் இருந்தார். திருவிழா காலங்களின் போது அம்மன் அலங்காரம் செய்து வீதிஉலா முடிந்து கோவிலின் முன்னே அம்மனை இறக்கி வைக்கும் பொழுது அம்மனை இளைஞர்கள் தோலிலே சுமந்து கொண்டு நிற்க கோவிந்தராசு தாத்தா அம்மனுக்கு தாலாட்டுப்பாட்டு பாடுவார். குறைந்தது சுமார் இரண்டு மணி நேரமாவது தாலாட்டுப் பாட்டை அவர் பாடிக்கொண்டேயிருக்க அம்மனை தோலிலே சுமந்து கொண்டிருக்கும் இளைஞர்களும், பொதுமக்களும் கால்களை முன்னும் பின்னுமாக மாற்றி, மாற்றி வைத்து அம்மனின் திருஉருவத்தை தாலாட்டுவார்கள். தாலாட்டு ஒருபுரம் நடந்து கொண்டிருக்க மற்றொருபுறம்

பெண்கள் தாலாட்டு பாட்டிற்கு ஏற்றாற்போல வட்டவடிவமாக சுற்றி வந்து கும்மியடித்துக் கொண்டிருப்பார்கள். பார்ப்பதற்கு கண்கொல்லா காட்சியாக இருக்கும். கோவிந்தராசு தாத்தா வள்ளுவ குடும்பத்தைச் சேர்ந்தவர். சாமி சிலைகளையும் அன்னவாகனங்களையும் தத்ரூபமாக செய்யும் ஆற்றல் பெற்றவர் இவர். பல மாவட்டங்களில் இருந்தும் இவரிடம் மரத்தாலான சாமி சிலை செய்துத்தரச்சொல்லி வருவார்கள். அவரும் செய்து கொடுப்பார். நான் சிறுபிள்ளையாக இருக்கும் பொழுது அவர் சாமி சிலையை செய்வதற்கான பணிகளை செய்து கொண்டிருப்பதை பக்கத்தில் நின்று பார்த்திருக்கின்றேன். கோவிந்தராசு தாத்தாவின் இழப்பு இவ்வூர் வாழ் மக்களுக்கு பெருத்த இழப்பாகவே நான் கருதுகின்றேன்.

வரதராஜன்

இவரும் வள்ளுவ குடும்பத்தைச் சேர்ந்தவர்தான். ஜாதகங் களை கணித்துச் சொல்லுவதிலே அதிமேதாவியாக இருந்தார் என்று பெரியவர்கள் அடிக்கடிச் சொல்லி புளியமரத்தில் அமர்ந்து கொண்டு பேசிக்கொண்டிருப்பார்கள். எனக்கு ஐந்து வயது இருக்கும்பொழுதே வரதராஜன் தாத்தா தவறி விட்டார் என்னுடைய பிறந்த ஜாதகத்தை கணித்துச் சொன்னவரும் இவர்தான். எனக்கு ஜோதிமணியென்று பெயர் வைக்கச் சொன்னவரும் வரதராஜன் தாத்தனென்று என்னுடைய அப்பா சீராளன் வீட்டில் என்னுடைய பிறந்த கதையைப் பற்றிப் பேசும் பொழுது கூறுவார்.

வரதராஜன் தாத்தாவை ஊர்மக்கள் அனைவரும் 'சோசியக் கார்' என்றே அழைப்பார்கள். அவரை பெயரைச் சொல்லி அழைத்ததாக யார் சொல்லியும் இதுவரை நான் கேள்விப் பட்டதேயில்லை. காசு எல்லாம் இரண்டாம் பட்சம் அவருக்கு வெற்றிலைபாக்கு வாங்கிக் கொடுத்தால் போதுமாம் ஜாத கத்தை கனித்துக் கொடுத்துவிடுவாராம். ஜாதகம் பார்க்க வருபவர்களிடத்திலே இவ்வளவுதான் பணம் கொடுக்க வேண்டுமென்று கட்டாயப்படுத்த மாட்டாராம். கொடுப்பதை வாங்கிக் கொள்வாராம் வரதராஜன் தாத்தா.

வானகாரர்

இவரின் பெயர் கலியன் வள்ளுவ குடும்பத்தைச் சேர்ந் தவர்தான். இவரை ஊர் மக்கள் வானகாரர் என்றே அழைப் பார்கள். நான் சிறு பிள்ளையாக இருக்கும் பொழுது இவ்வூரின் நாட்டாமைகளாக இருந்தவர்களில் இவரும் ஒருவர். நன்கு வானம் விடுவார். அது மட்டுமில்லாமல் கோவில் திருவிழாக் களின்போது இரும்பு குடுவைகளை வைத்து பெரிய, பெரிய வெடிகளை வெடிக்கச் செய்வர். நாங்கள் சிறுபிள்ளையாக இருக்கும்பொழுது இவர் வெடிவைப்பதைப் பார்த்து விட்டால் ஒரே ஓட்டமாக ஓடிவிடுவோம். ஏரிக்கும் அப்பால் உள்ள பெருமாள் கோவிலுக்கு தற்பொழுது இவரே படையளிட்டு வருகின்றார். வயது முதிர்ச்சியின் காரணமாக தற்பொழுது வெடிவைக்கும் வேலையை இவரால் செய்யமுடியாமல் போனது. இவர் நாட்டாமையாக இருக்கும் பொழுது இவரி டத்திலே வானொலி மன்றத்தின் சாவி இருக்கும். அந்த சாவியை நாங்கள் போய் கேட்டதும் கொடுத்து விடுவார். எதற்காக வானொலி மன்றத்தின் சாவியை கேட்போம் என்றால் அந்த வானொலி மன்றத்தின் உள்ளேதான் எங்கள் ஊருக்கு அரசு வழங்கிய தொலைக்காட்சிப் பெட்டி இருக்கும். டி.வி.யில் படம் பார்ப்பதற்காகவே வானொலி மன்றத்தின் சாவியை அவரிடம் கேட்க இளைஞர்கள் சொல்வார்கள் நானும் சிறுபிள்ளையாக கால்சட்டை கூட போடாத பருவத்தின் அவர்களோடு ஓடிப்போய் நிற்பேன்.

எங்கள் ஊரில் நடக்கும் திருமணம், வளையல் காப்பு, மஞ்சள் நீராட்டு, பூப்புனிதவிழா, கருமகாரியங்கள் போன்றவைகளுக்கு இவரை வைத்தே தலித் மக்கள் சடங்கு சம்பிரதாயங்களை நடத்திக்கொண்டிருக்கின்றார்கள்.

ரகோத்

நாங்கள் சிறார்களாக இருக்கும் பொழுது புவனகிரி போன்ற நகரங்களுக்குச் சென்றுதான் முடிவெட்டிக் கொள்ள வேண் டும். தலித் சமூகத்தைச் சார்ந்த குழந்தைகளுக்கும் சரி பெரிய வர்களுக்கும் சரி முடிவெட்ட மற்ற யாருமே முன்வர

மாட்டார்கள். இவ்வூர் வன்னிய சமூக மக்கள் வாழுகின்ற பகுதியிலே ஒருவர் இருக்கின்றார் அவருடைய பெயரை கூற விரும்பவில்லை. இவர் தலித் மக்களை தவிர்த்து மற்ற அனைத்து சமூக மக்களுக்கும் முடிவெட்டிவிடுவார். தலித் மக்களுக்கு எக்காரணத்தைக் கொண்டும் முடிவெட்டிவிட முடியாது என்று வெளிப்படையாகவே கூறுவாராம். ஒரு முறை இவ்வூர் தலித் சமூகத்தைச் சேர்ந்த தனபால் என்பவர் தன்னுடைய மகனை அழைத்துச் சென்று முடிவெட்ட இவரிடம் விட்டு விட்டு கடைக்கு மளிகை பொருட்கள் வாங்கி விட்டு வருகின்றேன் மகனே நீ முடிவெட்டிக்கொண்டு இங்கேயே அமர்ந்து இரு என்று சொல்லி விட்டு போனாராம். சரி அப்பதான் காசு வந்து தருகின்றேன் முடியை வெட்டிக்கொள் என்று சொன்னாரே என்று எண்ணிய சிறுவனாக இருந்த அந்த பையன் முடியை வெட்டிக் கொள்ள அந்த நாவிநர் இடத்திலே சென்ற பொழுது அவர் கேட்டாராம் யார் பிள்ளை தம்பி நீயென்று. உடனே அந்த பையன் சொன்னாராம் "நான் சேரியிலே இருக்கிற இன்னாரின் மகன் என்று உடனே அந்த நாவினார் சொன்னாராம் சேரியிலே இருக்கின்ற அந்த நபரின் மகனா நீ? உங்களுக்கெல்லாம் நான் முடிவெட்டமுடியாது நீ எழுந்து போ என்று" சொன்னவுடன் சிறு பிள்ளையாக இருந்த அந்த சிறுவன் வலித்தார் போல அங்கிருந்து வந்து விட்டாராம். பின்பு அதே பையன் இவ்வூரில் கிராம நிர்வாக உதவியாளராக பணிசெய்யும் பொழுது முடிவெட்ட மாட்டேனென்று கூறிய அந்த நபர் கிராம நிர்வாக அலுவலகத்திற்கு வந்து தம்பி இந்த மனுவை கொஞ்சம் எழுதிக் கொடு என்று கேட்டாராம். அதற்கு வளர்ந்த அந்த பையன் சொன்னாராம் நான் யாரென்று தெரிகின்றதா உங்களுக்கு? என்று கேட்டாராம். தெரியவில்லையே தம்பி என்று சொன்னாராம் அந்த நாவிநார் அதற்கு அந்த கிராம நிர்வாக உதவியாளர் சொன்னாராம் நான் சிறுபிள்ளையாக இருக்கும் பொழுது முடிவெட்டிவிட மாட்டேனென்று திட்டி திருப்பி அனுப்பினீர்களே அந்த நபரின் மகன்தான் நான். உங்களுக்கு நான் மனுவை எழுதிக்கொடுத்தால் தீட்டு பட்டு விடும் நீங்கள் வேறு யாரிடமாவது சென்று மனுவை எழுதிக்கொள்ளுங்களென்று சொன்னாராம் அந்த பையன்.

இதை எதற்காக சுட்டிக்காட்டுகின்றேனென்றால் தலித் சமூக மக்களுக்கும் குழந்தைகளுக்கும் முடிவெட்டிவிட மாட்டேனென்று இன்றும் அதே நாவிநார் தனது கொள்ளையிலே

உறுதியாக இருக்கின்றார் என்பதைச் சுட்டிக் காட்டுவதோடு தீண்டாமை இந்த இருபத்தி ஒன்றாம் நூற்றாண்டிலும் இவர்களைப் போன்றவர்களின் மூலமாக தொடருகின்றதே என்பதை என்னும்பொழுது வருத்தமாக உள்ளது.

ஆனால் இத்தனைக்கும் தவிர்த்து சுமார் இருவது வருடங்களுக்கு முன்பு இவ்வூர் வாழ் சிறுவர்களுக்கும், இளைஞர்களுக்கும், பெரியவர்களுக்கும் ஒரு பெருமகனார் முடிவெட்டி விட்டார். அவர் எந்த சமூகத்தைச் சேர்ந்தவர் என்பது இன்று வரை தெரியாது அதைத் தெரிந்துகொள்ளவும் விரும்பவில்லை. அவருடைய பெயரை ரகோத் என்றே ஊர் மக்கள் கூறி அழைப்பார்கள். இவ்வளவு காசு கொடுத்தாள் மட்டுமே நான் முடிவெட்டி விடுவேன் என்று அவர் எக்காரணம் கொண்டும் சொல்லமாட்டார். கையில் இருப்பதை கொடுத்தாள் வாங்கிக் கொள்வார். இப்பொழுது அந்த பெருமகனார் எங்கு இருக்கின்றாரோ இல்லையோ என்பது தெரியவில்லை. அவர் இவ்வூருக்கு எங்கிருந்து வந்தார் என்பது கூட பலருக்கு தெரியாது. அந்த நல்ல உள்ளத்தை பதிவுச் செய்ய வேண்டுமென்பதற்கான முயற்சியே இந்தப்பதிவு ஆகும்.

மழையும் வெள்ளமும்

களிமண் ஓடுகளாய் தாரை தாரையாக கிழிந்து கிடக்கும் கோடைக்காலங்களில் எப்பொழுதேனும் மழை பொழிந்தால் வறண்டுகிடக்கும்வயல்வெளிகளின்தரைநனைந்துபுல்பூண்டுகள் துளிர்விட்டால் வாயில்லாத ஜீவன்கள் வயிறார புட்களை மேயும். அப்படி அதிகபடியான மழை கோடைக்காளங்களிலே பொழிந்து விட்டால் ஏரியிலும் குளத்திலும் தண்ணீர் கரை புரண்டு ஓடும் பார்ப்பதற்கே கண்கொல்லா காட்சியாக இருக்கும். அப்படி நிகழ்வது மிகவும் அறிதானவைகளில் ஒன்று.

ஐப்பசி, கார்த்திகை மாதங்களில் முன்பெல்லாம் அடைமழை பொழியும் கடலூர் மாவட்டத்தைச் சேர்ந்த கிராமமென்றால் சொல்லவே வேண்டாம். அதுவும் வங்கக்கடல் எங்கள் ஊருக்கு அருகாமையிலென்றால் சேதத்திற்கு அளவிடுகளாக காட்டி உணர்ந்த வேண்டும்? வாரக்கணக்கிலும், மாதக்கணக்கிலும் மழை ஓயாமல் பொழிந்து கொண்டேயிருக்கும். முன்பெல்லாம்

இவ்வூர் மக்களின் வீடுகள் ஓலைக்குடிசைகள். தொடர்ந்து இரண்டு நாட்கள் மழை பொழிந்தால் கூறையும் நனைந்து தரையெல்லாம் குளிர்ந்து மண்சுவர்கள் ஊரிப்போய் தொபீர், தொபீர் என்று இரவு நேரங்களிலே சீட்டுக்கட்டுகளைப் போல மண்சுவர்கள் சரிந்து என்நேரத்தில் வேண்டுமென்றாலும் கீழே விழும். மழையிலே காக்கையின் கூடுகள் நனைந்து காகம் மரத்திலே கத்திக்கொண்டிருக்கும். மரத்திற்கும் கீழே வசிக்கின்ற வீட்டின் சுவர் இடிந்து பாழ்படுவதைப் பார்த்துக் கொண்டு பிள்ளைகளுக்கும், பெண்டாட்டிக்கும் தெறிந்துவிடக் கூடாதென எண்ணி மழையில் நனைந்தவாரே அழுதுகொண்டிருப்பான் இவண் அவன் தான் சாத்தப்பாடிக்காரன். வயிற்றுக்கு வழி யில்லை என்றால் ஈரத்துணியை நனைத்து வயிற்றிலே இருக்க கட்டிக்கொண்டு கிடந்து விடலாம். ஆனால் இருக்கும் இடம் கண்முன்னேயே காலவதியாகும் பொழுது என்ன செய்வான் ஏழை கூலித்தொழிலாளி இரண்டு நாட்கள் தொடர்ந்து மழைபொழிந்தாலே இந்த கதிக்கு ஆளாகும் இவ்வூரில் முன்பெல்லாம் மழை இடைவிடாது இருபதுநாள் முப்பது நாளென்று கருணையே காட்டாமல் காலநேரம் பாராது கரகரவென கரைந்துகொண்டேயிருக்கும் மழை.

ஏரியின் அணை எந்த நேரம் வேண்டுமானாலும் உடைந் துக்கொண்டு ஊருக்குள் புகுந்துவிடுமென்று பயந்து ஐப்பசி, கார்த்திகை மாதங்களில் மழைபொழிய தொடங்கி விட்டால் இந்த ஊரில் உள்ள ஆணுக்கும் தூக்கமில்லை, பெண்ணுக்கும் தூக்கமிருக்காது. கஞ்சிக்கு சிறுவர்கள், பாலுக்கு பச்சப்பிள்ளைகள் கதறி, கதறி அழும் கோரக்காட்சியை கொடிய மனம் படைத்த அந்த வர்ணபகவானுக்கு அந்த மாதங்களில் கேட்கவே கேட்காது போல. ஆண்டைக்கு ஊழியம் செய்து அவர்கள் கொடுத்த நொய்யைக்கூட காய்ச்சிக்குடிப்பதற்கு விறகுகள் இருக்காது கண்ணில் தென்படும் விரகுகளெல்லாம் இரத்த துளிகளைப் போல சொட்டு, சொட்டுவென மழைநீர் வடிந்து கொண்டேயிருக்கும். கற்பனையில் கூட பலர் எண்ணிப் பார்க்க முடியாத கோரக் காட்சியை படம் பிடித்துக் காட்டும்படியாக கார்த்திகை, ஐப்பசி மாதங்களில் இவ்வூர் மக்கள் இருக்க இடமில்லாமல், உடுத்த உடையில்லாமல், மலத்தை கழிக்க காடுகரையில்லாமல் பீச்சகதியில் காலாவதியான மாத்திரைகள் போல எந்த மூலையில் இருக்கின்றார்கள் என்பதே தெரியாது.

வீட்டிற்கு முன்னேயும், பின்னேயும் இருக்கும் ஆசை ஆசையாக வளர்த்த இவ்வூர் மரங்களுக்கு ஆயுள் காலம் என்னவோ ஒருசில வருடங்கள் மட்டும்தான். அந்த அடைமழை புயல்களில் தப்பித்து நின்றுவிட்டால் நிச்சயம் அந்த மரம் பிழைத்துக் கொள்ளும் தெருக்கலிலே நடந்து செல்ல முடியாது முட்டிவரைக்கும் தெருக்கலிலே சேர்வாங்கும். வெளியில் எதற்கேனும் செல்ல வேண்டுமென்ற கட்டாயம் எழுகின்ற பொழுது தலையிலே தென்னை மட்டையால் பின்னப்பட்ட கீத்துக்களையும், சம்பங்கோடுகளையும், சாக்குகளையுமே தலை யிலே போட்டுக் கொண்டு வெளியே வருவார்கள்.

ஒவ்வொரு ஆண்டும் அழையாத விருந்தாளியாக நிச்சயமாக வெள்ளம் வந்தே தீரும். சிலநேரம் மழை பொழிந்து கொண் டிருக்கும் நேரங்களில் ஏரியின் அணைகள் தாங்காது. இரவு நேரங்களில் அணைகள் உடைத்துக் கொண்டு ஊருக்குள் தண்ணீர் வேகமாக நிறைந்து கொண்டிருக்கும். அப்படி ஏரி உடைந்து அதனால் ஏற்பட்ட பெரிய பள்ளம்தான் தற் பொழுது ஸ்ரீ சாலைக்கரை மாரியம்மன் ஆலயத்தின் அருகே அமையப்பெற்றுள்ள பெரிய அளவிலான குட்டையாகும். அணை உடைந்த செய்தி அறிந்த எங்கள் ஊர் மக்கள் அக்ரஹாரத்திற்கு எதிரேயுள்ள பள்ளியிலே இரவு நேரங்களில் தேவையான பொருட்களையும், குழந்தைகளையும், ஆடு, மாடுகளையும் ஓட்டிக்கொண்டு அகதிகளைப் போல நீரிலே நீந்தியபடியே பள்ளிக் கூடத்திலே வந்து தஞ்சம் அடைவார்கள். வயிற்றுப் பசியைப் போக்கிக் கொள்ள மக்கள் எலிகளையும். நண்டு, நத்தைகளையும் பிடித்து வந்து புசித்து உயிர்வாழ்ந்ததாக இவ்வூர் பெரியோர்களால் நினைவு கூறப்படுகின்றது.

சுமார் இருபது வருடங்களுக்கு முன்பாக தலித் சமூகத்தைச் சேர்ந்த பலருக்கு வயல்வெளிகளே கிடையாதாம். யாரேனும் ஒரு சிலர் வைத்திருந்தாலும் அதைக்கூட மற்றவர்களுக்கு அடமானம் செய்து கொடுத்துள்ளவர்களாகவே இவ்வூர் வாழ் ஏழை எளிய மக்களின் வாழ்வியல் முறையாக இருந்திருக்கின்றது.

சமூக நல்லிணக்கம்

பொதுவாகவே சாத்தப்பாடி வாழ் மக்களிடையே நல்ல பழக்க வழக்கங்களே இருந்துள்ளன. அவர்கள் தலித்துக்களாக

இருந்தாலும்சரிவன்னியசமூகத்தைச்சார்ந்தமக்களாகஇருந்தாலும் சரி சகோதரத்துவத்திற்கு பெரும்பாலும் இரு சமூக மக்களுக்கு ஒன்றாகவே சமூக நல்லினக்கத்தோடு இருந்திருக்கின்றார்கள். ஒரு சில நேரங்களிலே வாய்ச்சண்டைகளே அடிதடி தகறாருகளே ஏற்பட்டிருக்கின்றன. அப்படி நிகழ்வது மிகவும் அறிதான ஒன்றாகவே இருந்திருக்கின்றது. இரு சமூக மக்களுக்கு ஒருமுறை சண்டைச் சச்சரவு ஏற்பட்டு அதனால் காவல் துறையின் மூலம் வழக்குகள் பதிவு செய்யப்பட்டிருக்கின்றதாக முதியவர்களால் நினைவு கூறப்பட்டாலும் கூட அதன் பிறகு எந்த விதமான சண்டையும் மனவருத்தமும் ஏற்பட்டதாக வரலாறு இல்லை என ஊர் பெரியவர்களின் கருத்தாக இருக்கின்றது. இன்னும் குறிப்பாக சொல்ல வேண்டுமென்றால் இதுவரையிலே சாதிய முறையிலே எந்த விதமான உயிரிழப்பும் இரு சமூக மக்களிடைய ஏற்பட்டதே கிடையாது என்ற பதிவு மக்கள் முன் வைக்கின்றார்கள். ஒரு குடும்பத்திற்குள்ளே ஏற்படும் மனக்குறைகளை பேசி தீர்த்துக் கொள்வதைப்போல ஏதேனும் கசப்பான சூழல் ஏற்படுவதைப் போன்ற நிலை ஏற்பட்டால் இரு சமூக பெரியவர்களும் கலந்து பேசி பிரச்சனைக்கான நபர்கள் யாராக இருந்தாலும் அவர்களை கண்டறிந்து அறிவுரை கூறி நல்வழி படுத்தும் முறையை கடைபிடித்து வருவதை இவ்வூரில் நிலவும் மிகப்பெரிய சமூக நல்லிணக்கமாக கருதப்படுகின்றது.

ஆடவர்களின் விளையாட்டு

முன்பெல்லாம் ஆண்டையின் வீடுகளிலே வேலைகளை முடித்துவிட்டு இரவு ஒன்பது மணிக்கு மேலாக வரும் இவ்வூர் ஆண்களில் சிலர் விளக்கின் வெளிச்சத்திலும் பந்தத்தைக் கொலுத்தி அதன் வெளிச்சத்திலும் விளையாட்டுகளிலே ஈடு பட்டிருக்கின்றார்களாம். அப்பொழுதெல்லாம் மின்சாரம் கிடை யாது வீட்டில் மனைவியோ, அம்மாவோ சோறு சமைத்து முடிக்கும் வரை பசிதெறியாமல் இருப்பதற்காகவே ஆண்கள் விளையாட்டுகளிலே ஈடுபட்டிருக்கின்றார்கள். அவர்கள் எந்த விதமான விளையாட்டுக்களை மேற்கொண்டிருக்கின்றார்க ளென்று பார்த்தால், பிழக்கிற ஆட்டம், கோட்டிப்புள்ளு, திருடன் போலீஸ், ஏரி தண்ணீரில் முழுவி விளையாட்டு, கபடி, வரப்புதாண்டி, கல்பறி, சரணாத்தி போன்ற விளையாட்டுக்களை விளையாண்டிருக்கின்றார்கள். அதே போன்று மாடு மேய்க்க

போகின்ற இடங்களில் மாடுகளை மேய விட்டுவிட்டு இருப்பவர்களெல்லாம் ஒன்றிணைந்து இந்த விளையாட்டுக்களை கடைபிடித்திருக்கின்றார்கள் இவ்வூர் ஏழை எளிய ஆண்கள்.

பெண்களுக்கும் விளையாட்டிலே ஈடுபட்டிருந்திருக்கின்றார்கள். தற்பொழுது நடைமுறையிலேயுள்ள கோகோ அதை எங்கள் கிராமத்திலே (உஸ்காபரி) என்று கூறி விளையாண்டிருக்கின்றார்கள். இந்த விளையாட்டை சுமார் இரவு ஏழு மணி முதல் எட்டு மணி வரை விளையாண்டிருக்கின்றார்கள் பெண்கள். அதே போல திருவ திருவ மோதிரம் என்ற விளையாட்டு சபோத்ரி, பள்ளாங்குழி, குச்சி குச்சாண்டி இது போன்ற விளையாட்டுக்களை பெண்கள் விளையாண்டிருப்பதாக மக்களால் நினைவு கூறப்படுகின்றது.

முதியோர் இரவு நேரங்களில் குழந்தைகளுக்கு கதைச் சொல்லுவதை தங்களது பழக்கமாக வைத்திருக்கின்றார்கள். ஒரு ஊர்ல ஒரு ராஜா என்றுதான் ஆரம்பிப்பார்கள். பின்பு நிலவில் அவ்வைப் பாட்டிக்கதை, புலி, சிங்கம் கதை போன்றவைகளையும், குழந்தைகள் அழுது கொண்டிருந்தால் முதியவர்கள் கீழே படுத்துக்கொண்டு அழுகின்ற குழந்தையை காலின் முட்டிக்கு கீழே அமரச்செய்து இந்த பாடலை பாடியே அழுகையை நிறுத்தியிருக்கின்றார்கள்.

"காக்காயா காக்காயா
கண்ணங்குடி காக்காயா
கருத்த ஓடிக்காதா
கவுட்டியில வைக்காதா
பெரியண்ண கண்டக்கா
பெரம்பால அடிச்சிடுவா
சின்னஅண்ணா கண்டாக்க
செருப்பால அடிச்சிடுவா
ஓடி பொழைச்சிக்க காக்காயா"

என்று பாடி அழுகின்ற குழந்தைகளை உறங்கவைத்திருக்கின்றார்கள் முதியோர்கள்.

பெண்பிள்ளைகள் பெரும்பாலும் சாணி பொருக்கவும் விரகு வெட்டி வருவதை தங்களது பணியாகவும் வீட்டிலே அம்மாவிற்கு ஒத்தாசையாக இருப்பதையே தங்களது வேலையாகவும் கொண்டிருந்திருக்கின்றார்கள்.

தொழில்கள்

சி. சாத்தப்பாடி வாழ் மக்களின் தொழில் முறையானது விவசாயமே முதுகெலும்பாக இருந்து வருகின்றது. பிராமணர் களின் ஆதிக்கம் நிறைந்த காலகட்டத்தில் இப்பகுதியில் வசித்த ஒட்டு மொத்தமான உயிருள்ள ஜீவன்களுமே பிராமணர்களுக்கு அடிமை ஊழியம் செய்த பரம்பரையைச் சார்ந்தவர்கள், இவர்களின் முன்னோர்களும்சரி தற்பொழுது வயது முதிர்ந்து குறைந்தபட்சம் ஐம்பது வயதைக் கடந்தவர்களாக இருக்கின்ற முதியவர்கள் நேற்றைய இளைஞர்கள் அல்லவா? இவ்வூரில் வசித்த மக்களின் வறுமையின் கொடுமைகளை ஒரு நீண்ட பட்டியலே போடலாம். அத்தனையும் அடிமை வாழ்வின் அடையாளசின்னங்களாக உள்ளன. இவ்வூர் மக்கள் பிராமணர் களால் எவ்வாறெல்லாம் ஒடுக்கப்பட்டார்களென்று பின்வரும் பகுதியிலே நான் ஓரளவு தெளிவுபடுத்தியுள்ளதால் நாம் அடுத்ததை பார்போம்.

நாடக கலை

நாடக கலையென்று எடுத்துக்கொண்டால் இவ்வூரை பொறுத் தவரை இரண்டு நாடக ஆசிரியர்கள் இருந்திருக்கின்றார்கள். அரிச்சந்திரா நாடகம், இராமாயண நாடகம், மகா பாரத நாடகம் மற்றும் தெருக்கூத்து போன்றவைகளில் தேர்ச்சி பெற்றவர்களாக இருந்திருக்கின்றார்கள். இரண்டு நாடக ஆசிரி யர்களென்று பார்க்கும் பொழுது அவர்கள் யாரென்றுப் பார்த் தால் ஒருவரினுடைய பெயர் வெள்ளைச்சாமி, மற்றொரு வருடைய பெயர் பெருமாள் இவர்கள் இருவருமே நாடகக் கலையிலே மிதமிஞ்சிய தேர்ச்சி பெற்றவர்களாக இருந்திருக் கின்றார்கள். தற்பொழுது இருவருமே தவறிவிட்டார்கள். நான் சிறு பிள்ளையாக கிட்டத்தட்ட எனக்கு நான்கு ஐந்து வயது இருக்குமென்று நினைக்கின்றேன். இந்த இரண்டு நாடக ஆசிரியர்களின் வீடுகள் பேருந்து செல்லும் சாலைப் பகுதியில்தான் அமைந்திருந்தது. தற்பொழுதும் அமைந்திருக் கின்றது. நான் பள்ளிக்கு செல்லும் பொழுது இவர்களின் வீட்டைக் கடந்துதான் பள்ளிக்கு செல்ல வேண்டும். காலையில்

பள்ளிக்கு நடந்து செல்லும் பொழுது இருவரின் வீடுகளிலும் நாடக கதாப்பாத்திரங்களின் வசனங்களைப் கூறி தானாகவே பாடிக்கொண்டிருப்பார்கள். நாடக சத்தத்தோடு சேர்ந்து ஆர்மோனியம் என்றுச் சொல்லக்கூடிய இசைக்கருவியின் சத்தமும் கேட்டுக்கொண்டேயிருக்கும். வெளியூர்களுக்கு சென்று நாடகங்களை நடத்தி அதன் வருமானத்திலேயே இவர்களின் வாழ்க்கையை வாழ்ந்திருக்கின்றார்கள். ஒலிப்பெருக்கி இல்லாமலேயே சுற்றுவட்ட பகுதிகளுக்கே கேட்பதைப் போன்று உரத்த குரலில் நாடகத்தின் வசனங்களைப் பேசும் ஆற்றல் பெற்றவர்களாக இவர் இருந்திருக்கின்றார்கள். இவர்கள் இருவரின் மறைவானது இவ்வூரைச் சுற்றியுள்ள அனைத்து நாடக கலை பிரியர்களுக்குமே பொருத்த இழப்பாகவே கருதப்படுகின்றது. சாத்தப்பாடி வாழ் மூத்த குடிமக்களை எடுத்துக் கொண்டால் அனைவருமே இராமாயணம், அரிச்சந்திரா போன்ற நாடகங்களிலே தேர்ச்சி பெற்றவர்களாக இருந்திருக்கின்றார்கள் தற்பொழுதும் இருந்து வருகின்றார்கள்.

சுமார் நாற்பத்தைந்து வருடங்களுக்கு முன்பு ஸ்ரீ சாலைக்கரை மாரியம்மனின் பழைய கோவில் அமையப்பெற்றிருந்த இடத்தில் பிரமாண்டமான அளவிலே இராமாணயத்தை இவ்வூர் ஆண்களே கதாப்பாத்திரங்களாக நடித்து நாடகத்தை அரங்கேற்றியிருக்கின்றார்கள். அந்த இராமாயண நாடகத்தில் கதாப்பாத்திரங்களாக நடித்த பலபேர் இன்று உயிரோடு இல்லை என்பது வருத்தத்தை அளிக்கக்கூடிய செய்திகளாகவே இருக்கின்றது.

நாடகத்தை நடத்துவதற்கு பொதுமக்களிடத்திலே வரி வசூல் செய்யப்பட்டுள்ளது. இந்த நாடகம் தொடர்ந்து ஏழு நாட்கள் தொடர்ச்சியாக நடத்தப்பெற்றிருக்கின்றது. அலங்காரம் மற்றும் மேடை அமைப்பு ஆடை போன்றவைகளை நீடமங்களம் என்னும் ஊரிலிருந்து கொண்டுவரப்பட்டு மிகப்பெரிய அளவிலே ஏற்பாடு செய்து இந்த நாடகத்திற்கு தலைமையேற்று விழாவினை தொடங்கி வைக்க அய்யா ட. இளைய பெருமாள் இவ்வூர் மக்களால் அழைக்கப்பெற்று வெகு சிறப்பாக நடைபெற்றிருக்கின்றது.

இராமாயண நாடகத்தில் பங்குபெற்ற இவ்வூர் ஆண்களின் பெயர் பட்டியல் மற்றும் அவர் பூண்டிருந்த கதாப்பாத்திரங்கள் பின்வருமாறு.

ஆரண்ய ராமன்	– கோ. கதிர்வேல்
தர்பார் ராமன்	– வெள்ளைச்சாமி
பட்டாபிஷேக ராமன்	– அஞ்சாபுலி
பரதன்	– சுவாமிநாதன்
தர்பார் இராவணன்	– ஏகா நாதன்
சன்னியாசி இராவணன்	– சன்னியாசி
யுத்தக்கட்ட இராவணன்	– டாக்டர் கலியமூர்த்தி (மேலமணக்குடி)
யுத்தக்கட்ட இராவணன்	– பெ. அய்யாறு
சீதை	– பெ. குப்புசாமி
சீதை	– எ. அஞ்சாபுலி
சீதை	– நா. சேகர்
லெட்சுமணன்	– கோ. அரசன்
லெட்சுமணன்	– ஆ. அஞ்சாபுலி
ஆஞ்சநேயர்	– பழுக்கான்
ஆஞ்சநேயர்	– த. ராஜாமணி
விஷ்வாமித்திரன்	– வரதராஜன் (ஜோசியகாரர்)
தசரதன்	– பெருமாள்
விஷ்ணு	– கோவிந்தராசு (வர்ணகாரர்)
மாரிசன்	– அ. சேகர்
மாரிசன்	– கோ. அரசன்
மாரிசன்	– தங்கராசு (வண்டிப்பேட்டை)
குகண்	– எ. அஞ்சாபுலி (லெட்சுமி வீட்டுக்காரர்)
இந்திர சித்து	– அ. தில்லைக் கோவிந்தன்
தாடகை, கையேயி	– சுப்புராயன்
சடாயு	– சம்பந்தம் (நாடக ஆசிரியர்)

ஆகிய இவர்களெல்லாம் இத்தகைய கதாபாத்திரத்தை ஏற்று மிகச்சிறப்பு வாய்ந்த அளவிலேயும் மிகப்பெரிய பொருள் செலவிலேயும் இத்தகைய இராமாயணநாடகத்தை அரங்கேற்றி அவரவர்க்கு கொடுக்கப் பெற்றிருந்த கதாப்பாத்திரங்களிலே பங்கு பெற்று பார்வையாளர்கள் இன்றும் பேசக்கூடிய அளவிற்கு அறங்கேறிய வரலாற்றுக்கு சொந்தக்காரர்களாக இந்த மாந்தர்கள் இருக்கின்றார்கள்.

சட்டையும் ஓட்டையும்

சட்டையென்று ஒன்று இருக்கின்றது அந்த சட்டையைத்தான் மனிதன் மேலாடையாக அணிகின்றான் என்ற கூற்று மட்டும் இவ்வூர் மக்களுக்குத் தெரியுமே ஒழிய அதை இவர்களின் முந்தைய வாழ்நாளில் அணிந்து பார்த்தது சில நாட்களென்றே இவ்வூர் முதியவர்களால் நினைவு கூறப்பட்டுள்ளது.

இவ்வூர் மக்கள் மேல்சட்டையென்று ஒன்றை அணிந்து பார்ப்பதே மிகவும் அறிதான ஒன்றாகவே இருந்திருக்கின்றது. அப்படியென்றால் இவர்கள் சட்டையே அணியவில்லையா வென கேள்வி எழலாம் ஒருவாரம் பசியில் கிடந்தவனுக்கு என்றோ ஒரு நாள் ஒருபிடி சோறு கிடைத்துவிட்டால் வயிற்றில் இருக்கின்ற பசி இல்லாமல் போய்விடுமா என்ன? அதைப்போலத்தான் என்றேனும் ஒருநாள் இவர்கள் மேல்சட்டை அணிய நேர்ந்தால் அன்று என்னவாக இருக்குமென்று கேட்டால் ஒன்று அவருக்கு கல்யாணமாக இருக்கவேண்டும் இல்லை அவரினுடைய வீட்டில் கருமாதியாக இருக்க வேண்டும் இந்த இரண்டு நிகழ்வைத்தவிர வறுமையின் கொடுமையில் கஞ்சிக்கே வழியில்லாத இவர்களுக்கு சட்டைவாங்க எது பணம்? பின்பு காலங்கள் மாற மாற சிற்றூர்களைத் தேடியே துணி ஏலமிடுபவர்கள் வரத் தொடங்கியிருக்கின்றார்கள். பைசா கணக்கிலும், ரூபாய் கணக்கிலும் ஏலமிடப்படும் சட்டைகளே இவர்களின் மேலாடையாக மாறியிருக்கின்றது முன்பெல்லாம் வெறும் கோமனம்தான் அதைவிட்டால் வேறு வழியில்லாத கதியிலேயே மக்கள் வாழ்ந்திருக்கின்றார்களென்றே சொல்ல வேண்டும்.

பெண்களுக்கு மட்டும் ஒரே ஒரு சேலையிருக்கும் அதை வைத்துத்தான் இந்த கிராமத்தினுடைய பெண்கள் மானத்தை மறைத்து வாழ்ந்திருக்கின்றார்கள். சாத்தப்பாடியென்று சொன்

னாலே சுற்றுவட்டாரப் பகுதி கிராமங்களுக்கு உடனே நியாப கத்திற்கு வருவது எறுமை மாடுகளாகத்தான் இருக்குமாம் என்னுடைய தந்தை சீராளன் அடிக்கடி என்னிடத்திலே நான் சிறு பிள்ளையாக இருக்கும் பொழுது கூறுவார். அவர் சொல்லும் பொழுது எதற்காக சாத்தப்பாடியென்று சொன்னவுடன் எறுமை மாடு நியாபகத்திற்கு வரவேண்டுமென்று கேட்க எனக்கு வயதுமில்லை, கேட்குமளவிற்கு அறிவுமில்லை. இன்றுதான் புறிகின்றது எதற்காக எறுமை மாடுகள் நியாபகத்திற்கு வந்திருக்கின்றதென்று என்று சுற்றுவட்டாரத்தில் உள்ள எல்லா உயர் ஜாதி மக்களின் மாடுகளையும் இந்த ஊரைச்சார்ந்த இளைஞர்கள்தான் மேய்ப்பார்கலாம். அப்படி மாடுகளை மேய்ப்பதற்கு பெரியவர்கள், சிறியவர்கள் அனைவரும் எல்லா மாடுகளையும் ஒரே இடத்தில் மேய விட்டு விட்டு விளையாடிக் கொண்டிருப்பார்களாம். இது போன்ற நிகழ்வுகளை பல மக்கள் பார்த்து விட்டு சாத்தப்பாடி என்றாலே எருமை மாடுகளின் ஊர் என்று நினைத்துக் கொண்டிருக்கின்றார்கள். இயல்பாகவே சாத்தப்பாடியில் எருமை மாடுகள் அதிகமாம். அது மட்டுமல்லாமல் பல ஊர் மாடுகள் வந்து மேய்ச்சலுக்கு வரும்பொழுது அதிகமாக கண்களுக்கு மாடுகள் தென்படுவது நியாயம்தானே

இவ்வூரில் பிறந்த பிள்ளைக்கு பெற்றவர்கள் ஆடை எடுத்து கொடுப்பார்கள். ஆண்டிற்கு ஒரு சட்டையும் ஒரு காலிச் சட்டையும், அதை வைத்துக்கொண்டுதான் வருடம் முழுக்க அணிந்து கொள்ள வேண்டும். புதுச்சட்டை எடுத்துக்கொடுத்த இரண்டே நாட்களில் சட்டையின் பட்டன்கள் அருந்து போகும். அந்த இரண்டு நாட்களுக்கு பிறகு அம்மாவின் தாலி சரட்டிலே மாட்டிவைத்திருக்கின்ற ஊக்குகள்தான் அந்த சட்டை கிழிந்து குப்பைக்கு போகும் வரை பட்டனாக இருக்கும். பட்டன்களாக பலநேரம் கருவைச்செடியின் முட்களை ஒடித்து எடுத்து அதைக்கொண்டு பட்டன் இல்லாத இடத்திலே சட்டையின் இரு புறங்களையும் இணைத்து கருவை முள்ளினால் குத்தி பட்டனாக சிறுவர்கள் பயன்படுதுவர்கள். ஏன் நானே பலமுறை அப்படி முள்ளை சட்டையிலே குத்தி பட்டனாக கொண்டுத்தான் பள்ளிக்கு படிக்க சென்றிருக்கின்றேன்.

சட்டையே இந்த கதியென்றால் காலிச்சட்டையைப் பற்றி சொல்லவா வேண்டும்? அதிகபட்சம் போனால் வீட்டிலே

வாங்கிக் கொடுக்கும் கால்சட்டையானது ஒரு வாரம் கிழியாமல் இருக்கும். ஒரு வாரமே கிழியாமல் இருப்பது அதிகபட்சம் பள்ளி பருவத்திலே பள்ளிக்கு அருகாமையிலே மக்கள் குளிப்பதற்கான படித்துறை இருக்கும். அந்த படித்துறையில் சருக்கல்விட்டு விளையாடும் நேரமானது பள்ளிக் கூடத்தில் சிறுநீர் கழிக்கவும், சாப்பிடவும் சில நிமிட இடைவெளி விடுவார்கள். குடு, குடுவென ஓடிவந்து கீழே குணிந்து ஒரு கைமுழுக்க மண்ணை அள்ளி அந்த சருக்கல் கட்டையிலே மண்ணை நீட்டுக்கும் தூவி விட்டு பின்பு அதிலே ஏறி சருக்கல் விட்டு விளையாடுவோம். இப்படி சருக்கல் விளையாட விளையாட சில நாட்களிலே கால்சட்டை ஓட்டைப் போட்டுக் கொள்ளும், பின்பு எங்கே வேறு கால்சட்டை வாங்குவது மறுகால்சட்டை வாங்கித்தரும் அளவிற்கு வீட்டிலே வசதி இருக்காது. இதை விட்டால் அடுத்த கால்சட்டையை பெற்றவர்கள் அடுத்த வருடம் தான் வாங்கிக் கொடுப்பார்கள். ஆண்டுக்கு ஒரு முறை எடுத்துக் கொடுக்கும் காலிச்சட்டைக்கே கடன் வாங்கித்தான் எடுத்துக் கொடுப்பார்கள். புதுக் கால்சட்டையையும், சட்டையும் பெற்றோர்கள் டைலரி டம் தைத்து வந்து வீட்டிலே வைத்திருந்தால் அதுவும் தைத்துக்கொண்டு வந்து சட்டையை வைக்கும் நேரம் இரவு நேரமாக இருந்து விட்டால் இவ்வூர் சிறுவர்களின் மனநிலை எப்படித் தெரியுமா இருக்கும், எப்பொழுது காலை விடியும் எப்பொழுது அம்மா குளிக்கச் சொல்வார்கள், எப்பொழுது புதுத்துணியை எடுத்து கையிலே கொடுப்பார்களென்று நினைத் துக் கொண்டே அன்று இரவு முழுக்க தூக்கமே வராது பள்ளிக்கு போகவே மாட்டேனென்று பிடிவாதம் பிடிப்பவன் கூட புதுத்துணியை தைத்துக் கொண்டுவந்து பெற்றோர்கள் கொடுத்து விட்டால் காலையிலேயே குளித்து விட்டு சட்டையை போட்டு விடுங்க அம்மா பள்ளிக்கூடத்திற்கு நேரம் ஆகி விட்டது என்று சொல்லுவார்கள் நானே இப்படி என் அம்மா மகேஸ்வரியிடம் சொல்லியிருக்கின்றேன். ஆனால் புதுத்துணி கிழிந்தவுடன் நானே எத்தனை நாள் தான் பள்ளிக்கூடம் போவேன் நீ வீட்டிலேயே இருப்பாய் இன்று நான் வீட்டிலேயே இருக்கின்றேன். இன்று ஒரு நாள் மட்டும் நீ பள்ளிக்கூடம் போ அம்மா என்று பலமுறை சொல்லிய பிள்ளைகளில் நானும் ஒருவன். கால்சட்டை ஓட்டை போட்டபின்னும் சருக்கல் விளையாடுவதை எந்த சிறுவர்களும் நிறுத்திக்கொள்ள மாட்டார்கள். ஓட்டைப்போட்ட கால்சட்டையோடே சருக்கல் விளையாடுவோம். கால்சட்டை ஓட்டையாக இருப்பதால் சூத்து வலிக்கும். வலிக்காமல் இருக்க

பேப்பர் அல்லது வைக்கோல் போன்றவற்றை சூத்திற்கும் கீழே வைத்து சருக்கல் விடுவோம். வைக்கோல் அறியாய் அறிக்கும் அந்த அறிப்பை தாங்கிக் கொண்டே பள்ளிக்கூடத்திற்கு ஓடிவிடுவோம். பள்ளி படிக்கும் பொழுது ஆலம்பழம், இளந்தைபழம், நொனாப்பழம், விளாங்காய் போன்றவைகளும் தொட்டக்கால் என்று சொல்லக்கூடிய இடத்திலே யாருக்கும் தெரியாமல் திருட்டு நார்த்தங்காய் இவைகளெல்லாம் பறித்து அந்த ஓட்டைக் காலிச்சட்டையில் வைத்துக்கொண்டும் சிறுவர்கள் திண்பார்கள்.

நந்தனார் பள்ளி

இவ்வூரினுடைய கல்வி வளர்ச்சிக்கு மிகப்பெரிய அளவிலே காரணமாக இருந்தது இன்றும் இருந்து கொண்டிருப்பது சிதம்பரத்திலே சுவாமி சகஜாநந்தா அவர்களினால் தோற்றுவிக்கப் பெற்று தற்பொழுது அரசினர் நந்தனார் ஆண்கள் மேல்நிலைப் பள்ளி, என்றும் அரசினர் நந்தனார் பெண்கள் மேல்நிலைப் பள்ளியென்றும் இயங்கி வருகின்ற உலகப்புகழ்மிக்க பள்ளியே சார்ந்தது.

சாத்தப்பாடியைச் சேர்ந்த மாணவர்களின் மேல்நிலை கல்வியில் அதிக பங்கினை வகிக்கின்றது சுவாமி சகஜாநந்தா அவர்களினால் தோற்றுவிக்கப்பெற்ற நந்தனார் பள்ளி.

இன்று இந்த ஊரிலே ஐம்பதிற்கும் மேற்பட்ட பட்டதாரிகள் இருக்கின்றார்களென்று சொன்னால் அதன் மொத்த புகழுமே இப்பள்ளியையே சாறும்.

சுவாமி சகஜாநந்தாவிற்கும் சாத்தப்பாடியில் உள்ள மக்களுக் கும் உள்ள உறவு தொப்புல்கொடி உறவு. சகஜாநந்தா இந்த கிராமத்திற்கு வந்து இவ்வூர் மக்களிடையே அடிமை உணர்வைப் போக்கவும், கீழ் நிலை வேலைகளை நீங்கள் செய்யக்கூடாது மற்றவர்களைப் போல நீங்களும் சகமனிதனாக வாழ வேண்டும், இனி நீங்கள் பிராமணர் வீடுகளுக்குச் சென்று அடிமை ஊழியம் செய்யக்கூடாது, நீங்கள் படிக்காமல் இருந்து விட்டீர்கள், இனிவரும் தலைமுறையான உங்கள் பிள்ளைகளையாவது படிக்க வையுங்கள், உங்கள் பிள்ளைகள் என்று கல்வி அறிவு பெறுகின்றார்களே அன்றுதான் இந்த கிராமத்திற்கு விடியல்

பிறக்கும். அது நடக்காதவரை குருடன் தீப்பெட்டிக்கு அலைந்த கதையைப்போலத்தான் அடிமை வாழ்க்கை உங்களை தொடர்ந்து கொண்டேயிருக்கும். ஆகவே தயவு செய்து அடிமை ஊழியம் செய்யாதீர்கள், அடிமை ஊழியத்தை நிறுத்திக் கொண்டு இனியேனும் பிள்ளைகளை நன்கு படிக்க வையுங்கள் என்று தவத்திரு சுவாமி சகஜாநந்தா சாத்தப்பாடி தலித் மக்கள் வாழுகின்ற பகுதியிலே தனது வயது முதிர்ந்து தள்ளாடும் வயதிலே இவ்வூரில் நடந்தப் பொதுக்கூட்டத்தில் பதிவு செய்திருக்கின்றார்.

இந்த பேச்சினை சுவாமி சகஜாநந்தா இவ்வூர் மேடையிலே பதிவு செய்யும் பொழுது அவருடன் வலது பக்க இருக்கையிலே அய்யா ட. இளையபெருமாள் வீற்றிருந்திருக்கின்றார். ஆக சுவாமி சகஜாநந்தா இந்த பேச்சினை இவ்வூரிலே பதிவு செய்து மக்களை தெளிவுபடுத்தியதினாலேயோ என்னவோ இன்று சுற்றுவட்டார கிராமங்களில் இல்லாத அளவிற்கு பட்டதாரிகள் இவ்வூரிலே அதிகம். அதிகபட்சமாக ஐம்பதிற்கும் மேற்பட்ட பட்டதாரி இளைஞர்களை தன்னகத்தே கொண்டுள்ளதாக இன்று இவ்வூர் விளங்குகின்றதென்றுச் சொன்னால் அது சுவாமி சகஜாநந்தா என்கின்ற புரட்சியாளர் போட்ட பிச்சை, அவர் வழங்கிய கல்வி பிச்சையிலே வாழ்க்கையென்னும் கடலிலே கரையை கடந்தவர்கள் ஏறாலமாக இருக்கின்றார்கள். குறிப்பாக என்னையும் உட்பட.

பண்டம் மாற்று முறை

பண்டம் மாற்றுமுறை என்பது அனைவருக்கும் தெரிந்த ஒன்றாகவே இருக்குமென்று என்னுகின்றேன். இருந்தாலும்கூட பண்டம் மாற்றுமுறை என்றால் என்ன என்பதை பதிவுச் செய்கின்றேன். தன்னிடமிருப்பதை கொடுத்து விட்டு அதற்கு பதிலாக வேறு ஒரு பொருளையோ, பணத்தையோ அல்லது எதையோ நாம் பெறுகின்றோமேயானல் அதற்கு பண்டம் மாற்றுமுறை என்றழைக்கப்பெறுகின்றது. சரி இவ்வூரில் எந்த அடிப்படையிலே பண்டம் மாற்றுமுறை நடைபெற்றது என்ற கேள்வி எழலாம். இவ்வூரை பொருத்தவரையிலே ஆதியும்

அந்தமுமாக விளையும் பயிர் நெல்தான். அதைவிட்டால் உளுந்து, வேறு எந்த விதமான பயிர்களும் இந்த நிலத்திலே விளைவது கிடையாது. இதைத் தவிர வேறு பயிர்களையும் மக்கள் விதைப்பதும் கிடையாது. வேறு பயிர்களான சோளம், கம்பு, கேழ்வரகு, கரும்பு போன்றவைகளை யாரேனும் ஒருவர் அத்திப்பூ பூப்பதைப் போல விதைத்து அறுவடை செய்வார்கள். அவற்றையெல்லாம் நாம் கணக்கில் எடுத்துக்கொள்ள தேவை-யில்லை. இவ்வூரை பொருத்தவரையிலே நெல்தான் எல்லாமே என்று வைத்துக் கொள்ளலாம்.

சுமார் 50 ஆண்டுகளுக்கு பின்னோக்கிப் பார்த்தால் இவ்வூரைச் சார்ந்த மக்கள் குறிப்பாக ஆதிதிராவிட சமூகத்தைச் சேர்ந்த மக்கள் விவசாயிகளாக இருந்திருக்கவில்லை. எல்லோருமே விவசாய கூலிகள்தான் விவசாய வேலை செய்துவிட்டு வேலை செய்தற்கான கூலியாக நெல்லைத்தான் வாங்கிக்கொண்டு வந்திருக்கின்றார்கள். அருவடைகாலம் வந்துவிட்டால் ஒவ்வொரு விவசாய கூலி தொழிலாளர்களின் வீடுகளிலேயும் குறைந்தது மூன்று நான்கு மூட்டை நெல் கட்டாயமாக இருக்கும். ஏன் மூன்று, நான்கு மூட்டையென்று இருக்குமென்று சொல்லுகிறேனென்றால் ஒரு குடும்பத்தைச் சேர்ந்த பலர் அதேகூலி வேலைக்கு செல்வார்கள். அப்பா, அம்மா, அண்ணன், தம்பி, தமக்கை ஆகிய இத்தனை பேரும் கூலி விவசாய வேலைக்குச் சென்று இத்தனை மூட்டைகளை கூலியாக பெற்று வீட்டிலே வைத்திருப்பார்கள். வீட்டிலே இருக்கின்றதே நெல் மூட்டை இதுதான் இம்மக்களுக்கு, சொத்து, பணம், உணவு எல்லாமே அவர்களுக்கு எந்த விதத்திலே தேவை ஏற்பட்டாலும் நெல்லை விற்றே தேவையை பூர்த்தி செய்துகொள்ள வேண்டும். இதை விட்டால் வேறு வழியே கிடையாது என்ற நிலை.

ஆகவே நெல்லை கொடுத்துவிட்டு மளிகைக் கடைக் காரனிடம் வீட்டிற்குத் தேவையான பொருட்கள், குழம்பு சமைப்பதற்கான பொருட்கள், வீட்டிலுள்ள வயது முதிர்ந்த வர்களுக்கு வெற்றிலை பாக்கு, அப்பனுக்கு புகைக்க புகையிலை தம்பிக்கு மிட்டாய் போன்றவைகளையும் பின்பு, இட்லி, தோசை, வெண்ணபுட்டு, கொண்டக்கடலை, பெரும்ப யிறு (எ) காராமனிபயிறு போன்றவைகள் தெருத்தெருவாக கிராமங்களிலே வந்து விற்பார்கள். ஆக இவற்றையெல்லாம்

வாங்குவதற்கு நெல்லைக்கொடுத்து விட்டே இப்பொருட்களை மக்கள் பெற்றிருக்கின்றார்கள். சீனி கிழங்கு, மரவள்ளிக்கிழங்கு, முந்திரிபழம், ஐஸ், வடை, போண்டா, பஜ்ஜி போன்ற திண் பண்டங்களை வாங்குவதற்கு கூட நெல்லைக்கொடுத்து விட்டுதான் இந்தப் பொருட்களையெல்லாம் இவ்வூர் மக்கள் வாங்கியிருக்கின்றார்கள். சாப்பாட்டிலே சேர்த்துக்கொள்ளும் உப்பைக்கூட நெல்லைக் கொடுத்து விட்டுதான் மக்கள் உப்பை வாங்கி பயன்படுத்தியிருக்கின்றார்கள். என்னுடைய தந்தையான சீராளன் செய்த பல தொழில்களில் உப்பு வியாபாரமும் ஒன்று கிட்டடத்தட்ட முப்பது வருடங்களாக அவர் உப்பு விற்றுக் கொண்டிருக்கின்றார். இதே கிராமத்தில் நான் சிறுபிள்ளையாக இருக்கும் பொழுது எனது தந்தை உப்பை விற்று விட்டு மிதி வண்டியிலே இரண்டு பக்கமும் சாக்கை தொங்கவிட்டு அதிலே நெல்லை வாங்கிக்கொண்டு வருவார். பின்பு அதைக்கொண்டு சென்று விற்றுவிட்டு பணமாக பெற்றுக்கொண்டு வருவார். நான் எதற்காக இதைப் பதிவு செய்கின்றேனென்று சொன்னால் இத்தகைய பண்டம் மாற்று முறையில் தான் மக்களின் கைகளில் காசு இல்லாத நேரத்தில் தங்களின் அடிப்படை தேவைகளை மக்கள் பூர்த்தி செய்து கொண்டிருந்திருக்கின்றார்கள் என்பதை புரிதலுக்கு உள்ளாக்கவேயாகும்.

கட்டுமான வேலையாட்களாக இவ்வூர் மக்கள்

இக்கிராமவாழ் ஒடுக்கப்பட்ட மக்களின் அடிமை வாழ்க் கையின் விடியலுக்கான தொழிலாக கட்டுமான வேலை யாட்களாக இம்மக்கள் வேலைக்கு சென்ற நாட்கள் என்றே முதியோர்களால் நினைவு கூறப்பெறுகின்றது. சுமார் 1980 களில் இவ்வூர் மக்களின் பெரும்பான்மையான ஆண்களும், பெண்களும் கட்டுமான வேலையாட்களாகச் சென்று தங்களின் குடும்பங்களை பசிபட்டினியிலிருந்து காத்திருக்கின்றார்கள். விடியலுக்கான வேலையென்று கருதினாலும்கூட இந்த ஆண்டுகளின் இடைவெளியில் இந்த கிராமத்திலே இனி வெட்டப்படுவதற்கு வரப்புகளிலேயும் சரி, வயல்களிலேயும் சரி பிடித்து உண்பதற்கு நண்டு நத்தைகளேயில்லை, எலிகளே யில்லை என்று சொல்லக்கூடிய அளவிற்கு தீராத பெருத்த பஞ்சம் நிலவியதாக இவ்வூரைச் சார்ந்த முதியோர்களால் நினைவு கூறப்பெறுகின்றது.

கான்கிரீட் (கட்டுமான வேலை) செய்ய மக்கள் கூட்டம் கூட்டமாக பேருந்து ஏறிச்சென்று சிதம்பரத்தை சுற்றியுள்ள எந்தெந்த திசைகளில் வேலை கிடைக்கின்றதோ அங்கெல்லாம் சென்று வேலை செய்து பசிப்பிணியை போக்கிக் கொண்டதாக கண்ணீர்மல்கக் கூறுகின்றார்கள். என் தாயின் வயதினை ஒத்திருக்கின்ற அம்மையார் ஒருவர்தான் முதன் முதலாக கான்கிரீட் வேலைக்குச் சென்று இவர்கள் பெற்ற சம்பளம் பதினைந்து ரூபாய் என்கின்றார் இந்த அம்மையார். சுமார் பதினைந்து இருபது வருடங்களுக்கு முன்பு இந்த வேலையைச் செய்துதான் இவ்வூர் மக்களில் பெரும்பாலானோர் வயிறாற கஞ்சி குடித்திருக்கின்றார்கள். விடிந்தும் விடியாமல் இருக்கின்ற இருள் சூழ்ந்த விடியற்காலையில் ஆட்டு மந்தைகளைப் போல கூட்டம் கூட்டமாக பேருந்து ஏறியும் வேலை செய்யப் போகின்ற இடம் ஐந்து கிலோ மீட்டர் தொலைவுக்கு அதிகமாக இல்லாவிட்டால் நடந்தே வேலைக்கு செல்வார்களாம். வேலையை முடித்து விட்டு வருவதற்கு இரவு மணி பத்து ஆகுமாம். சிலநேரம் இரவு மணி ஒன்றும்கூட ஆகுமாம். ஏனென்றுச் சொன்னால் முன்பெல்லாம் இவ்வூருக்கு மணியை தாண்டி விட்டால் பேருந்து கிடையாது. பேருந்து கிடைக்காத பட்சத்தில் வேலை செய்த இடத்திலிருந்து நடந்தே ஊர் வந்து சேர்வதற்கு இரவு மணி ஒன்று கூட ஆகி யிருக்கின்றதாக மக்கள் கூறுகின்றார்கள்.

வேலைக்கு சென்றவர்கள் வீடு திரும்பும் வரை கணவனுக்காக மனைவியும், மகனுக்காக தாயும், மண்ணெண்ணெய் விளக்கை ஏற்றி வைத்துக்கொண்டு தூக்கம் கண்ணை சொக்கவே காத்து கிடப்பார்களாம்.

கான்கிரீட் வேலை இருக்கின்றதே கொடூரமான வேலைகளில் இந்த வேலையும் ஒன்று. சிமெண்ட் கலவையென்னும் பால் எங்கெல்லாம் தொடர்ச்சியாக பட்டுக்கொண்டேயிருக்கின்றதோ அங்கெல்லாம் ஓட்டைகள் விழுந்துவிடும். அந்த வேலைக்கு செல்ல யாராக இருந்தாலும் அச்சப்பட்டே தீர வேண்டும். ஓட்டை பட்ட இடத்திலேங்கும் உயிர் போகுவதைப் போல வலிக்கும். மறுநாள் வேலைக்கு செல்வதற்காக வேலையை முடித்துவிட்டு வீட்டுக்கு வந்த உடனேயே உணவு எடுத்துக்கொண்ட பிறகு தேங்காய் எண்ணெய்யோடு சிறிது மஞ்சள் தூளை கலக்கி அதை நன்றாக குழைத்து ஓட்டைப்பட்ட இடம் முழுக்க

தடவிக்கொண்டு படுத்திருக்கின்றார்கள். இந்தக் கொடிய வலியை இவ்வூரைச்சார்ந்த தலித் மக்களின் ஒவ்வொரு குடிசை வீடுகளிலேயும் அனுபவித்திருக்கின்றார்கள். ஆக இத்தகைய வேலையைச் செய்துத்தான் ஒரு காலகட்டத்திலே மக்கள் வாழ்ந்திருக்கின்ற சூழல் இருந்திருக்கின்றது. தற்பொழுது இந்த வேலைக்கு ஒரு சிலர் செல்வதுண்டு. ஆனால், முன்பு இருந்த அளவிற்கு தற்பொழுது மக்கள் கான்க்கிரீட் வேலைக்கு செல்வது மிகவும் அறிதான ஒன்றாகவே இருக்கின்றது.

சுமை தூக்கும் தொழில்

தமிழ்நாடு அரசு கொண்டுவந்த தமிழ்நாடு அரசு நுகர்பொருள் வணிபக் கழகம் (TNCSC என்று ஆங்கிலத்திலே சுருக்கமாக குறிப்பிடுவார்கள்) எங்கெல்லாம் இது செயல்படுகின்றதோ அங்கெல்லாம் சென்று இவ்வூர் ஆண்கள் மூட்டை தூக்கும் வேலையை தற்பொழுது செய்துகொண்டு வருகின்றார்கள். சுமார் பத்து வருடங்களாகவே இந்த வேலையை இவ்வூர் வாழ் மக்கள் மேற்கொண்டு வருகின்றார்கள்.

நெல்லை மூட்டையாக பிடித்து, தராசிலே சரியான அளவினை உறுதிசெய்து, பின் அந்த மூட்டையை தராசு இயந்திரத்திலிருந்து கீழே இறங்கி மூட்டையை சணல் கொண்டு தைத்து அதை இராட்சத லாரிகளிலே ஏற்ற வேண்டும். சில மாதங்களுக்கு முன்பு இராட்சத லாரியிலே மூட்டையை ஏற்றும் பணி நடைபெற்ற பொழுது தவறி விழுந்து இவ்வூரைச் சேர்ந்த க. மாயவன் என்கின்ற சுமை தூக்கும் தொழிலாளி கீழே விழுந்து தவறிவிட்டார். வருமையின் காரணமாக வேலைக்குச் சென்ற இடத்திலே உயிரையும் பறிகொடுக்கக்கூடிய அபாயகரமான வேலையாகவே மூட்டைத் தூக்கும் தொழில் இருந்து வருகின்றது. இருந்த பொழுதிலும் தற்பொழுது சாத்தப்பாடி வாழ் மக்களிடையே கொஞ்சம் பொருளாதார உயர்வு காணப்படுகின்றதென்றால் இந்த சுமைதூக்கும் வேலைக்குச் சென்ற பிறகுதானென்று மக்களின் கருத்தாக பதிவு செய்யப்படுகின்றது.

இவ்வூரின் பெரும்புகழ் கொண்ட கோவில்கள்

மனித நாகரிகம் தோன்றிய காலந் தொட்டே இவ்வூர் மண்ணில் இறை நம்பிக்கைக் கொண்டவர்களாக மக்கள் இருந்து வருகின்றார்கள். இங்கு பதினெட்டிற்கும் மேற்பட்ட கோவில்களும் அதற்கு நாள்தோரும் பூஜைகளும் அரங்கேறிக் கொண்டே இருந்து வருகின்றது. சரி தற்பொழுது இவ்வூரில் பழம்பெருமையோடு அமையப்பெற்றுள்ள கோவில்களைப் பற்றிச் சுருக்கமாக காண்போம்.

ஸ்ரீ பூரண புஷ்காலம்பிக சமேத அரிகஹர புத்திர அய்யனார் கோவில்

இந்த கோவிலானது பண்டையகால பழமை வாய்ந்தவை யாகவும், இவ்வூரின் முதல் கோவிலென்ற பெருமையினையும் கொண்டதாகும். இக்கோவிலைப் பற்றி நாம் முந்தைய பகுதிகளில் விரிவாகவே விவாதித்துள்ளோம். இந்த அய்யனார் கோவிலானது தற்பொழுது பரம்பரை அல்லாத பிராமணர்களால் நிர்வகிக்கப்பட்டு வருவதோடு, இந்து அறநிலைத்துறையின் கட்டுப்பாட்டில் உள்ளது என்பது குறிப்பிடத்தக்கது.

ஆகாச வீரன் கோவில்

இப்பகுதியை ஆண்ட ஆதிதிராவிட சமூகத்தைச் சேர்ந்த சிற்றரசர் சாத்தனை அடக்கம் செய்த இடமாக கருதப்படும் இக்கோவிலானது பழமை வாய்ந்தவைகளில் முக்கியப் பங்கு வகிக்கின்றது. ஆகாசவீரன் கோவிலென்பது கோவிலைப் போன்ற தோற்றம் அற்றது ஆசாச வீரன் என்பது சிற்றரசர் சாத்தனின் பெயர்களுள் ஒன்றாகும். அவரை அடக்கம் செய்த சமாதியே கோவிலாக கருதப்படுகின்றது.

ஸ்ரீ தச்சு வீரன் கோவில்

இக்கோவிலானது பண்டையகால பழமை வாய்ந்தவையாக கருதப்படுகின்றது. பக்கத்து கிராமமான வயலாமூர் செல்லும் வழியில் தனியே உள்ள ளிழிநிசி திடலில் ஒரு மேட்டுப் பகுதியில் அமைந்துள்ளது. இக்கோவிலை தச்சு வேலை செய்யும் ஆசாரி சமூகத்தைச் சேர்ந்தவர்கள் வணங்குகின்றார்கள்.

ஸ்ரீ ஆதி சிவன் கோவில் மற்றும் பிள்ளையார் கோவில்

ஸ்ரீ ஆதிசிவன், மற்றும் பிள்ளையார் கோவில்கள் முந்தைய நூற்றாண்டுகளின் வாக்கில் சிதம்பரம் பகுதியிலிருந்து வந்து இங்கு குடியேறி வாழ்ந்த பிராமணர்களால் ஏரிக்கரை, மேட்டிற்கு அருகிலேயே சிவலிங்கத்தையும் அதற்கு சற்று தெற்குபுறமாக தள்ளி ஒரு பிள்ளையார் சிலையினையும் எழுப்பி வழிபட்டு வந்திருக்கின்றார்கள். தற்பொழுது இங்குள்ள ஸ்ரீ ஆதி சிவனுக்கு கோவில் கட்டப்பட்டு வருவது குறிப்பிடத்தக்கது.

அருட்பெருஞ்சோதி வள்ளலார் மடம்

வள்ளலார் மடம்

இவ்வூரிலிருந்து குறுக்கே வழிநடையாகச் சென்றால் சுமார் 4 கி.மீ. தொலைவிலேயே அமைந்துள்ளது. வள்ளலார் பிறந்த

ஊரான மருதூர் கிராமம் முந்தைய காலங்களில் அருட்பெருஞ் சோதி வள்ளலார் அவர்கள் இவ்வூரின் வழியாக பல முறை சிதம்பரம் நடராஜ பெருமானை தரிசிக்க சென்றதாகவும் அப்படி செல்லும் பொழுது சாத்தப்பாடி (இந்திராநகர்) பகுதியில் அமைக்கப்பட்டுள்ள அருட்பெருஞ்ஜோதி வள்ளலார் மடத்தில் முன்பு மிகப்பெரிய ஆலமரம் இருந்ததாகவும் அந்த ஆலமரத்தின் கீழே வள்ளலார் இளைப்பாருவதற்கு அடிக்கடி அமர்ந்து விட்டு பின்பு சிதம்பரம் சென்றதாக ஒரு செவிவழிச் செய்தி உண்டு. ஆகவே அவர் அமர்ந்து ஓய்வெடுத்த இடமாகக் கருதப்படும் இடத்தில் வள்ளலார் அவர்களுக்கு ஒரு மணி மண்டபமும் வயதில் முதிர்ந்த மக்கள் வந்து அமர்ந்து ஓய்வெடுக்கவும், பாமர ஏழை எளிய மாணவர்கள் அமர்ந்து படிக்கவும் மடம் ஒன்று அந்த இடத்தில் உருவாக்கப்பட்டு, நாள்தோறும் மதிய வேளைகளில் இவ்விடத்தைத் தேடி வருபவர்களுக்கு வயிராற உணவும் வழங்கப்பட்டு வருகின்றது.

ஸ்ரீ முத்தாலம்மன் கோவில்

மேட்டுத் தெரு இந்திரா நகர் என்று அழைக்கப்படக்கூடிய இடத்தில் வாழ்ந்த ஆதிதிராவிட முதுமக்களால் பண்டைய காலத்தில் தோற்றுவிக்கப் பெற்ற கோவிலே ஸ்ரீ முத்தாலம்மன் கோவில். இக்கோவிலானது நூற்றுக்கும் மேற்பட்ட வருடங்களை கடந்த பின்பு மழை வெள்ளத்தின்போது சேதமடைந்துவிட்டது. தற்பொழுது மீண்டும் புதுப்பொலிவுடன் கட்டப்பட்டு வரு கின்றது.

ஸ்ரீ முத்தாலம்மன் ஆலயம்

வன்னியர் மற்றும் இதர இருபதிற்கும் மேற்பட்ட சமூக மக்கள் வசிக்கும் பகுதியான சி. சாத்தப்பாடி கிராமத்தில் அமையப்பெற்றுள்ள அருள்மிகு ஸ்ரீ முத்தாலம்மன் ஆலயம் அமைப்பதற்கான திருப்பணிகள் நடைபெற்றதாக இவ்வூர் கோவில் கல்வெட்டில் குறிப்பிடப்பட்டுள்ளது. அவைகள் பின்வருமாறு. 'நிகழும் பிரபவ வருடம் பங்குனி மாதம் *(27.03.1938)* ஞாயிற்றுக்கிழமை புனர்பூச நட்சத்திரம் சித்திர யோகம் கூடிய சுபயோக சுபதினத்தில் காலை மணி *5.30*

மணிக்கு மேல் 7 மணிக்குள் மீன லக்கினத்தில் இக்கோவில் கட்டி எழுப்புவதற்கான திருப்பணிகள்' நடைபெற்றதாகவும், பின்பு நிகழும் பவ வருடம் வைகாசி மாதம் 29.05.1994 ஞா–யிற்றுக்கிழமை சுபயோக சுப தினத்தில் காலை மணி 6 மணிக்கு மேல் 7.30 மணிக்குள் ரிஷபலக்கினத்தில் ஜீர்னோத்தாரண அஷ்டபந்தன மகா கும்பாபிஷேகம் நடைபெற்றதாகவும் இக்கோவில் கல்வெட்டிலே குறிப்பிடப்பட்டுள்ளது. இந்த கோவிலானது பழம்பெருமை வாய்ந்தவைகளில் ஒன்று கோவிலாக கட்டியெழுப்பப்படாத 1938 ஆம் ஆண்டுகளுக்கு முற்பட்டவைகளில் முது மக்கள் தங்களால் முடிந்த அளவில் கோவிலுக்கான கூடாரங்களை அமைத்து இந்த முத்தலாம்மனை வணங்கி வந்திருக்கின்றார்கள். முத்தாலம்மனுக்கு ஆடி மாதங் களில் சாகை வார்த்து திருவிழாவும் இன்றும் பிற சைவ சமயம் சார்ந்த விழாக்கலான, கழுமரம் ஏறுதல், மற்றும் சிறுதொண்டர் நாடகம், மகாமகம், பங்குனி உத்திரம், பிள்ளையார் சதுர்த்தி போன்றவைகளும் ஆண்டுதோறும் நடத்தப்பட்டு வருகின்றது. இக்கோவிலானது இந்து அறநிலையத்துறையின் கட்டுப்பாட்டின்கீழ் கொண்டுவரப்பட்டதோடு, ஒருகால பூஜைகளும் நடைபெற்று வருவது குறிப்பிடத்தக்கது.

ஸ்ரீ சாலைக்கரை மாரியம்மன் கோவில்

ஸ்ரீசாலைக்கரைமகாமாரியம்மன்ஆலயம்கட்டப்படுவதற்காக 1990 ஆண்டு திருமதி மல்லிகா (அஇஅதிமுக) புவனகிரி சட்டமன்ற தொகுதி உறுப்பினர் அவர்களினால் அடிக்கல் நாட்டப்பட்டு, அதன்பிறகு சித்திரை மாதம் தமிழ் தேதி 16– ம் நாள் ஞாயிற்றுக்கிழமை 29.04.2001 ஆண்டு காலை 9.50 மணியளவிலே அஷ்டபந்தன மகா கும்பாபிஷேகம் நடத்தப்பட்டுள்ளதாக கோவில் கல்வெட்டிலே குறிப்பிடப்பட்டுள்ளது. பின்பு இரண் டாம் கட்ட கும்பாபிஷேகம் வைகாசிமாதம் 22 ஆம் தேதி 04.06.2012 திங்கள் கிழமை காலை ஒன்பது மணிக்கு மேல் பத்து மணிக்குள் நடைபெற்றதாக அடுத்தக்கட்ட கோவில் கல்வெட்டிலே குறிப்பிடப்பட்டுள்ளது. ஸ்ரீ சாலைக்கரை மாரி யம்மன் ஆலையமானது மிகுந்த சிறப்பிற்கு தெய்வமாகும். இக்கோவிலில் பிள்ளையார், முருகன் போன்ற தெய்வங்களுக்கு சிறப்பு வழிபாடுகள் நடப்படுகின்றன. அதேபோன்று

இக்கோவிலில் "ஸ்ரீ சபரிமலை அய்யப்பனின்" வெங்களச்சிலை நிறுவப்பெற்று அய்யப்ப பக்கதர்களினால் வழிபாடு நடத்தப் பட்டு மாதம் தவராமல் அன்னதானம் கிராம மக்களுக்கு வழங்கி வருகின்றார்கள் இவ்வூரை சார்ந்த அய்யப்ப பக்தர்கள். மக்கள் இறைவழிபாட்டுக்கு அதிகபடியான முக்கியத்துவத்தைக் கொடுக் கின்றார்கள். கார்த்திகை மாத்தில் ஸ்ரீ சபரி மலை அய்யப்பனுக்கு குறைந்த பட்சம் ஆண்டு ஒன்றிற்கு நூறுபோர் சபரிமலை சென்று வருவதை வாடிக்கையாக கொண்டுள்ளனர். அதுமட்டு மல்லாமல் பெண்கள் மருவத்தூர், மலையனூர், பழனி போன்ற கோவில்களுக்குச் செல்ல இவர்களும் மாலை அணிந்து கொண்டு இறைவழிபாட்டினை மேற்கொண்டு வருகின்றனர். இவ்வூர் எல்லையம்மனுக்கும் தீபமேன்றி இவ்வூர் மக்கள் வழிபடுவதை தவறாமல் கடைபிடித்து வருகின்றார்கள்.

கோவில் சார்ந்த விழாவாக முன்னெடுக்கப்படும் விழாக் களென்றால் ஆடிமாத சாகை வார்த்தல், மாசி மாத மகாமகம், பிள்ளையார் சதுர்த்தி, பங்குனி மாத உத்திரம் போன்ற இறைசார்ந்த விழாக்களை மக்கள் முன்னெடுக்கின்றார்கள். சபரிமலை அய்யப்ப பக்கதர்கள் மலைக்கு செல்லும் ஒரு நாட்களுக்கு முன்பாகவே அய்யனின் திருஉருவச்சிலை வண்ண மலர்களினால் அலங்கரிக்கப்பட்டு ஊர்வலமாக வீதிஉலா கொண்டுவரப்படுகிறது. அதே போன்று பிள்ளையார் சதுர்த் தியின் போது பெரும் சிலை பொது மக்களால் வாங்கி வரப்பட்டு ஊர் கோவிலருகே வைத்து அத்துனை மக்களும் ஒன்றினைந்து பெரிய அளவிலே படையளிட்டு அன்னதானம் அளிக்கப்பட்டு இவ்வூருக்கான குளம் (அல்லது) ஏரியில் நீரின் ஆழத்திற்கு ஏற்றார் போல மக்கள் ஒன்று கூடி தூக்கிச் சென்று கரைத்து விடுவதை வழக்கமாக கையாண்டு வருகின்றார்கள்.

ஸ்ரீ சாலைக்கரை மகா மாரியம்மனின் கோவில் இவ்வூருக்கு சொந்தமான குளத்தை பாதி மண்வெட்டி போட்டு துற்று பின்பு பல அடி ஆழத்திலே கடைக்கால் தோண்டப்பட்டு குளத்திற்கு நடுவிலே கோவில் கட்டப்பட்டுள்ளது. இந்த கோவிலைச் சுற்றி மதில் சுவர்கள் எழுப்பபப்பட்டுள்ளது. கோவில் குளம் முழுவதுமாக தாமரைப் பூக்களால் கண்கவர் காட்சியாக காலைப்பொழுதிலே மக்களின் கண்களுக்கு காட்சியளிக்கின்றன. முன்னோர்களால் கட்டப்பட்ட கோவில் சிதையுற்ற பிறகே இக்கோவில் புதிதாக கட்டப்பட்டது என்பது குறிப்பிடத்தக்கது.

ஸ்ரீ அங்காளம்மன் கோவில்

அருள்மிகு ஸ்ரீ அங்காளம்மன் கோவிலானது இவ்வூரில் அமையப்பெற்றுள்ளது. திருமதி பழனியம்மாள் என்பவர் இக்கோவிலைக் கட்டி நிர்வகித்து வருகின்றார். ஆடி மாதங் களில் ஊர் மக்கள் ஒன்றுகூடி பொங்களிட்டு விழா எடுக் கின்றார்கள். மாசி மாதங்களில் இந்த அம்மனுக்கு மயான சூரைத் திருவிழாவானது நடத்தப்படுகின்றது. இந்த மயான சூரைத் திருவிழாவானது மிகப்பிரம்மாண்டமான அளவிலேயும், மிகுந்த பொருள் செலவிலேயும் நடத்தப்படுவதினால் சுற்று வட்ட கிராம மக்கள் இத்திருவிழாவினைக் காண பல்வேறு பகுதிகளில் இருந்தும் வருகைத் தருகின்றார்கள். அருள்மிகு ஸ்ரீ அங்காளம்மன் இவ்வூரின் காவல் தெய்வமாகவே கருதப்பட்டு மக்களால் வணங்கப்பெறுகின்றது.

இவ்வூரில் நாம் பார்த்த கோவில்களோடு மட்டுமல்லாமல் இன்னும் பிற கோவில்களும் இருக்கின்றன. அவைகளின் ஆலயப் பெயர்கள் பின்வருமாறு.

வன்னிய மக்கள் வாழும் பகுதியிலே, ஸ்ரீ கண்ணியம்மன் கோவில், ஸ்ரீ பொறயத்தம்மன் கோவில், ஸ்ரீ சித்திவினாயகர் கோவில், ஸ்ரீ அய்யப்பன் கோவில் போன்றவைகளும். இந்திரா நகர் ஆதிதிராவிட மக்கள் வசிக்கும் பகுதியிலே ஒரு கிருஸ்து தேவாலயமும், சாத்தப்பாடி ஆதிதிராவிட மக்கள் வசிக்கும் பகுதியிலே ஸ்ரீ ஆதிபராசக்தி வழிபாட்டுக் கோவில், ஸ்ரீ ஆஞ்சநேயர் வழிபாட்டுக் கோவில் எல்லையம்மன் கோவில் போன்றவைகளும் இவ்வூரில் அமையப்பெற்றுள்ள கோவில்களிலே அடங்கும். பல கோவில்களை தன்னகத்தேக் கொண்டுள்ள இவ்வூர் மக்கள் இறைவழிபாட்டில் மிகுந்த நம்பிக்கைக் கொண்டவர்களாக இருந்து வருகின்றார்கள்.

இக்கிராமத்திற்கு பக்கத்து கிராமமான மேல மணக்குடியில் உலகப் புகழ்பெற்ற இருக்கோவில்கள் உள்ளன. சாத்தப் பாடிக்கும் இவ்வூரின் அருகேயுள்ள பக்கத்து கிராமமான மேலமணக்குடிக்கும் இடையே உள்ள தொலைவாக இருப்பது சுமார் 500 மீட்டர் தொலைவுகளேயாகும். மிகவும் அருகருகே அமையப்பெற்றுள்ள கிராமங்கள் இவைகளிரண்டும்.

மேலமணக்குடி என்றுச் சொல்லக்கூடிய இவ்வூரில் இரு பெரும் புகழ்பெற்ற கோவில்கள் உள்ளன. இக்கோவில்கலுக்குச் சென்று வணங்கினால் எத்தகைய காரியமும் கைகூடும் என்பது நம்பிக்கையாக உள்ளது. நாம் நினைத்த காரியங்கள் நிச்சயம் கைகூடியே தீரும். இதில் எந்த விதமான மாற்றுக்கருத்தும் கிடையாது என்கின்றார்கள் இவ்வூர் கிராமமக்கள்.

ஆக இவ்விரு கோவில் யாதென்றுப் பார்த்தோமேயானால் ஒன்று கிராமத்தைவிட்டு காட்டிலே கோவில் கொண்டுள்ள அருள்மிகு பொன்னியாத்தம்மன் ஆலயம் இந்த அம்மனுக்கு ஒரு வரலாறு இவ்வூர் கிராமமக்களால் முன்மொழியப்படுகின்றது. மற்றொரு கோவில் அருள்மிகு ஆருத்ரலிங்கேஸ்வரர் கோவில் இக்கோவிலுக்கும் ஒரு தனிச்சிறப்பு உள்ளது. ஆக இந்த இரு கோவில்களைப் பற்றியும் நாம் இனி விரிவாக காண்போம்.

அருள்மிகு ஸ்ரீ பொன்னியாத்தம்மன் கோவில்

மேலமணக்குடி கிராமத்தில் உள்ள வன்னிய மக்கள் மற்றும் இதர சமூக மக்கள் ஒன்றினைந்து வயல் வெளிகளுக்கு நடுவே கிராமத்தை விட்டு கிழக்கே ஒரு காட்டுப்பகுதியிலே அமையப்பெற்றுள்ளது அருள்மிகு பொன்னியாத்தம்மன் கோவில். இக்கோவிலுக்கு மிகப்பெரிய வரலாற்று பின்னனியுடன் என்னிலடங்கா மர்மங்களும் காலம் காலமாகவே இருந்து வருகின்றன.

தற்பொழுது மேலமணக்குடி, கீழமணக்குடி என்று தனித் தனியே இயங்கி வருகின்ற கிராமங்களானது பண்டைய காலத்திலே தற்பொழுது பொன்னியாத்தம்மன் ஆலயம் அமையப்பெற்றுள்ள இடத்திற்கு அருகாமையிலேயே இருந்து வந்திருக்கின்றது. அந்த காலத்திலே ஏற்பட்ட பெருத்த வெள் ளத்தால் அப்பகுதியில் வாழ்ந்த மக்கள் தப்பித்து உயிர் பிழைத்துக் கொள்வதற்காக வெவ்வேறு திசைகளான மேட்டுப் பகுதிகளைப் பார்த்து ஓடி குடியேறி உயிர்பிழைத்திருக்கின்றார்கள். பின்பு அவரவர் குடியேறிய பகுதிகளிலேயே குடில்களை அமைத்து வாழ தொடங்கியிருக்கின்றார்கள். ஆக இத்தகைய முறை யிலேயே மேல் மேட்டுப்பகுதியிலே குடியேறி வாழ்ந்த மக்கள் தங்கள் வசிக்கும் பகுதியை மேல மணக்குடியென்றும், கீழ்புற

பொன்னியாத்தம்மன் கோவில்

மேட்டுப்பகுதியை கீழ மணக்குடியென்றும் பெயரிட்டும் வாழ்ந்திருக்கின்றார்கள். இந்த முறையிலேயே தற்பொழுது வெவ்வேறு கிராமங்களாக இயங்கி கொண்டிருக்கின்றன. தற்பொழுது வெவ்வேறு கிராமங்களாக இருக்கும் இவ்விரு கிராமங்களும் ஒன்றாக இருந்த காலகட்டத்தில் அதற்கு முன்பிருந்தே அப்பகுதியிலே அமையப்பெற்றிருந்த கோவிலாக இருந்திருக்கின்றது அருள்மிகு பொன்னியாத்தம்மன் கோவில்.

பொன்னியாத்தம்மன் பற்றி மக்கள் கூறும் வரலாறு

பொன்னியத்தாள் என்று பெயர்கொண்டு வணங்கப்படுகின்ற பெண் தெய்வமானது முந்தைய காலங்களிலே இவ்வூரிலேயே பிறந்து வளர்ந்த ஒரு பெண் மகள் ஆவாள். பொன்னியத்தாள் திருமணம் ஆகாத முதிர்கண்ணியாக வாழ்ந்து வந்திருக்கின்றார். தற்பொழுது பொன்னியாத்தம்மன் கோவில் அமையப்பெற்றுள்ள சுற்றுவட்டார நிலப்பகுதிகளை தன்னகத்தேக் கொண்டதாக துலுக்கன் என்பவர் அந்த விலை நிலங்களுக்கெல்லாம் முதலா ளியாக இருந்துள்ளார். துலுக்கனிடம் வயல் வேலை செய்து வந்திருக்கின்றார்கள் பொன்னியாத்தாள் வயல் வேலை செய்வதிலேயே மிக கெட்டிக்காரியாக இருந்திருக்கின்றார்கள்.

எப்படிபட்ட கெட்டிக்காரத் தனமென்றால் ஒரு நாளில் மொத்த விளைநிலங்களிலும் இரவு பகல் பாராமல் தனியாகவே நடவு நட்டுவிட்டு வீடு திரும்புவார்களாம். இதனாலேயே பொன்னியாத்தாவிடம் அதிகபடியான வேலையை வாங்கிக் கொண்டேயிருந்திருக்கின்றார் அந்த துலுக்கன். "இவ்வூர் மக்கள் இவரை ஆவுடையார் என்றும் நவாப் என்றும் நினைவு கூறுகின்றார்கள்" இப்படி அதிகபடியான வேலையை அவர் பென்னியாத்தாவிடம் வாங்கிக் கொண்டேயிருந்திருக்கின்றார். பின்பு ஒரு கட்டத்தில் பொன்னியாத்தாவின் கைகளிரண்டும் புண்பட்டு வேலையே செய்ய முடியாதவாறு ஆகிவிட்டது. கைகளிரண்டும் புண்பட்ட நிலையிலும்கூட அந்த துலுக்கன் என்பவர் பொன்னியாத்தாவை வேலை செய்யச்சொல்லி துன்பப்படுத்திக் கொண்டேயிருந்திருக்கின்றார். இந்த வேத னையைத் தாங்கிக்கொள்ள முடியாத பென்னியாத்தாள் மன ஆறுதலுக்காகவும், தனது துன்பத்தை தனது தங்கை யிடம் சொல்லி கொஞ்சம் மன ஆறுதலை அடைவதோடு மட்டுமல்லாமல் தனது தங்கைகளின் பிள்ளைகளையும் பார்த்து விட்டு வரலாமென்று எண்ணி தனது தங்கையான பன்னையாத்தாவினை பார்க்க சென்றிருக்கின்றார்கள். பொன்னி யாத்தாவின் தங்கையான பன்னையாத்தாலுக்கு ஏழு பிள்ளைகள் அக்காவன பொன்னியாத்தாள் சென்று தனது தங்கையான பன்னையத்தாளை பார்த்து துலுக்கன் தன்னை செய்து வருகின்ற கொடுமைகளையெல்லாம் தனது தங்கையிடம் சொல்லி முடித்தவுடன் தங்கச்சியைப் பார்த்து குழந்தைகள் எங்கே வரச்சொல் பார்த்து விட்டு போகின்றேனென்று கேட்டவுடனேயே தனது அக்காவான பொன்னியாத்தாளிடம் தங்கையான பன்னை யாத்தாள் கூறியது யாதெனில் "அக்கா பிள்ளைகள் அனைவரும் விளையாட போயிறுக்கின்றார்கள் கண்டுபிடித்து அழைத்து வருவது தற்பொழுது இயலாத காரியம் என்று சொல்ல. பிள்ளைகளை பார்க்க முடியவில்லையே என்ற ஏக்கத்துடன் அக்காவான பொன்னியத்தாள் திரும்பி வந்து கொண்டிருக்கிறாள். இந்த நிகழ்விற்கு முன்பாகவே தனது அக்கா பிள்ளைகளைப் பார்க்க வருகின்றாள். கண்ணி கழியாத, திருமணம் ஆகாத அக்கா தனது பிள்ளைகளை பார்த்தால் தனது இன்பமான வாழ்க்கை யினை பார்த்து விட்டு பொறாமைப்படுவாள் என்று எண்ணி தனது அக்கா வருவதற்கு முன்பாகவே ஏழு பிள்ளைகளையும்

கூடையில் கவிழ்த்து மறைத்துவிடுகிறாள். தனது அக்காவான பொன்னியத்தாள் திரும்பிபோன உடனேயே குழந்தைகளை மறைத்துவைத்த கூடையினை திறந்து பார்க்கிறாள். கூடைகளுக் குள்ளேயிருந்த குழந்தைகள் அனைவருமே கல்லாக மாறி விட்டார்கள். இதைப் பார்த்துப் பதறிப்போன பன்னையத்தாள் திரும்பிச் சென்று கொண்டிருக்கும் அக்காவை பார்க்க ஓடிச் சென்று வழி மறித்து நடந்த நிகழ்வுகளைக் கூறுகிறாள். இதனைக்கேட்ட பொன்னியத்தாவிற்கு மித மிஞ்சிய கோவம் ஏற்பட்டு தனது தங்கையான பன்னையாத்தாவிடம் இனி நான் உன்னை பார்க்கவே வர மாட்டேன் வேண்டுமானால் இனி நீ என்னை பார்க்க வந்தால் வா, வராமல் போனால் போவென்றுச் சொல்லிவிட்டு தனது கையிலே இருந்த பிரம் பினை தனது தங்கையான பன்னையாத்தாவிடம் கொடுத்து இந்த பிரப்பினைக் கொண்டுச் சென்று கல்லாக மாறியிருக்கும் உனது ஒவ்வொரு குழந்தைகளில் தலையிலேயும் வை அதன் பிறகு ஒவ்வொரு பிள்ளைகளும் ஒவ்வொன்றாக உயிர்த்தெழும் என்று கூறி பிரப்பினை பன்னையாத்தாவிடம் கொடுத்துவிட்டு சென்றுவிடுகிறாள். பன்னையாத்தாள் தனது அக்கா பொன்னி யாத்தாள் கொடுத்த பிரம்பினைக் கொண்டு கல்லாக மாறிப் போன தனது ஒவ்வொரு பிள்ளைகளின் மீதும் பிரம்பினை வைத்துக்கொண்டேச் செல்ல கல்லாக மாறியிருந்த ஒவ்வொரு குழந்தைகளும் உயிர்த்தெழுந்துள்ளது.

பின்பு தனது அக்காவான பொன்னியாத்தாவை சென்று பார்த்துவிட்டு அக்காவை அந்த துலுக்கன் என்னதான் கொடுமை செய்து வருகின்றான். இன்றோடு அக்காவிற்கு ஏற்பட்டு வரும் துன்பத்திற்கு ஒரு முடிவு கட்டி விட வேண்டுமென்று எண்ணி தனது அக்காவான பொன்னியாத்தாவினை பார்க்க புறப்பட்டு செல்கிறாள் பன்னையாத்தாள். அப்படி வரும்பொழுது தூரத்தில் இருந்தவாரே அந்த துலுக்கன் தனது அக்காவான பென்னியாத்தாவினை செய்யும் கொடுமையினை ஒரு ஓரமாக மறைந்திருந்து பார்த்துக்கொண்டிருந்த பன்னையாத்தாவிற்கு மிகப்பெரிய அதிர்ச்சியானது காத்திருந்திருக்கின்றன. எவ்வளவு வேதனைகள் ஏற்பட்டாலும் தாங்கிக் கொண்டு பொருமை யாகவே இருக்கும் தனது அக்கா தான் கொண்ட பொருமையினை இழந்து ஆவுடையார் என்று சொல்லக்கூடிய அந்த துலுக்கனை

காளி ரூபம் கொண்டு தன் கையிலிருந்த சூலத்தினால் குத்தி வதம் செய்திருக்கின்றாள் பொன்னியாத்தாள். அப்பொழுதுதான் பன்னையாத்தாவிற்கு தெறியவந்ததாம் தனது அக்காவான பென்னியாத்தாள் பொல்லாத கோவக்காரியென்று ஆக இப்படி வதம் செய்து கீழே போட்ட பின்பு இவ்வூர் முது மக்களாய் வாழ்ந்த ஒருவரின் இரவுநேர கனவில் சென்ற அம்மன் துலுக்கானை கொன்று போட்டுவிட்டதாகவும் அவனை எடுத்து அடக்கம் செய்யுங்களென்று சொல்ல, கனவிலே வந்து அம்மா இப்படிச் சொல்கின்றீர்களே? இது இரவு நேரமாக இருக்கின்றதே எப்படி அங்கு என்னால் செல்ல முடியுமென்று கனவிலேயே கேட்க அம்மன் அதற்கு ஒரு பந்தத்தினைக் கட்டி அருகேயுள்ள குளத்தில் உள்ள நீரில் நனைத்து தீயினை பற்றவை பந்தம் அணையாமல் எரியுமென்று சொல்ல அக்கால மக்கள் அனைவரும் இரவோடு இரவாக திரண்டுச் சென்று அம்மன் துலுக்கனை கொன்று போட்டதாக கூறிய இடத்தில் சென்று பார்க்கும் பொழுது உண்மையாகவே துலுக்கன் வதம் செய்யப்பட்டு கிடந்திருக்கின்றார்.

அக்கால கிராம மக்கள் இரவோடு இரவாக அப்பகுதிக்கு அருகேயுள்ள ஒரு மேட்டில் துலுக்கானை புதைத்துவிட்டு வந்திருக்கின்றார்கள். அப்படி மக்களால் புதைக்கப்பட்ட துலுக் கானின் சமாதியுள்ள இடத்தில் வெகு நாட்களுக்கு பிறகு ஒரு கருங்கல் மேலே உருவாக்கியிருக்கின்றது. இந்த கருங்கல்லானது பின் நாட்களிலே மக்களால் கவனிக்கப்பட்டப்பொழுது ஆறு மாதம் தரைக்கு கீழாகவும் ஆறுமாதம் தரைக்கு மேலாகவும் மாறி மாறி வந்துகொண்டேயிருந்திருக்கின்றது. தற்பொழுதும் அந்த துலுக்கானின் சமாதி உள்ள இடத்திற்கு மேலேயுள்ள கல்லானது அப்படியே இன்றும் காணப்பட்டு வருகின்றது. இவ்வூர் மக்களும் இச்செய்தியை பலமுறை உறுதிப்படுத் துவதோடு மட்டுமல்லாமல் தற்பொழுதும் அக்கல்லை பார்த்துக்கொண்டுதான் இருக்கின்றார்கள் மக்கள்.

துலுக்கான் கொலையுண்ட பிறகு பொன்னியாத்தாள் மற்றும் பன்னையாத்தாள் இருவருமே தெய்வ உருவங்களாக மாற்றம் அடைந்து விட்டார்களாம். அதன் பிறகு மேலமணக்குடி மக்கள் பொன்னியாத்தாலுக்கு மேலமணக்குடியிலும் அவர் களின் தங்கையான பன்னையாத்தாள் திருமனம் செய்து கொண்ட கிராமமான சித்தேரி கிராமத்தில் அவ்வூர் மக்கள்

துலுக்கன் புதைக்கப்பட்ட இடத்தில் உள்ள கல்

பன்னையாத்தாலுக்கு கோவிலைக்கட்டி அக்காலம் தொட்டே வணங்கி வருகின்றார்கள். இச்செய்தியை மக்கள் இத்தெய் வங்களின் வரலாறாக கூறுகின்றார்கள்.

பொண்ணியாத்தாள் கோவிலைப்பற்றி மக்கள்

இக்கோவில் அமையப்பெற்றுள்ள இடத்தில் திருமணம் ஆன பெண்கள், மாதவிடாய் பெண்கள், போன்றவர்கள் வரக்கூடாது என்றும் அதோடு மட்டுமல்லாமல், உரல் உலக்கை சத்தம் இந்த அம்மனுக்கு கேட்கக்கூடாது என்றும் கூறுகின்றார்கள். மனதில் நினைத்த காரியங்களை என்னி வழிபடும் பக்தர்களுக்கு வேண்டியதை வரம் அளிக்கும் தெய்வமாகவே இவ்வூர் மக்களால் கூறப்படுகின்றது.

மக்கள் எடுக்கும் திருவிழா

பொன்னியாத்தாள் அம்மனுக்கு ஆண்டுக்கு ஒரு முறை ஆடி மாதத்தின் பொழுது ஊர் மக்கள் அனைவரும் ஒன்றுகூடி பொங்கல் வைத்து விழா எடுக்கின்றார்கள். அதோடு மட்டுமல்லாமல் சுமார் 15 வருடங்களுக்கு ஒருமுறை பல லட்சம் ரூபாய் செலவிலே

மிகப்பிரம்மாண்டமான அளவிலே மக்களெல்லாம் ஒன்றுகூடி சாதிய பாகுபாடு இன்றி விழா எடுக்கின்றார்கள். இந்த விழாவானது தொடர்ந்து பத்து நாட்கள் நடைபெறும். அந்த பத்து நாட்களும் சுற்றுவட்டார கிராமங்களனைத்துமே திருவிழாக்கோலமாகவே காட்சியளிக்கும், இந்த பத்துநாள் திருவிழாவில் ஆடல், பாடல், வண்ண விளக்குகள், சாக்கை வார்த்தல், கோழி, ஆடு பலிகள், பூஜைகள் என்று என்னற்ற படையல்கள் அம்மனுக்கு செலுத்தி மக்கள் விழா எடுத்துக் கொண்டாடுகின்றார்கள். இப்படி பத்து நாட்கள் விழா எடுத்தபிறகு அம்மனை மீண்டும் கோவிலுக்கு அழைத்துச்செல்ல நல்ல நாள் பார்த்து வழியனுப்பி வைப்பார்கள். வெள்ளி மற்றும் வியாழக்கிழமைகளிலேயே அம்மனை வழியனுப்பும் நாட்களாக மக்கள் தேர்ந்தெடுக்கின்றார்கள். பொன்னியத்தாள் அம்மனை கோவிலில் இருந்து அழைத்து வரும் பொழுதும் சரி, மறுபடியும் கோவிலுக்கு திருப்பி அனுப்பும் பொழுதும் மேல மணக்குடியைச் சார்ந்த ஆதிதிராவிட மக்களே அம்மனுக்கு முதல் படையல் வைக்க வேண்டுமென்று இக்கிராமத்தின் பண்டையகாலம் முதலிருந்தே ஒருவிதமான கட்டுப்பாட்டினை இவ்வூர் பொதுமக்கள் மேற்கொண்டு வருகின்றார்கள். ஏனென்றுச் சொன்னால் ஆதிதிராவிட சமூகத் தில் பிறந்த பெண்ணாக இந்த அம்மனை இவ்வூர் மக்கள் கருதுவதினாலேயோ என்னவோ இந்த அம்மனுக்கு தலித், சமூக மக்களே முதல் படையல் வைத்து வழிபடவே இத்தகை முறை–யினை இவ்வூர் மக்களால் பண்டைய காலம் தொட்டு இன்னால் வரையில் கடைபிடிக்கப்பட்டு வரும் நடைமுறைப் பழக்கமாகக் கூட இருக்கலாம்.

பொன்னியாத்தாளின் அற்புதங்களென்று மக்கள் கூறும் செய்திகள்

மேலமணக்குடி கிராமத்தின் பெரிய வாய்க்கால் மேட்டுப் பகுதி வழியாக நடந்து சென்றாள் எளிதிலே வயலாமூர் என்னும் கிராமத்தைச் சென்று அடைந்து விடலாம். இந்த வாய்க்கால் மேடு இவ்வூர் மக்களால் வடி வாய்க்கால் என்று அழைக்கப்படுகின்றது. இந்த வாய்க்கால் மேட்டின் மீது நடந்து சென்றேமேயானால் பொன்னியாத்தாள் கோவிலைக் கடந்துத்தான் செல்லவேண்டும். அப்படி இருக்கும் பட்சத்தில் பல வருடங்களுக்கு முன்பு

இந்த வாய்க்கால் மேட்டுப்பகுதியின் மேலே ஒரு பூ வியாபாரி வயலாமூருக்கு பூ விற்க நடந்து சென்றுகொண்டிருந்திருக்கின்றார். அப்பொழுது அவர் பொன்னியாத்தாள் கோவிலை கடந்து சென்று கொண்டிருக்கையில் அவரை ஒரு பெண் வழி மறித்து "எனக்கு பூ கொடுக்காமலேயே போகின்றாயே எனக்கு பூ கொடு என்று கேட்க அவரோ இன்னும் போனியே பன்னவில்லையம்மா காசு இருந்தால் கொடு பூ தருகின்றேனென்றுச் சொல்ல அந்த பெண் பணத்தைக் கொடுத்துவிட்டு பூவை வாங்கிக் கொண்டு சற்று தூரம் நடந்து சென்று கொண்டிருக்கும் பொழுதே திடீரென்று மறைந்து விட்டார்களாம். அந்த பூக்காரர் யார் இந்த பெண் இந்த நட்ட நடு காட்டிலே பூ வாங்கிக்கொண்டு மறைந்து விட்டார்களேயென்று எண்ணிக்கொண்டே வயலாமூர் கிராமத்தைச் சென்றடைந்து பூ விற்ற பொழுது அன்று யாருமே பூவை வாங்கவேயில்லையாம். பூவிற்காக தினம் தோறும் அலைமோதும் மக்கள் இருக்கும் இவ்வூரில் இன்றைய தினத்தில் மட்டும் ஏனோ யாருமே பூ வாங்கவில்லையென்று எண்ணிப் பார்த்த பொழுது அந்த நட்ட நடு காட்டிலே வழிமறித்து பூ கேட்ட பெண்ணிடம் தான் பணம் கேட்ட நியாபகம் அவருக்கு ஏற்பட அவர் அலறி அடித்துக்கொண்டு பெண்ணாக வந்து வழி மறித்து பூ கேட்டது பொன்னியாத்தாள் அம்மன்தான் என்று உணர்ந்த பின்பு கோவிலுக்குச் சென்று பூவை வைத்து விட்டு தாயே என்னை மன்னித்துவிடம்மா. உனக்கு பூ கொடுக்காமல் உன்னை கடந்து சென்றது தவறுதான் என்று வருந்தி வணங்கிவிட்டு சென்ற பிறகு அடுத்தடுத்த நாட்களிலே பூ வியாபாரம் இதுவரையில் இல்லாதவாறு அமோகமாக நடைபெற்றதாம். இச்செய்தியை இவ்வூர் மக்கள் நினைவுகூறுகின்றார்கள்.

அம்மன் ஒவ்வொரு நாளும் இரவு நேரங்களிலே கிராமத்தினுடைய மொத்த எல்லைப் பகுதியையும் தீப்பந்தம் ஏந்திக்கொண்டு வளம் வந்து காவல் காப்பார்களாம். இப்படி அம்மன் தீப்பந்தம் ஏந்தி வளம் வரும் காட்சியை இவ்வூர் மக்களில் பலர் இரவு நேரங்களிலே பார்த்திருப்பதாக நினைவு கூறுகின்றார்கள்.

பல வருடங்களுக்கு முன்பு மேலமணக்குடி வன்னியச் சமூதாயத்தைச் சேர்ந்த திரு கலியபெருமாள் அவரோடு இன்னும் மூன்று பேர். பொன்னியாத்தாள் கோவிலுக்கு அருகேயுள்ள அவர்களின் வயலுக்கு தண்ணீர் பாய்ச்சிக் கொண்டிருந்தார்களாம்.

அப்பொழுது நடு இரவுப்பொழுதில் தீப்பந்தம் வெளிச்சத்தோடு பள்ளாக்கிலே அமர்ந்தவாறு அம்மன் எல்லையச் சுற்றி வருவதை தானும் தன்னோடு இந்த மூன்று பேரும் கண்டதாக திரு கலிய பெருமாள் என்பவர் என்னிடம் நினைவு கூர்ந்தார். தற்பொழுது கலியபெருமாள் மட்டுமே உயிரோடு இருக்கின்றார். மற்ற மூன்று பேரும் இயற்கை எய்திவிட்டார்களென்று அவர் நினைவு கூறுகின்றார்.

பொன்னியாத்தால் கோவில் அமையப்பெற்றுள்ள காட்டுப் பகுதியிலே பல்வேறு நாகவகைகள் இருக்கின்றது. பண்டைய காலம் தொட்டே மக்கள் இக்கோவிலுக்குச்சென்று வழிபட்டுக் கொண்டுதான் இருக்கின்றார்கள் இப்படி இருக்கும் பட்சத்தில் அன்றிலிருந்து இந்த நாள் வரையில் பாம்பு கடித்து கோவில் அமையப்பெற்றுள்ள மேட்டுப்பகுதியிலே யாரேனும் ஒருவர் இறந்திருக்கின்றார்களா என்றுக் கேட்டால் இதுநாள் வரையில் இல்லை. இனியும் அப்படி ஒரு நிகழ்ச்சி நடக்கவே நடக் காதென்று இவ்வூர் மக்கள் உறுதிபடக் கூறுகின்றார்கள். கோவில் அமையப்பெற்றுள்ள மேட்டுப்பகுதியிலே மனிதர் களின் கண்பார்வையில் நாகவகைகளான பாம்புகள் தென்பட்டு விட்டால், அந்த பாம்பானது எந்த இடத்தில் அம்மனிதனின் கண்ணில் தென்பட்டதோ அதே இடத்தில் மறுநாள் நிச்சயம் இறந்து கிடக்குமாம். இந்தச் செய்தி பலருக்கு வியப்பாக இருந்தாலும் கூட உண்மை அதுதான். கண்களில் தென்பட்ட நல்லப்பாம்பு வகைகள் இந்த மேட்டுப்பகுதியிலே கண்ணுக்கு தென்படுவது மிக மிக அரிது அப்படி தென்படும் நல்ல பாம்புகள் மறுநாள் நிச்சயம் இறந்து விடும். இப்படி பல்வேறு மகத்துவங்களைக் கொண்ட கோவிலாக திகழுகின்றது. இவ்வூர் மக்களின் கிராம தேவதையான அருள்மிகு மகசக்தி படைத்த பொன்னியாத்தாள் கோவிலானது.

ஸ்ரீ ஆருத்தர லிங்கேஸ்வரர் கோவில்

மேலமணக்குடி ஆதிதிராவிட மக்கள் வசிக்கும் பகுதியில் அமையப்பெற்றுள்ளது *2000*–மாவது வருடம் ஸ்ரீ அருள்மிகு ஆருத்தர லிங்கேஸ்வரர் கோவில் கட்டப்பட்டுள்ளது. இக் கோவிலில் *12* அடி உயர சிவலிங்கம் உள்ளது மிகச் சிறப்புக் குறியதாக கருதப்படுகின்றது. இக்கோவிலில் ஸ்ரீ ஆருத்தர

ஆருத்தர லிங்கேஸ்வரர் கோவில்

லிங்கேஸ்வரருக்கு அபிஷேகமும் பூஜைகளையும் இறை பக்தியோடு மேற்கொண்டுவரும் குருஜி கார்த்திகா நந்தா அவர்களிடம் என்னால் பேட்டிக்காணப்பட்டது. குருஜி அவர் களின் பேட்டியினை அவரின் வாழ்வழிச் செய்தியாகவே காண்போம்.

இவ்வூரில் அமைந்துள்ள ஸ்ரீ ஆருத்ர லிங்கேஸ்வரரின் சிலையானது பானலிங்கமென்று பெயர் நர்மதா நதிக்கரையில் இருந்து கிடைக்கப்பெற்ற சாலகிராமமானது இவை. இந்த சிலவலிங்கமானது செயற்கையாக செய்யப்பட்டது கிடையாது. இயற்கையாகவே உருவான ஒன்று. இவ்வளவு பெரிய பானலிங்கமானது கிடைப்பது மிகவும் அபூர்வமான ஒன்று. இது போன்ற பானலிங்கமானது சுமார் 10,000 ஆண்டுகள் நீரிலேயே இருந்தால் மட்டுமே இப்படிப்பட்ட பானலிங்கமானது உருவாகும். இவ்வூரில் உள்ள சிவலிங்கத்தின் பானமானது 9 அடியாகும். சிவலிங்கத்தின் கீழ் பீடமானது 3 அடியாகும். முழு உருவ சிவலிங்கத்தின் மொத்த உயரமானது 12 அடியாகவும் அமையப்பெற்றுள்ளது. தமிழ் நாட்டில் உள்ள மிகப்பெரிய சிவாலயங்களில் இவ்வூரில் அமையப்பெற்றுள்ள சிவலிங்கமும் ஒன்று என்பது குறிப்பிடத்தக்கவைகளில் ஒன்றாகும்.

எங்களுடைய குருநாதரின் பெயர் நாராயணகுருஜி. இவர் காஷ்மீரில் உள்ள இமயமலை அடிவாரத்தின் குகை ஒன்றில் சுமார் 40 ஆண்டுகளாக தவம் செய்து வருகின்றார். எவ்வளவு குளிர்காலமாக இருந்தாலும்கூட அந்த குகையை விட்டு வெளியே வரமாட்டார். வருடத்திற்கு ஒரே ஒருமுறை மட்டுமே தவக்குகையினை விட்டு வெளியே வருவார். இப்படிப்பட்ட சூழ்நிலையில்தான் எங்களுடைய குருஜிக்கு இந்த பெரிய அளவிலான பானலிங்கம் கிடைக்கப்பெற்றது. இந்த பானலிங்கம் கிடைக்கப்பெற்றவுடன் இவற்றை திருவண்ணாமலையில் அறிபீடம் செய்து முழு சிவலிங்கமாக உருவாக்கினோம். உருவாக்கப்பட்ட சிலவலிங்கத்தை சிதம்பரத்தில் பிரதீஷ்டை செய்ய வேண்டுமென என்னி சிதம்பரம் பகுதிக்குச் சென்று இச்சிவலிங்கத்தை நிறுவுவதற்கென இடத்தைத் தேடி அலைந்தோம். சிதம்பரம் பகுதியில் எங்களுக்கு யாருமே தெறிந்திருக்காத காரணத்தினால் அப்பகுதியில் இந்த சிவலிங்கத்தை நிறுவுவதற்கு எங்களுக்கு இடம் கிடைக்கவில்லை. இப்படிப்பட்ட சூழ்நிலையில்தான்இவ்வூரைச் சேர்ந்த நாடி சோதிடரான சிகாமணி என்பவரின் மூலம் இந்த இடத்தை கண்டறிந்தோம், இவ்வூர் மக்களும் சிவலிங்கத்தை இந்த கிராமத்திலேயே நிறுவ முழு ஒத்துழைப்பை அளித் தார்கள். தற்பொழுது ஸ்ரீ ஆருத்தர லிங்கேஸ்வரர் ஆலயம் அமையப்பெற்றுள்ள இடத்தில் முந்தைய காலங்களில் ஒரு பெரிய அரச மரம் இருந்துள்ளது. ஆருத்ர லிங்கேஸ்வரர் இந்த இடத்தில் வந்து அமர வேண்டுமென்ற அந்த அரச மரமானது சில ஆண்டுகளுக்கு முன்பு பெருத்த சூராவளிக்காற்றின் மூலமாக கீழே விழுந்துள்ளது. இம்மரம் விழுந்தமையின் நோக்கம் சிவபெருமான் இந்த இடத்தில் வந்து அமர வேண்டுமென்ற நோக்கத்திற்காகவே இத்தகைய செயல் நடைபெற்றிருப்பதாக நான் கருதுகின்றேன். பிறகு இவ்வூரிலேயே இந்த மிகப்பெரிய சிவலிங்கத்தை நிறுவினோம்.

பிறகு இந்த சிவலிங்கத்திற்கு எத்தகைய ஐதிகமும் கிடையாது. யார் வேண்டுமென்றாலும் வந்து இச்சிவலிங்கத்திற்கு பூஜை களோ, அபிஷேகங்களோ செய்யலாம். பிரம்மாவும், விஷ் ணுவும் சிபபெருமானை வணங்குவதைப் போன்ற சிலைகள் இங்கு உள்ளன. இங்குள்ள விஷ்ணுவின் சிலையானது திருவனந்தபுரத்தில் உள்ள தங்க சிலையில் கல்லால் பதித்து

செதுக்கப்பெற்ற சிலையாகும். ஸ்ரீ ஆருத்தர லிங்கேஸ்வரர் கோவிலில் உள்ள நந்திஸ்வரரின் பெயரானது மிருதங்க நந்திஸ்வரர் ஆவார்.

எதற்காக இவ்வளவு பெரிய லிங்கம் இந்த ஊரைத் தேடி வந்தது என்று எண்ணிப்பார்க்கும் பொழுது இந்த மண்ணானது ஏதோ ஒரு பூர்வ கால தொடர்போடு இருக்கின்றதென்றே நான் கருதுகின்றேன்.

ஸ்ரீ ஆருத்தர லிங்கேஸ்வரர் ஆலயம் அமையப்பெற்றுள்ள இடத்தில் முந்தைய காலங்களில் ஒரு பெரியவர் தினந்தினமும் வழிப்போக்கர்களுக்கும் ஏழை, எளிய மக்களுக்கும் அன்னதானம் செய்து கொண்டு வாழ்ந்து வந்திருக்கின்றார். எனது மனதிற்குள்ளே ஒரு என்ன ஓட்டம் அலைமோதிக்கொண்டேயிருக்கின்றது. இவ்விடத்தின் கீழே ஒரு ஜீவசமாதி இருக்குமோவென்ற ஐய்யப்பாடும் சில நேரங்களில் எனக்கு எழுவதுண்டு.

இவ்வூரின் மயானத்திலே ஒரே நேர்க் கோட்டில் காளியும் பைரவரும் நேருக்கு நேராக சந்தித்துக்கொள்வதைப் போன்று கோவில் எழுப்பப்பட்டுள்ளது. இப்படி காளியம், பைரவரும் சந்தித்துக்கொள்ளும் நிகழ்வானது மிகப்பெரிய சிறப்பிற்கு உரியதாகவே கருதப்படுகின்றது. என் அறிவிற்கு எட்டியவாறு நான் கூறுகின்றேன். காளியும் பைரவரும் நேருக்கு நேர் சந்தித்துக்கொள்ளும் கோவிலானது தமிழகத்திலேயே இவ்வூரில் மட்டும்தான் உள்ளது என்பது இவ்வூரில் அமையப்பெற்றுள்ள மிகப்பெரிய சிறப்பாக நான் கருதுகின்றேன்.

ஒரு நூற்றாண்டு பழமையில் பள்ளி

பிராமணர்கள் சாத்தன்பாடிக்கு குடியேறிய காலகட்டத்தில் குருகுலக் கல்வியை நிறுவியிருக்கின்றார்கள். குரு குலக்கல்வி என்பது ஒரு குலத்தைச் சார்ந்தவர்கள் குறிப்பாக பிராமணர்கள் குருவிடம் சென்று தங்கிப் பயிலும் முறையே குருக்குலக் கல்வி என்று கூறப்படுகின்றது.

குருகுலக் கல்வி முறையில் சூத்திரர்களை தவிர்த்து மூவர் ணத்தவரும் கல்வி பயின்றுள்ளனர். குருகுலக் கல்வி முறையில் ஆசிரியரும்மாணவரும்எப்படிநடந்துகொள்ளவேண்டும்என்பது பற்றி தெளிவான கருத்துமுறை கையாளப்பட்டிருக்கின்றது.

குருகுல கல்விக்காக 'குருவை' அணுகும் போது கையில் விறகு, தானியம் ஆகியவற்றை ஆசிரியருக்குக் காணிக்கையாக கொடுக்க வேண்டும். விறகு ஆசிரியரின் வீட்டின் வேள்வித் தீயைப் பாதுகாக்கத் மாணவன் முயலுவதன் அடையாளமாக மாணவரால் கொடுக்கப்பட்டிருக்கின்றது. மாணவரைப் பற்றி முழுமையும் அறிந்த பின்னர் ஆசிரியர் அவரைத் தனது மாணவராக ஏற்றுக்கொண்டிருக்கின்றார். குருகுல வாசத்தில் மிகக்குறைவான மாணவர்களே கல்வி பயிற்றுவிக்கப் பட்டிருக் கின்றனர். மாணவர்களுடன் ஆசிரியனின் மகனுமே சேர்ந்து கல்வி கற்றிருக்கின்றான். மாணவர்கள் ஆசிரியருக்குப் பணி புரிந்துகொண்டு ஆசிரியருக்கு கிடைக்கும் ஓய்வு நேரங்களில் ஆசிரியரின் விருப்பத்திற்கேற்ப நேரங்களில் ஆசிரியர் கல்வி கற்றுக் கொடுத்திருக்கின்றார். கல்வி காலம் நிறைவு பெறும் வரை மாணவர்கள் தொடர்ந்து குருவின் இல்லத்திலேயே தங்கி வாழ்ந்திருக்கின்றனர்.

குருகுலத்தில் ஆசிரியர்கள் மாணவர்களை தங்களது பிள்ளை களாகவே பாவித்திருப்பதாக தெறிய வருகின்றது. மாணவர், ஆசிரியர் உறவு முறைகளும் நடத்தைகளும் குருகுலத்தில் தெளிவாக வரையறுக்கப் பெற்றிருக்கின்றன. கற்பிப்பவன்

தந்தையாகவும் கற்பவன் மகனாகவும் பாவிக்கப்பட்டிருக் கின்றனர்.

மாணவர்களுக்குச் சில நேரங்களில் ஆசிரியர் தண்டனை அளித்தும் அப்படி தண்டனைகள் கடுமையானதாக இல்லாதவாறு பார்த்துக் கொள்ளப்பட்டிருக்கின்றன. குருகுலக் கல்வியில் ஆசிரியன் சொல்லும் வேலைகளை மாணவர்கள் தவறாமல் செய்திருக்கின்றனர். ஆசிரியர் தூங்கிய பின்புதான் மாணவர்கள் தூங்க வேண்டும். தூங்கும் மாணவர்கள் ஆசிரியருக்கு முன்பு எழ வேண்டும். குருவின் படுக்கை ஆசனத்தை விட மாணவரின் படுக்கை தாழ்ந்து இருக்க வேண்டும்.

ஆசிரியரின் வழிபாட்டிற்கு தேவையான புனித நீர், மலர், சாணம், மண், தருப்பை, வேள்விக்கான விறகு முதலியவற்றை மாணவனே தேடிக்கொண்டு வந்து தருதல் வேண்டும். அதுமட்டுமல்லாமல் குருகுலக் கல்வி பயிலும் மாணவன் பிச்சை பெறவேண்டுமாம். இத்தகைய விதியும் குருகுலக்கல்வியிலே கையாளப்பட்டிருக்கின்றது. இவ்வூரிலே என்பது மட்டுமல்ல ஒட்டுமொத்தமான குருகுலக் கல்வியிலும் பிச்சையெடுத்தல் ஒரு முறையாகவே குருகுலக் கல்வியில் மேற்கொள்ளப்பட்டிருக்கின்றது.

பிச்சை எடுத்தல் முறையில் மூவகை வருணத்தைச் சார்ந்த மாணவர்களுக்கும் தனித் தனியே பிச்சை கேட்கும் வார்த்தைகள் வகுக்கப்பட்டிருக்கின்றன.

1. பிராமணன் – பிச்சாம் பவதி பிச்சாந்தேகி

2. சத்திரியன் – பிச்சாம் பவதிதேகி

3. வைசியன் – தேகி பிச்சாம் பவதி

என்று கூறி பிச்சை எடுத்து அந்த உணவை முதன்மையாக தங்களது குருவிற்கு கொடுத்து அதன் பின்பு மாணவர் உட்க்கொண்டிருக்கின்றனர். குருகுலக் கல்வியில் சுவையான உணவு, அலங்கார உடைகள் எடுத்துக்கொள்ளக்கூடாது என்ற முறை கையாளப்பட்டிருக்கின்றன.

மாணவர்கள் தலைமுடியை மழித்துக்கொண்டு, சடை பின்னிக்கொண்டு, குடுமி வைத்துக்கொண்டு மற்ற பகுதிகளில் உள்ள முடிகளை மழித்துக் கொண்டு இருந்திருக்கின்றனர்.

தேன், புலால், சந்தனம், மலர், இனிப்பு, பெண், தயிர், பால், நெய், மோர், உயிர்க்கொலை, எண்ணெய் முழுக்கு, கண்ணுக்கு மையெழுதல், செருப்பு, குடை, காமம், குரோதம், கூத்து, பாட்டு, கவறாடல், வம்பளத்தல், பழித்தல், பொய்கூறல், பெண்களை விருப்பமுடன் நோக்குதல் போன்றவை அறவே தவிர்க்க வேண்டுமென்ற கட்டுப்பாடு குருக்குலக் கல்வியில் பின்பற்றப்பட்டுள்ளது.

தினமும் பாடம் தொடங்கும் முன்பு குருவின் காலைத் தொட்டு வணங்கிப் பாடத்தைத் தொடர வேண்டுமென அறிவுறுத்தப்பட்டிருக்கின்றனர் மாணவர்கள். அதன்பிறகே குரு பாடத்தை கற்பிப்பார்.

சத்திரியரும், வைசியரும் கல்வி கற்றாலும் இவ்விரு வருணத் தவரும் பிறருக்கு கற்பிக்க கூடாதென்ற முறை ஆரம்பத்தில் கையாளப்பட்டு பின்பு தளர்த்தப்பட்டது. பிராமணர்கள் இல்லாத பட்சத்தில் சத்திரிய, வைசியரிடமிருந்து வேதத்தை கற்கலாமென்று நடைமுறை இருந்திருக்கின்றது.

தர்ம சூத்திரம் ஒன்றுக்கு மேற்பட்ட ஆசிரியர்களிடத்திலே மாணவர்கள் கல்வி கற்றதைச் சுட்டிக்காட்டுகின்றது. பிராமண மாணவர் ஒவ்வொரு ஆசிரியரிடமும் சென்று கல்வி கற்றுள்ளனர். ஒவ்வொரு ஆசிரியரும் ஒவ்வொரு வேகத்தை மட்டுமே அறிந்திருந்திருக்கின்றனர். ஆகையால் தங்களுக்கு தெரிந்த வேகத்தை மட்டுமே மாணவர்களுக்கு பயிற்றுவித்துள்ளனர். மாணவர்கள் நான்கு வேதத்தினையும் தெளிவுற கற்கும் பொருட்டு வெவ்வேறு ஆசிரியர்களிடத்தே நாடியிருக்கின்றனர்.

கல்வி கற்பித்தலுக்கென்று ஆசிரியருக்கும் யாரும் பொருட் களை வழங்கவில்லை. ஆசிரியர் கற்பித்தலுக்கென்று எந்த பொருட்களையும் பெற்றிருக்கவில்லை. தங்களின் இந்து மதத் தின் சமயப்பணியின் ஒரு பகுதியாகவே கற்பித்தலை பயிற்று வித்திருக்கின்றார்கள். திருவிழாக்காலங்களின்போதும், சமய சடங்குகளின் போதும், வேள்விகள் நிகழ்த்தும் பொழுதும் ஆசிரியருக்கு பொருள் அளித்தல் ஒருவிதமான பழக்கமாக கடைபிடித்து வந்திருக்கின்றார்கள். இதுபோன்ற வெகுமா னங்களே ஆசிரியருக்கு கொடுக்கப்படும் ஊதியமாக கருதப் பட்டிருக்கின்றன. இதை தவிர்த்து தனியே வேறு சம்பளம் எதையும் ஆசிரியர்கள் பெற்றுக்கொள்ளவில்லை.

கல்வி காலம் முடிந்தவுடன் குருவிற்கு கைமாறாகப் பொருட் களை அளித்து வந்திருக்கின்றனர் மாணவர்கள். இதுவே குருதட்சனையாக கருதப்பட்டிருக்கின்றன. இந்த குரு தட்சனை வேதம் ஓதும் முன்பு கொடுக்கப்படாமல் வேதமோதி முடிந்த நிலையில் தன் வீடு திரும்பும்போது கொடுக்கப்பட்டிருக்கின்றன. ஒரு மாணவனின் குருதட்சனையை அரசன் அளிப்பானானால் அந்த அரசன் நற்கதியை அடைவான் என்றும் மண், பொன், பசு, குதிரை, செருப்பு, குடை, ஆசனம், தானியம், மாமிசம், ஆடை முதலியவற்றை குரு மகிழ்வுடன் ஏற்பதாக மநு நூல் கூறுகின்றது.

தொடக்க காலங்களில் குருகுலக் கல்வியில் வேதங்கள் மட்டுமே பயிற்றுவிக்கப்பெற்றிருக்கின்றன. வேள்வி, வேட்டல், சடங்கு வினைமுறைகளை கற்றுக்கொடுத்தல் போன்றவை மட்டுமே செயல்படுத்தப்பட்டிருக்கின்றன. வேதமானது வாய் மொழியாகவே ஓதப்பெற்றதாம். எழுத்து முறையிலான ஏட்டுக் கல்வி அப்பொழுது இடம் பெற்றிருக்கவில்லை. ஆசிரியர் வேதத்தினை ஓத மாணவர்கள் அவரைத் தொடர்ந்து வேதத் தினை ஓதுவார்களாம். வேதத்தை கற்றுக் கொள்ளும் பொழுது மாணவர்கள் ஆசிரியரிடம் கேள்வியே கேட்கக்கூடாது. ஆசிரியர் தவறாக வேதத்தை கற்றுக்கொடுத்தாலும்கூட மாணவன் ஆசிரி யனை கேள்வி கேட்கும் உரிமை முற்றிலும் மறுக்கப்பட்டி ருக்கின்றன.

வேதங்களை மட்டுமே பயிற்றுவித்த குருகுலப் பள்ளியில் காலத்தின் தேவைக்கேற்ப பல மாற்றங்கள் நிகழ்ந்திருக்கின்றன. வேதக் கல்வியுடன் இலக்கணம், சமூகச் சட்டம், புராணங்கள், தருக்கம், தத்துவ சாஸ்திரம், மருத்துவம் போன்றவைகள் பயிற்றுவிக்க பெற்றிருக்கின்றன.

கல்வியை பயிற்றுவித்தல் குருவின் பணியாக இருந்தாலும் கூட மாணவர்களுக்கு நல்லொழுக்கத்தை அளிப்பதே ஆசிரியரின் தலையான கடமையாக கருதப்பட்டிருக்கின்றது. குருகுலக் கல்விமுறையானது வருணாசிரம முறைக்கு உட்பட்டே கல்வி நிலையங்களாக காட்சியளித்திருக்கின்றது.

தொடக்க காலத்தில் கல்வி என்ற சொல்லுக்கான பொருளும் இன்றையகால கல்விக்கான பொருளும் மாறுபடுகின்றதாகவே

நான் கருதுகின்றேன். தொடக்கக் காலத்தில் கற்றுக்கொள்ளப் படுகின்ற அனைத்தும் கல்வி என்ற நிலையில் இருந்தவை பிறகு எழுத்தினை கற்றுக் கொள்வதே கல்வி என்ற நிலைக்கு வந்துவிட்டது.

வேதம் சார்ந்த வாழ்க்கையானது பிராமணர்களுக்கு மட்டுமே உரியதாகவும், சாஸ்திரத்தின் பயனறிய வல்லவன் பிராமணனே என்ற நிலை இருந்தமையால் கல்வியானது பிராமணர்கள் முழு கட்டுப்பாட்டில் இருந்திருக்கின்றன. மநுதர்மம் என்ன கூறுகின்றது என்று பார்த்தால் சூத்திரன் என்று சொல்லக்கூடிய ஆதிதிராவிடர்களை தவிர்த்து மற்ற மூன்று வருணத்தவரும் கல்வியை முழுமையாக கற்றுக்கொள்ள தகுதி உடையவர் களென்று கூறுகின்றது.

நான்காவது வருணத்தவராக் கருதப்படும் ஆதிதிராவிட மக்கள் வேதம் ஓதுவது கூடாது வேதத்தினை கற்ற பிராமணர்களுக்கு பணிசெய்து செருப்பாய் கிடப்பதே அவர்களின் வாழ்வின் புண்ணியமானவைகளாக இறைவனால் கருதப்படுமென்று பிராமணர்கள்வகுத்த நீதி நூல்கள் கூறுகின்றன.

மநுதர்மமானது மூன்று வகையான ஆசிரியர்களை அடையாளம் காட்டுகின்றது.

1. ஆசாரியன்
2. உபாத்தியாயன்
3. குரு

ஆசாரியன் உபநயனம் செய்வித்து மந்திரங்களையும் வேதங்களையும் ஓதுவிப்பவர் ஆவார். இவற்றை பொருள் பெற்றுக் கொண்டு புறிந்து அதைச் செய்விப்பவர் உபாத்தியாயன் பிழைக்கும் வழியை கற்றுகொடுப்பவர் குருஎன்று மநு தர்மம் அகவுகின்றது.

குருக்குலக் கல்வியில் எந்த மாணவன் தூயவனாகவும், கடமைகளை தவறாமல் நிறைவேற்றுபவனாகவும், வித்தையை ஏற்றுக்கொள்ளக் கூடியவனாகவும், கவனம் நிறைந்தவனாகவும் இருக்கின்றானோ அந்த மாணவனே சிறந்த மாணவனாக குருவினால் கருதப்படுகின்றான்.

இப்படி குருகுலக் கல்வி கரைந்தோடி மறுவியப்பிறகு சி.

சாத்தப்பாடியில் திண்ணைப் பள்ளிக்கூடமென்று ஆகஸ்ட் 6 1906–ஆம் ஆண்டு துவக்கப்பட்டு பின்பு நாட்டாண்மை கழக ஆதார பாடசாலையாக மாற்றம் பெற்று அதன் பிறகு ஊராட்சி ஒன்றிய துவக்கப் பள்ளியாக மாறியது. 1956–ஆம் ஆண்டு இவ்ஒன்றிய பள்ளியின் துணைப் பள்ளியாக காமாட்சி உதவிபெறும் நடுநிலைப்பள்ளி என்ற பெயரில் ஆறாம் வகுப்பு, ஏழாம் வகுப்பு, எட்டாம் வகுப்புகள் நடைபெற்றிருக்கின்றன. (மாநிலத்திலேயே இரண்டு பள்ளிகள் மட்டும்) தனி நிர்வாகத் தின்கீழ் அனுமதிக்கப்பட்டுள்ளன. 02.10.1975 வரை இவ்வாறு நடைபெற்று வந்துள்ளது. இந்த பள்ளி மீளவும் 02.10.1975 முதல் உதவி பெறும் பள்ளியானது ஊராட்சி ஒன்றிய பள்ளியுடன் இணைக்கப்பட்டு ஊராட்சி ஒன்றிய நடுநிலைப் பள்ளியாக மாற்றம் அடைந்திருக்கின்றது. இப்பள்ளி துவங்கிய நாள் முதல் இந்த பள்ளி தனக்கென சிறப்பிடத்தைப் பெற்று மாவட்ட அளவிலே நல்ல பள்ளியாக செயல்பட்டு வந்திருக்கின்றது. இப்பள்ளிக்கென 1995–க்கு பிறகு மாவட்ட தொடக்கக் கல்வியின் கீழ் ஒரு கட்டிடமும், பாராளுமன்ற உறுப்பினர் திட்டத்தின் கீழ் ஒரு கட்டிடமும், மாவட்ட ஆட்சியர் திட்டத்தின் கீழ் ஒரு கட்டிடம் என போதிய வசதிகளுடன் 530 மாணவர்களுக்கு தரமான கல்வியை வழங்கி வந்துள்ளது. அதன் பிறகு 06.07.2008 அன்று தமிழக அரசின் உத்தரவிற்கு இணங்க ஊராட்சி ஒன்றிய நடுநிலைப்பள்ளி, அரசு உயர்நிலைப்பள்ளியாகவும், ஊராட்சி ஒன்றிய தொடக்கப்பள்ளியாகவும் தனித்தனியே தரம் உயர்த்தப்பட்டு சிறப்பான முறையிலே தற்பொழுது செயல்பட்டு வருகின்றது. தற்பொழுது ஊராட்சி ஒன்றிய தொடக்கப் பள்ளிக்கு அனைவருக்கும் கல்வித்திட்டம் (SSA) மூலம் வகுப்பறை கட்டிடங்களும், போதிய தளவாட பொருட்களும், மின்சார வசதிகளும், கணினி வசதிகளும், மற்றும் கழிப்பிட வசதிகளும் செய்து தரப்பட்டுள்ளது. சட்டமன்ற உறுப்பினர் நிதியிலிருந்து பகுதி சுற்றுச் சுவரும், நுழைவாயில் கதவும் செய்து தரப்பட்டுள்ளன. இன்றளவிலும் புவனகிரி ஒன்றிய அளவிலான கிராமப்புற பள்ளிகளில் அதிக எண்ணிக்கை யிலான மாணவர்களைக் கொண்ட பெரிய பள்ளிக்கூடம் என்ற பெருமையைக் கொண்டுள்ளது. அதோடு மட்டுமல்லாமல் மாவட்ட அளவில் நடத்தப்படும் பேச்சுப்போட்டிகளில் சாத்தப் பாடி ஊராட்சி ஒன்றிய தொடக்கப்பள்ளி மாணவர்கள் சில

சாத்தப்பாடி அரசு உயர்நிலைப் பள்ளி

வருடங்களாக தொடர்ச்சியான முதல் பரிசுகளை பெற்று வருகின்றார்கள். இந்த செய்தியானது இந்து நாளேட்டில் வெளிவந்துள்ளது என்பதுவும் குறிப்பிடத்தக்கவைகளில் ஒன்றாகும். இந்த நாளிதழ் நடத்திய போட்டியில் பங்கு பெற்ற இவ்வூர் தொடக்கப்பள்ளி மாணவர்களும் மாணவிகளும் பரிசுகளைப் பெற்றுள்ளனர்.

2012–ஆம் ஆண்டு உலக எழுத்தறிவு தினத்தை முன்னிட்டு அண்ணாமலைப் பல்கலைக்கழகத்தில் நடைபெற்ற பேச்சுப் போட்டியில் பங்கேற்று இப்பள்ளியைச் சேர்ந்த மாணவி முதல் பரிசினை வென்று அன்றைய துணைவேந்தர் திரு. டாக்டர் இராமநாதன் அவர்களிடமிருந்து பரிசினை பெற்றிருக்கின்றார்.

இப்பள்ளியிலே குடிநீர் சுத்திகரிப்பு இயந்திரம் அமைக்கப் பெற்று மாணவர்களுக்கு பாதுகாப்பான குடிநீர் வழங்கப்பட்டு வருகின்றது. தமிழக அரசு உயர்நிலைப்பள்ளியாக இப்பள்ளியை தரம் உயர்த்திய பிறகு ஒன்றிய அளவிலான உயர்நிலைப் பள்ளிகளில் அதிகபடியான தேர்ச்சி விழுக்காட்டை வழங்கி வரும் பள்ளி என்ற நற்பெயருக்கு பாத்திரமாக இப்பள்ளியானது தற்பொழுது உள்ளது.

மாநில அளவில் நடந்த (SLAS) தேர்வில் கடலூர் மாவட்டத்தில் சாத்தப்பாடி ஊராட்சி ஒன்றிய தொடக்கப்பள்ளியானது முதல் இடத்தை தக்க வைத்துள்ளது. இப்பள்ளியானது மாணவர்களின் தரத்தினையும், பள்ளியின் தரத்தையும் காத்து பழம் பெரும் பாரம்பரியத்தோடு நிற்கின்றது.

சி. சாத்தப்பாடி பள்ளி உருவாகுவதற்கு முதன்முதலிலே நிலம் வழங்கியவர் திரு. இராதாகிருஷ்ணன் அய்யர் என்பவர் உதவியுள்ளார். இவர் இவ்வூரினுடைய மணியக்காரராகவும், கிராம நிர்வாக அலுவலராகவும் இருந்துள்ளார். அதன் பிறகு இப்பள்ளியை விரிவு படுத்தி கட்டிடங்கள் கட்ட வேண்டிய தேவை ஏற்பட்ட பொழுது இரண்டாம் கட்டமாக நிலம் வழங்கியவர் திரு. வெங்கட்ராம அய்யர் என்பவர் ஆவார். இப்பள்ளி தொடங்கப்பட்டு நடைபெற்று வந்த கால கட்டத்திலே குடிசைகள் அமைத்தும், மரத்தடிகளிலும் வகுப்புகள் நடைபெறத் தொடங்கியிருக்கின்றன. அதோடு மட்டுமல்லாமல் (லஸ்கர்) கொட்டாய் என்கின்ற இடத்திலும் மாணவர்கள் அமர்த்தப்பட்டு வகுப்புகள் நடைபெற்றிருக்கின்றன. சுமார் **1960**–ஆம் ஆண்டு வாக்கில் ஆதிதிராவிட மாணவர்கள் இப்பள்ளியில் மிகவும் சொர்பமான அளவே கல்வி கற்பதற்காக சேர்க்கப்பட்டுள்ளனர். அப்படியே பள்ளியில் அம்மாணவர்கள் சேர்க்கப்பட்டாலும் கூட தீண்டாமை மற்றும் தீராத வறுமையின் காரணமாக இக்குழந்தைகளின் பெற்றோர் பள்ளிக்கு அனுப்பி வைக்க முடியாத சூழ்நிலை இருந்திருக்கின்றன. அப்படியும் தாழ்த்தப்பட்ட மாணவர்கள் பள்ளிக்கு வருகை தந்தாலும்கூட அன்று இருந்த சில ஆசிரியர்களால் இம்மாணவர்கள் புறம் தள்ளப்பட்டுள்ளனர்.

காமராசர் ஆட்சி காலத்தின் போது கொண்டுவரப்பட்ட நண்பகல் உணவு திட்டத்தின் மூலமாக மாணவர்களுக்கு மதிய உணவு வழங்கப்பெற்று இப்பள்ளியைச் சேர்ந்த மாணவர்களுக்கு உணவு வழங்கப்பட்டிருக்கின்றது. இதற்கு முந்தைய காலங்களில் ஏழை, எளிய மாணவர்கள் குறிப்பாக வசதி வாய்ப்பிலே ஒடுக்கப்பட்ட மாணவர்கள் பசி பட்டினியோடு கிடந்து வாடி வதங்கியிருக்கின்றார்கள்.

1948 களின் வாக்கில் இப்பள்ளியில் செயல்முறைக் கல்வி பயிற்றுவிக்கப்பட்டிருக்கின்றன. அப்படி பயிற்றுவிக்கப்பட்ட

செயல்முறை கல்வியில் சாத்தப்பாடி பள்ளியிலே இரண்டு தொழிலுக்கான பயிற்சிகள் அளிக்கப்பட்டிருக்கின்றன. ஒன்று பாய் முடைதல் மற்றொன்று நூல் நூற்றல் ஆகிய இந்த இரண்டு தொழில்களும் இப்பள்ளியில் பயின்ற மாணவர்களுக்கு கற்றுக்கொடுக்கப்பட்டுள்ளது.

1970–களில் எட்டாம் வகுப்புவரை முடித்த மாணவர்களுக்கு மாவட்ட அளவிலே திறமை வாய்ந்த மாணவர்கள் என்ற போட்டித் தேர்விலே பங்கு பெற்று சி. சாத்தப்பாடி பள்ளியைச் சார்ந்த மாணவர்கள் தொடர்ந்து ஆறுமுறை வெற்றி பெற்று வருடத்திற்கு தலா மூவாயிரம் ரூபாயை பரிசாக அரசிடமிருந்து பெற்றிருக்கின்றார்கள்.

சி. சாத்தப்பாடி பள்ளியிலே பணியாற்றிய ஒரு சில தலைமை ஆசிரியர்கல் ஆசிரியர்களிடம் நான் பேட்டி எடுத்தேன். இப்பள்ளியைப் பற்றி அவர்கள் என்னோடு பகிர்ந்து கொண்ட தகவல்களை அவர்களுடைய சொல்லாடலைப் போன்றே பதிவு செய்துள்ளேன்.

பெயர் – திரு. கோவிந்தன்

வகித்த பதவி – தலைமை ஆசிரியர்

என்னுடைய பெயர் கோவிந்தன் நான் சாத்தப்பாடி நடு நிலைப்பள்ளியில் தலைமை ஆசிரியராக 1960–ஆம் ஆண்டு பணிபுரிந்து பின்பு ஓய்வு பெற்றேன். மேனேஜ்மெண்ட் பள்ளியானது ஆறாம் வகுப்பு, ஏழாம் வகுப்பு என்ற வகுப் புகளோடு ஆரம்பிக்கப்பெற்று ஒன்று முதல் ஐந்தாம் வகுப்பு வரையிலான தொடக்கப்பள்ளி அரசு பள்ளியாக செயல்பட்டு வந்தது. நான் இப்பள்ளிக்கு வருவதற்கு முன்பு இராமநாதன் என்பவரே இப்பள்ளியின் நிறுவனராக மேனேஜராக) இருந்துவந்தார். அன்றைய காலகட்டத்தில் மேனேஜ்மெண்ட் பள்ளி என்று சொல்லக்கூடிய பள்ளிக்கு வேறு எந்த ஊரிலும் அனுமதி கிடையாது. மேல்புவனகிரி ஒன்றியத்தில் உள்ள சாத்தப்பாடியில் மட்டுமே மேனேஜ்மெண்ட் பள்ளிக்கு அனுமதி வழங்கப்பெற்றது. இதை தவிர்த்து விழுப்புரம் மாவட்டம் மடப்பட்டு என்ற ஊரிலேதான் ஆறு, ஏழு, எட்டிற்கான மேனேஜ்மெண்ட் பள்ளிக்கு அனுமதி வழங்கப்பட்டு நடை

பெற்றது. தமிழ்நாட்டை இரண்டாக பிரித்து மதுரையை ஒரு தலைமையிடமாக சென்னையை ஒரு தலைமையிடமாக கொண்டு பள்ளிகள் நடைபெற்றன. அதிலே இந்த ஊர் சாத்தப் பாடி பள்ளியானது மதுரையை தலைமையாக்க் கொண்டு செயல்பட்டது. அப்பொழுது இப்பள்ளியிலே ஆதாரக்கல்வி என்ற பெயரிலே ஒரு திட்டம் கொண்டுவரப்பட்டது. ஆதாரக்கல்வியென்றால் செயல் மூலம் கல்வி கற்றல் என்பன. அப்படி செயல்மூலம் கற்பிக்கப்பட்ட கல்வியில் இரண்டு தொழில்கள் மாணவர்களுக்கு கற்றுக் கொடுக்கப்பட்டது. ஒன்று நூல் நூற்றல் மற்றொன்று பாய்முடைதல் ஆகிய இரண்டு வகையிலான செயல்முறைக் கல்வி மாணவர்களுக்கு பயிற்றுவிக்கப்பெற்றது. பாய்முடைதல் என்று பார்க்கும் பொழுது பாய்செய்வதற்கான மூலப்பொருட்கள் முதலான கோரை எங்கு உற்பத்தியாகின்றது அதை எப்படி பதப்படுத்தி பாய் முடைய வேண்டுமென்ற பயிர்ச்சிகளின் அடிப்படையில் மாணவர்களுக்கு இந்த தொழிற்கல்வி பயிற்றுவிக்கப்பெற்றது. அதே போலத்தான் நூல் நூற்றலும் மாணவர்களுக்கு பயிற்று விக்கப்பெற்றது. இக்கல்வி நடைமுறைப் படுத்தப்பட்டு செயல் பட்டுக் கொண்டிருந்த பொழுது 1972–ஆம் ஆண்டு செயல்கல்வி நிறுத்தப்பெற்றுவிட்டது. அன்றைய ஆசிரியருக்கான கல்வித் தகுதி பத்தாம் வகுப்பு படித்திருந்தாலே போதுமானதாக இருந் தது. பள்ளி துவக்கப்பட்ட காலக்கட்டத்திலிருந்து அனைத்து மாணவர்களுக்கும் ஒற்றுமையாகவும், ஒன்றுபட்டுமே இப்பள் ளியில் பயின்று வந்தார்கள். ஆசிரியர்களும் மாணவர்களை சமமாக பாவித்து ஒற்றுமையுடனே இருக்கச் செய்து பாடத்தை கற்பித்தார்கள். வரலாறுகளிலே இருக்கின்ற மாணவர்கள் தனித்தனியே பாவிக்கப்பட்டு சமூக ரீதியிலே துன்புறுத்தலுக்கு ஆளாக்கப்பட்டதுபோல இப்பள்ளியை சேர்ந்த மாணவர்கள் எந்த விதத்திலும் அப்படி ஆளாக்கப்படவில்லை சமமாகவே நடத்தப்பட்டனர். அவர் உயர் குடி வகுப்பைச் சார்ந்த மாணவராக இருந்தாலும், ஒடுக்கப்பட்ட சமூகத்தைச் சேர்ந்த மாணவராக இருந்தாலும் சரிசமமாகவே ஆசிரியர்களால் நடத்தப்பட்டனர். தமிழகத்திலே காமராசர் ஆட்சி நடைமுறைபடுத்தப்பட்ட பொழுது மதிய உணவுத்திட்டம் கொண்டுவரப்பட்டது. ஆனால் காமராஜர் ஆட்சிக்கு முன்பு இப்பள்ளியிலே படித்த மாணவர்கள் மதிய நேரங்களிலே பசிபட்டினியோடே வயிறு சுருண்டு

கிடப்பார்கள். வசதியுடைய குடும்பங்களைச் சேர்ந்த மாணவர்கள் மதிய உணவை வீட்டிலிருந்தே கொண்டுவந்து விடுவார்கள். கஞ்சிக்கே வழியில்லாத ஏழை, எளிய குடும்பத்தைச்சேர்ந்த மாணவர்கள் மிகப்பெரிய பசி பட்டினிக்கு ஆளாகியிருந்தார்கள் என்பது மிகவும் வருத்தத்தை அளிக்கக்கூடியவை.

பெயர் – திரு. இராமநாதன்

வகித்த பதவி – தலைமை ஆசிரியர்

என்னுடைய பெயர் திரு. இராமநாதன். நான் சி. சாத்தப்பாடி ஊராட்சி ஒன்றிய நடுநிலைப் பள்ளியின் தலைமை ஆசிரியராக 25.07.1995 அன்று பதவியேற்றுக் கொண்டேன். இதற்கு முன்பு புவனகிரி ஒன்றியத்திற்கு உட்பட்ட எறும்பூர் பள்ளியிலே உதவி தலைமை ஆசிரியராக பணியாற்றினேன். நான் சி.சாத்தப்பாடி ஊராட்சி ஒன்றிய நடுநிலைப் பள்ளியின் தலைமை ஆசிரியராக பதவியேற்றுக் கொண்டபொழுது நான் உணர்ந்து கொண்டது என்னவென்றால் முன்பு இப்பள்ளிக்கென்று நல்ல பெயர் இருந்ததாக தெரியவில்லை. நான் பதவியேற்றுக் கொண்ட ஒரு வாரகாலத்தில் ஆசிரியர்களின் அணுகுமுறை எப்படி இருந்ததென்றால் ஆசிரியர்கள் வருவார்கள் போவார்கள், குறித்த நேரத்திற்கு வருவது கிடையாது. பாட அறிவு அற்றவர்களாக ஆசிரியர்கள் இருந்தார்கள். பாடத்தை மாணவர்களுக்கு நடத்தாமல் பொழுதைப் போக்குவதிலேயே சில ஆசிரியர்களின் குறிக்கோலாக இருந்தது. சில ஆசிரியர்கள் வருகைப் பதிவேடு போன்றவைகளை தங்களின் இருக்கைக்கே மாணவர்களை எடுத்துவரச் சொல்லி கையெழுத்திட்டார்கள். எனக்கு முந்தைய காலங்களில் நிர்வாக சீர்கேடு அதிகமாக இருந்தது என்பதை தெளிவாகவே என்னால் கூறமுடியும். இந்த வகை யிலான சீர்கேடுகளை தடுக்கும் பொருட்டு கண்டிப்பான நடவடிக்கைகளை ஆசிரியர்களின் கூட்டத்தை கூட்டி சில நடவடிக்கைகளை மேற்கொண்டேன்.

மேற்கொண்ட நடவடிக்கைகள்:

1. அனைத்து ஆசிரியர்களும் கட்டாயம் 9 மணிக்கு வந்தே தீரவேண்டும்.

2. வாரத்தில் உள்ள 5 நாட்களில் தினம் ஒரு ஆசிரியர் 8லு மணிக்கு வந்து பள்ளியினுடைய சுற்றுப்புறத்தை மாணவர்களைக்

கொண்டு சுத்தம் செய்து விட்டு, பள்ளியில் மாணவர்கள் ஓரிடத்தில் அமர வைத்து நன்னெறிகளை போதிக்கும் கருத்துக்களை கற்றுக்கொடுக்க வேண்டும்.

3. தினமும் கட்டாயம் 9 மணிக்கு அனைத்து மாணவர்களும் இறைவணக்கம் நிகழ்விலே கலந்து கொள்ள வேண்டும்.

இப்படி கடுமையான உத்தரவுக்களை கொண்டு வரப்பட்ட பிறகே இக்கிராம மக்களின் நல்மதிப்பை இப்பள்ளி பெற ஆரம்பித்தது.

ஆசிரியர்கள் யாரேனும் தாமதமாக வர நேர்ந்தால் அவர்களை தனிப்பட்ட முறையிலே தலைமை ஆசிரியரான நானும் உதவி தலைமை ஆசிரியர் ஆகிய இருவரும் தாமதமாக வந்த ஆசிரியரை உணவு இடைவேலையிலே சந்தித்து அன்பான முறையிலே அதற்கான காரணத்தை கேட்டறிந்த பின்பு அந்த காரணம் ஏற்றுக்கொள்ளும் அளவில் இருந்தால், இனி தாமதமாக வருவதை தவிர்த்துக் கொள்ளப் பாருங்களென்று சக ஆசிரியர் என்ற உரிமையோடு கேட்டுக்கொள்வேன்.

மாணவர்களுக்கு இரட்டைவரி, நான்குவரி நோட்டுக்கள் கட்டாயமாக்கப்பட்டு அவர்களின் கையெழுத்திலே கவனம் செலுத்த ஆசிரியர்களை கொண்டு நடவடிக்கை எடுக்கப்பட்டு நடைமுறைப்படுத்தப்பட்டு பின் நாட்களில் வெற்றியும் காண முடிந்தது. இதன் பிறகு பள்ளிக்கான முழு ஒத்துழைப்பை, மாணவர்களும், ஆசிரியர்களும் கிராம பொதுமக்களும் இப்பள் ளியின் முன்னேற்ற நடவடிக்கைக்கு முதுகெலும்பாக இருந் தார்கள்.

பள்ளியின் வளர்ச்சிக்கான படிகளாக கருதி ஆண்டுதோறும் ஆண்டுவிழா போன்றவைகளை ஏற்படுத்தி அவற்றின் மூலம் மாணவர்களுக்கு ஆடல், பாடல் கலை நிகழ்ச்சிகளோடு உற்சாகத்தை ஏற்படசெய்து, கிராமமக்களின் கவனத்தை ஈர்த்து அதிகபடியான மாணவர்களை பள்ளியிலே சேர்பதற்கான நடவடிக்கையை கையாள ஆண்டு விழா நிகழ்ச்சி ஓர் ஆதாரமாக இருந்தது.

ஆண்டு விழாக்கள் தொடர்ந்து ஆண்டுதோறும் நடத்தப் பட்டது. இத்தகைய நிகழ்வின் போது மக்களின் பார்வை இப்பள்ளியின் மீது பட்ட காரணத்தினால் சி.சாத்தப்பாடி நடு

நிலைப்பள்ளி பின் நாட்களிலே தனக்கான ஓர் நிறந்தர இடத்தை தக்க வைக்க முடிந்தது. நான் தலைமை ஆசிரியராக பணியாற்றிய 12 வருடங்களில் 11 வருடம் ஆண்டு விழா தொடர்ச்சியாக நடத்தப்பட்டு வந்தது. என்னுடைய 12–வது வருடத்தலே நான் பணி ஓய்வு பெறும் பொருட்டு இப்பள்ளியினுடைய ஆசிரியர்களும் கிராம மக்களும் ஆண்டு விழாவோடு எனக்கான பணி நிறைவு விழாவினையும் சிறப்பாக எடுத்து நடத்தினார்கள்.

திரு. இரமநாதன் அய்யா அவர்கள் இது போன்ற அடுக் கடுக்கான பள்ளியின் வளர்ச்சிக்கான பணிகளை தொடர்ந்து கொண்டேயிருந்தார்கள். அவரின் பணி சாத்தப்பாடி நடுநிலைப் பள்ளிக்கு கிடைக்கப்பெற்றதற்கு இவ்வூரைச் சார்ந்த கிராம மக்கள் என்னென்றும் அய்யா திரு இராமநாதன் அவர்களுக்கு நன்றிக்கடன் பட்டவர்களாகவே இருப்பார்கள். அய்யா அவர்கள் சி. சாத்தப்பாடி பள்ளியிலே தலைமை ஆசிரியராக பணியாற்றிய பொழுது நானும் இப்பள்ளியிலே படித்துக்கொண்டிருந்தேன். திரு. இராமநாதன் என்ற தலைமை இப்பள்ளியின் வளர்ச்சிக்கு பெரும் பங்கு வகித்தது என்பதை நான் உறுதியுடனேயே கூற ஆசைப்படுகின்றேன். கடைசியாக திரு. இராமநாதன் அய்யா அவர்கள் என்னால் பேட்டிகாணப்பட்ட பொழுது தான் கூறும் ஓர் கருத்தை பதிவாக புத்தகத்திலே வைக்க வேண்டுமென கூறினார்கள். அவர் கூறிய செய்தியை நான் கீழே பதிவிடுகின்றேன்.

“ஆரம்பப் பள்ளிகளில் பெண் ஆசிரியைகளை மட்டுமே (குறிப்பாக ஒன்று முதல் ஐந்தாம் வகுப்புவரை) கொண்ட பள்ளி இடங்களில் பெண் ஆசிரியைகளை மட்டுமே கொண்டு பணி யிடங்களை அரசு நிரப்புவதினால் பெருத்த அளவிலான இழப்பு கல்வி சமூதாயத்திற்கு ஏற்படுகின்றது”

இந்த கருத்தை அய்யா முன்மொழிந்த பொழுது அதற்கான விளக்கத்தையும் நம்மிடம் பகிர்ந்து கொண்டார். அதையும் காண்போம்.

“பெண் ஆசிரியைகள் தங்கள் கணவராகிய ஆணுக்கு கட்டுப்பட்டவர்கள், காலம் தவறிச் சென்றால் குடும்பத்திலே குழப்பம் நிகழும். ஆகையினால் பெண் ஆசிரியைகள் பள்ளி நேரங்களில் மட்டுமே அவர்கள் பள்ளியிலே இருக்க முடியும். பொது மக்களின் தொடர்பு அவர்களுக்கு கிடைக்கப்பெறுவது

கிடையாது. குறிப்பாக தன்னிடம் பயிலும் மாணவர்களின் பெற்றோர்களை சார்ந்து பேசுவதற்கு பெண் ஆசிரியைகள் நேரம் ஒதுக்குவது அதிகபட்சமாக கிடையாது என்றே கருதுகின்றேன். மாணவர்களின் பெற்றோர்களை பெண் ஆசிரியைகள் சந்திக்க முடியாத பொழுது மாணவரின் கல்வி வளர்ச்சியிலே முரண்பாடு ஏற்பட்டு கல்வி வளர்ச்சி குன்றிப் போவதற்கான வாய்ப்பு இருக்கின்றது. இதனை முன்நிறுத்தியே இந்த கருத்தை நான் முன்வைக்கின்றேன். தமிழக அரசு இதை மறுபரிசீலனை செய்தால் பள்ளி குழந்தைகளின் வளர்ச்சிக்கு உதவியாக இருக்குமென்று நம்புகின்றேன்''

பெயர் – திரு. K.A. கலியபெருமாள்

வகித்த பதவி – உதவி தலைமையாசிரியர்

சி. சாத்தப்பாடி பள்ளியிலே 1971–ஆம் ஆண்டு இப்பள்ளி யிலேயே ஆசிரியராக சேர்ந்து 1996–ஆம் ஆண்டு வரை ஆசிரியராக பணியாற்றியவர் திரு. K.A. கலியபெருமாள் என்பவர் முதலில் ஆசிரியராகவும் பின்பு பதவி உயர்வு கிடைக்கப்பெற்று உதவி தலைமை ஆசிரியராகவும் சி.சாத்தப்பாடி பள்ளியிலே தனது பணியை தொடர்ந்த அய்யா அவர்களை சந்தித்து சில கேள்விகள் கேட்கப்பட்ட பொழுது அவரின் வயது முதுமையின் காரணமாக நெடுநேரம் தன்னுடைய பதிவை நமக்கு அவரால் கொடுக்க முடியாமல் போதும் இருப்பினும் கூட அவரின் பணி காலத்தின் போது இப்பள்ளி சம்மந்தமான தகவல்களை சிலவற்றை பதிவு செய்தார். அவற்றைக் காண்போம்.

திரு. K.A. கலியபெருமாள் என்கின்ற நான் இப்பள்ளி யினுடைய ஆசிரியராக பதவியேற்று பணியாற்றிய ஆரம்ப காலகட்டத்தில் இவ்வூர் மக்கள் கல்வி அறிவு அறவே அற்ற குருடர்களாக இருந்தார்கள். குறிப்பாக தாழ்த்தப்பட்ட சமுதாய மக்களும் மாணவர்களும் நான் இப்பள்ளியிலே ஆசிரியராக பதவி ஏற்காத முந்தைய காலங்களில் நான் கேள்விப்பட்ட தகவல் என்னவென்றால் உயர் வகுப்பாக கருதப்பட்ட மாண வர்கள் பலகையின் மீதும் தாழ்ந்த வகுப்பாக கருதப்பட்ட மாணவர்கள் தரையிலும் அமர்ந்து கல்வி கற்றதாகவும் எனக்கு தகவல் கிடைத்தது. பின்பு நான் ஆசிரியராக பணியாற்றிய காலகட்டத்தில் அத்தகைய நிகழ்வு நடக்கவில்லை நடக்கவும்

நான் அனுமதிக்கவில்லை. ஆனால் சி.சாத்தப்பாடி பள்ளியில் நான் ஆசிரியராக இருக்கும் பொழுது இந்த ஒரு காட்சியை நானே நேராக கண்டேன்.

மதிய உணவு வாங்கும் மாணவர்களிடத்திலே ஒரு விதமான பேதம் தென்பட்டது. குறிப்பாக, உயர்வகுப்பாக கருதப்பட்ட மாணவர்கள் உணவைப் பெற்று பள்ளிக் கட்டிடங்களிலே அமர்ந்து உண்டார்கள். ஆனால் தாழ்த்தப்பட்ட மாணவர்களாக கருதப்பட்ட மாணவர்கள் உணவைப் பெற்றுக்கொண்டு பள்ளிக் கட்டிடத்தில் அமர்ந்து சாப்பிடாமல் தூரமாகச் சென்று அமர்ந்து தனியே உண்டார்கள். இதை கவனித்த நான் பின் நாட்களில் அனைத்து மாணவர்களையும் ஒருசேர அமரவைத்து அனைவருக்கும் நானே உணவை பரிமாறினேன். அதன் பிறகு அப்படியான ஏற்றத்தாழ்வுகளை என்னால் காணமுடியவில்லை. அப்படி நிகழ்ந்தாலும் கூட அதை தலைமை ஆசிரியரிடம் முறையிட்டு தீர்வு காணச் செய்து விடுவேன்.

1970–களில் தாழ்த்தப்பட்ட மாணவர்களின் கல்வி என்று பார்க்கும் பொழுது 10 மாணவர்கள் கூட இருக்கவில்லை. வருகின்ற பத்து மாணவர்கள்கூட பல நாட்கள் பள்ளிக்கு வர மாட்டார்கள். படிக்க விரும்பமில்லாமல் இல்லை வயிற் றுக்கு வழியில்லாத காரணம்தான். பெரும்பான்மையான மாணவர் களாக இப்பள்ளியிலே படித்த மாணவர்கள் யாரென்றுப் பார்த் தால் உயர் வகுப்பைச்சேர்ந்தவர்கள்தான். உயர் வகுப்பைச் சார்ந்த மாணவர்களின் பெற்றோர்கள் கல்வி அறிவு பெற்றவர்களாகவும் நிலச்சுவான்தார்களாகவும் இருந்ததினால் தங்களின் பிள்ளை களின் படிப்பின் மீது அவர்களால் தனிக்கவனம் செலுத்தப் பட்டது. இருப்பினும் கூட உயர் வகுப்பினராக இருக்கின்ற மாணவர்களின் பெற்றோர்கள் சிலர் வறுமையோடே பள்ளிக்கு பிள்ளைகளை அனுப்பி வைத்து படிக்க வைத்தார்கள். இவ் வூரிலே பள்ளி இருந்தாலும் கூட வசதி உடையவர்களின் பிள்ளைகளால் மட்டுமே பள்ளியில் வந்து படிக்க முடிந்தது. தாழ்த்தப்பட்ட சமூதாயத்தைச் சேர்ந்த பிள்ளைகள் எறுமைமாடு மேய்க்கவே ஆர்வம் காட்டினார்கள். ஆனால் அது மாடுமேய்க்க காட்டப்பட்ட ஆர்வமல்ல பசி, பட்டினியோடு மாடு மேய்த் தால்தான் அப்பனுக்கும், அம்மாவுக்கும், தம்பிக்கும், தங்கைக்

கும் தேவையான உணவை வயிற்றுக்கு தர முடியும். வயிற்றுக்கு வழியில்லாத காரணத்தினாலேயே பிள்ளைகள் மாடு மேய்க்கச் சென்று விடுவார்கள்.

பின் நாட்களில் வீடு, வீடாக சென்று பிள்ளை பிடிப்பதைப் போல பள்ளிக்கூடத்திற்கு பிள்ளைகளை அனுப்பி வைக்குமாறு தாழ்த்தப்பட்ட சமூகத்தைச்சார்ந்த பிள்ளைகளின் பெற்றோர்களை கேட்டால் சிலர் அனுப்பி வைக்கிறேன் என்பார்கள். சிலர் சோற்றுக்கு வழியில்லாத எங்களுக்கு நீங்க சோறு போடுவீங்களா சார்! என்று என்னையே திருப்பியும் கேட்பார்கள்.

நான் பணியாற்றிய ஆரம்பகாலகட்டத்தில் இவ்வூர் மக்கள் அறியாமையின் உச்சத்தில் இருந்தார்கள் என்பது உண்மைதான். ஆனால், இதையும் நாம் சிந்திக்க வேண்டும். வயிற்றுக்கு வழி–யில்லாதவன் தன் குடும்பத்துக்கு சோறு போட நினைப்பானா? இல்லை பள்ளிக்கு வருவானா?

1985–களின் வாக்கில் தாழ்த்தப்பட்ட மாணவர்கள் ஓரளவு பள்ளிவர ஆரம்பித்தார்கள். அதன் முந்தைய காலங்களில் பசி, பட்டினி, பஞ்சம் பள்ளியே வேண்டாமென இருந்தார்கள்.

பெயர் – திரு. P. சாமியப்பன்

வகித்தப் பதவி – வேளாண்மை தொழில் நுட்பக்கல்வி ஆசிரியர்

இப்பள்ளியில் திரு. P. சாமியப்பன் என்பவர் 1976–ஆம் ஆண்டு வேளாண்மை தொழில்நுட்பக் கல்வி ஆசிரியராக சேர்ந்து 20.08.1998 ஆண்டு வரை இப்பள்ளியிலே ஆசிரியராக பணி யாற்றிய அய்யா அவர்களை சந்தித்து அவருடைய பணி அனுபவங்களையும் இப்பள்ளியை பற்றி தகவல்களையும் கேட்கப்பட்ட பொழுது அய்யா அவர்கள் கூறிய கருத்துக்களை தற்பொழுது காண்போம்.

திரு. P. சாமியப்பன் என்கின்ற நான் இப்பள்ளியில் ஆசிரியராக 1976–ஆம் ஆண்டு பணியை தொடர ஆரம்பித்தேன். நான் வேளாண் தொழில் நுட்ப கல்வி ஆசிரியராக பணியாற்றினேன். என்னுடைய பணி அனுபவங்களைப் பற்றிச் சொல்ல வேண்டு மானால் இவ்வூர் பள்ளியிலே கல்வி வளர்ச்சியை பொறுத்த

வரையில் ஏற்றத்தாழ்வுகள் நிலவின. பெரும்பாலான ஆதிதிரா விட மாணவர்கள் பள்ளிக்கு படிக்க வருவதில்லை. அப்படி வந்தாலும்கூட அது தற்காலிகமான ஒன்றாக இருந்தது. ஆசிரிய ராகப் பணியாற்றிய சிலரிடத்திலே கூட இன வெறி காணப் பட்டது. பெரும்பாலான மாணவர்களாக இப்பள்ளியிலே படித்த மாணவர்கள் உயர் வகுப்பைச் சார்ந்தவர்களாகவே இருந்தார்கள். தாழ்த்தப்பட்ட மக்களும் சரி அவர்களின் பிள்ளைகளும் சரி விவசாய வேலை, கூலி வேலை, மாடு மேய்க்க சாணி பொருக்க இதற்குத்தான் சென்றார்களே தவிர பள்ளிக்கு வரவில்லை. வயிற்றுக்கு வழியின்றி அவர்கள் மிகவும் கொடுமையை அனுபவித்து வந்தார்கள். ஒரு முறை நான் சி. சாத்தப்பாடி அக்ரஹாரத் தெருவில் நான் நடந்து போனேன் அப்பொழுது ஒருவர் என்னை பார்த்தும் பார்க்காதது போல "யாருடா இவன் செருப்பை போட்டுக்கிட்டு உள்ள போறான்" என்று ஒருவர் என்னை பார்த்து கேட்டார். நான் ஒரு ஆசிரியர் அதுவும் அதே ஊரிலேயே ஆசிரியராக பணிபுரிகின்றேன் என் சமூகத்தை மனதிலே வைத்து நான் போட்டுச் சென்ற செருப்பை கழட்டி கையிலே வைத்துக்கொண்டுதான் அக்ரஹாரத்திலே என்னையே நடக்கச் சொன்னார்களென்றால் படிக்காத மக்களின் அவர்களின் குழந்தைகளின் கதியை நினைத்து பாருங்களேன்.

1980–களுக்கு பிற்பகுதியிலே ஓரளவு மாணவர்கள் குறிப்பாக தாழ்த்தப்பட்ட மாணவர்கள் இப்பள்ளியை நாடி படிக்க வந் தார்கள். அதற்கு முன்பெல்லாம் "அத்திப்பூ பூத்தார்போல" "நரிக்கு வடை கிடைத்தது போலத்தான்" இருந்தது.

சாத்தன் ஏரி: பயனும் பங்களிப்பும்

"காரென்று பேர் படைத்தாய் ககனத் துறும்போது ;
நீரென்று பேர் படைத்தாய் நீ நிலத்திலுற்ற பின்,
வாரொண்மெல்முகை ஆய்ச்சியர் கை வந்தபின்
மோரென்று பேர் படைத்தாய் முப்பேரும் படைத்தாயே!"

என்று வாய்மொழி கூறி பாடியுள்ளார் ஆயிரமாவது வருடத்தில் பிறந்து வாழ்ந்த கவி காளமேகப்புலவர். நீரானது எத்தகைய பொருளோடு கலக்கின்றதோ அந்தப் பேரையெல்லாம் பெறுகின்றது. எத்தகைய பாத்திரத்தில் உள் நுழைகின்றதோ அந்த வடிவத்தையே தனக்கென பெற்றுவிடும் ஆற்றம் வாய்ந்தவை. இதற்கென தனியே எந்த வடிவமும் இல்லை. எந்த நிறமுமில்லை.

மனித நாகரிகத்தின் பெரும் பங்கு வகிப்பவைகள் நீர் நிலைகள் நதிக்கரைகளின் ஓரமாகவும், ஏரிக்கரைகளின் ஓரமாகவும்தான் நாகரிக வாழ்வியல் தொடங்கியதாக நம்மால் அறியமுடிவதோடு வாழ்வில் அடியெடுத்து வைத்த மனிதன். விவசாயத்தை நதிக்கரை, ஏரிக்கரை ஓரங்களில்தான் நீரைப் பாய்ச்சி விவசாயத்தை தோற்றுவித்து வாழ்ந்து வந்து வாழ்ந்திருக்கின்றார்கள் பண்டைய காலத்து நம்முடைய முன்னோர்கள்.

"மாமழை போற்றுதும் மாமழை போற்றுதும்
நாமநீர் வேலி யுலகிற்கு அவனளிபோல்
மேல் நின்று தான் சுரத்தலான்"
என்று இளங்கோவடிகளும்,
"வான் மழைவழாஅது பெய்க மலிவளம் சுரக்க
கோன் முறை அரசு வெல்க
குடிகளோ குறைவிலாது வாழ்க"

என்கிறது தேவாரம்.

சாத்தன் ஏரி

ஆக இத்தகைய பாடல்களின் மூலம் நீர் எந்த அளவிற்கு மனித வாழ்விற்கு இன்றியமையாத தேவையாக இருக்கின்றதென்பதை முழுமையாகவே நம்மால் அறிய முடிகின்றது.

வான் கிழிந்து பூமியிலே தஞ்சம் புகும் மழையை இம்மண்ணில் வாழ்ந்த ஆதி தமிழினம் குளம், ஏரி போன்றவைகளிலே சேகரித்து வைத்து, உயிர் வாழ்க்கையினை நடத்திக் கொள்வதற்கான தேவைகளுக்காக பயன்படுத்தி இருப்பதாக பல வரலாற்று உண்மைகள் நமக்கு தெளிவு படுத்துகின்றது. ஆக இத்தகைய முறையில்தான் மனித நாகரிகம் தோன்றிய காலத்திலிருந்தே இவ்வூரில் வாழ்ந்த பூர்வீக குடிமக்களின் நீர் ஆதார தேவைகளை பூர்த்தி செய்த மிகப்பெரியப் பங்கு இவ்வூரில் அமைந்துள்ள சாத்தன் ஏரிக்கு உள்ளது.

பண்டைய காலத்தில் வாழ்ந்த சிற்றரசர் சாத்தனின் காலத்தில் தான் இந்த ஏரியானது உருவாக்கப்பட்டுள்ளது. உருவாக்கப்பட்டதோடு மட்டுமல்லாமல் மிகப்பெரிய அளவிலே ஆழமாகவும் அகலமாகவும் விரிவுபடுத்தப்பட்டு வெட்டப் பட்டிருக்கின்றது. சிற்றரசர் சாத்தனின் ஆட்சியின் கீழ் வெட்டப்பட்டதினால் பண்டைய காலங்களில் இந்த ஏரிக்கு சாத்தனேரி என்றே பெயர் விளங்கப்பெற்றுள்ளதாக ஒரு செவி வழிச் செய்தி. இவ்வூரில் அமையப் பெற்றுள்ள

ஏரியானது கிட்டத்தட்ட 1,500 ஆண்டுக்கும் மேற்பட்ட பழமை வாய்ந்தவையாக இருக்க வேண்டுமென கருதப்படுகின்றது. சங்ககால இலக்கியத்தில் கூறப்படுகின்ற குறிப்புகள் என்னவாக இருக்கின்றதென்றுச் சொன்னால் தமிழ் நாட்டில் சுமார் 2,500 ஆண்டுகளாக ஏரிகள் உள்ளதாக இலக்கியங்களின் மூலம் நன்கு அறிய இயலுகின்றது.

பண்டைய காலங்களில் சாத்தன் பாடியென்றும் அதன்பிறகு சகஸ்திரப்பாடி என்றும் தற்பொழுது சி. சாத்தப்பாடி என்றும் அழைக்கப்படும். இவ்வூரின் ஏரிக்கு எங்கிருந்து நீர் வருகின்றது. அப்படி வரும் நீரானது எந்தெந்த பகுதிகளைக் கடந்து வருகின்றதென்று பார்க்கும் நிலையில் காட்டுமன்னார்கோவிலில் அமைந்துள்ள வீராணம் ஏரியிலிருந்து சேத்தியாத்தோப்பிலுள்ள அணைக்கட்டுப்பகுதியை வந்தடைகின்றது. அங்கிருந்து குறுக்கு ரோடு என்று சொல்லப்படுகின்ற சேத்தியாத்தோப்புவில் அமை யப்பெற்றுள்ள வெள்ளராஜன் வாய்க்காலை வந்தடைந்து. பின்பு அங்கிருந்து பின்னலூர் கிராமத்திலுள்ள பழைய முரட்டு வாய்க்கால் என்று சொல்லக்கூடிய பகுதியை வந்தடைந்து பின்பு அங்கிருந்து அம்பாள்புரம், உடையூர், ஆலம்பாடி வழியாக வந்து பூ. மணவெளி கிராமத்தில் அமையப்பெற்றுள்ள தளவார் ஓடையை வந்தடைகின்றது. பின்பு அங்கிருந்து தெற்குத்திட்டை வடக்குத்திட்டை, மேலமணக்குடி, வழியாக வந்து சாத்தப் பாடியை வந்தடைகின்றது. இந்த ஏரியினுடைய நீரானது வடி காலுக்காக திறந்து விடும்பொழுது சொக்கன்கொல்லை, வயலாமூர், பூவாலை போன்ற கிராமங்களைக் கடந்து குண்டி யமல்லூர் என்ற கிராத்திலே அமையப் பெற்றுள்ள பரவனாற்றுக் கிளைகளோடு சேர்ந்து கடலிலே சென்று கலக்கின்றது.

மழை வெள்ள காலங்களில் இவ்வூர் ஏரியில் ஓரளவுதான் நீரைப் தேக்கி வைக்கமுடியும். அதற்கு மேலும் மழைநீர் அதிகரித்து வந்தால் வருகின்ற எல்லா நீரும் பாதுகாப்பாக வெளியேற்ற வேண்டும் அதற்காகவே கருங்கல்லால் கட்டு மானம் அமைக்கப்பட்டு இருக்கின்றது. அதனை கற்சிலை என்றும் கலிங்கல் என்றும் கூறுவர். தண்ணீரைக் கழிழக்கும் இடம் கழிங்கல் எனப்படும். கழிங்கல் மக்களின் வழக்கில் மறுவிச் சென்று கலிங்கல் என்று ஆகிவிட்டது.

இவ்வூரில் கட்டடப்படிருந்த பழைய கலிங்கல் மேட்டுத்தெரு என்று அழைக்கப்படுகின்ற வன்னிய மக்கள் வாழும் பகுதியில் அமைந்துள்ள தரைப்பாளத்திற்கு கீழே அமைந்துள்ளது. இந்த பாளத்தைக் கடந்துதான் குறிஞ்சிப்பாடி செல்ல வேண்டிய பேருந்துகள் செல்ல வேண்டும். இந்த பழைய பாலமானது பல வருடங்களுக்கு முற்பட்டதாக கருதப்படுகின்றது. அதன் பிறகே அய்யனார் கோவில் அருகாமையில் அமையப் பெற்றுள்ள கலிங்கள் கட்டப்பட்டுள்ளது என்பது குறிப்பிடத்தக்கது.

மழைவெள்ள காலங்களில் இந்த கலிங்கிள் தேக்கி வைக்கும் நீரினுடைய கொள்ளவானது சுமார் 3 அடியாகவும், மற்ற காலங்களில் 1.50 அடி என்றும் இந்த கலிங்கினுடைய மொத்த உயரம் 5 அடி என்றும் இதை பரமாறித்து வரும் பொதுப்பணித்துறை அதிகாரியின் மூலம் அறிய முடிகின்றது. இந்த கலிங்களில் மொத்தம் ஐந்து நீர் தடுப்பு சட்டர்கள் அமைக்கப்பட்டுள்ளன. அதன் விவரங்கள் பின்வருமாறு.

ரெகுலேட்டர்கள் மொத்தம்	–	5
சட்டரின் அகலம்	–	2.60 மீட்டர்
அதன் உயரம்	–	1.50
ஸ்குறுராடு உயரம்	–	2.60 மீட்டர்
தண்டவாளத்தின் நீளம்	–	3.20 மீட்டர்

இவ்வூர் ஏரியினுடை கலுங்கிற்கு மொத்தம் ஒன்பது மத குகள் இருக்கின்றன. இவற்றில் முதல் மதகானது ஐயனார் கோவில் குளத்திற்கு நீர் கொண்டு செல்லும் பயன்பாட்டிற்காக பயன்படுத்தப்படுகிறது. பின்பு இரண்டாவது தலைமதகாக இருப்பது ஏரிக்கரையில் அமைந்துள்ள பிள்ளையார் கோவிலுக்கு அருகாமையில் உள்ள மதகே இந்த ஏரியினுடைய தலமையான மதகாக அமைந்துள்ளது. இந்த தலை மதகிற்கும் கலிங்கிற்கும் உள்ள மொத்த தொலைவானது 445 மீட்டர் இந்த மதகின்மூலம் 645 ஏக்கர் விளை நிலங்கள் பயன் அடைகின்றன. இந்த மதகிலிருந்து செல்லும் வாய்க்காலானது 3700 மீட்டர் தொவைக் கொண்டதாக உள்ளது.

2–வது மதகின் சட்டரின் அகலம்	– 0.75 மீட்டர்
அதன் உயரம்	– 1.00 மீட்டர்
ஸ்குருராடு உயரம்	– 2.80 மீட்டர்
தண்டவாளத்தின் நீளம்	– 1.65 மீட்டர்

மூன்றாவது மதகு குத்தலக்குட்டையென்றுச் சொல்லக்கூடிய இடத்தில் அமைந்துள்ளது. இந்த மதகிற்கும் கலிங்கிற்கும் உள்ள தொலைவு 691 மீட்டர். இதன் மூலம் பயன்அடையும் விளைநிலங்கள் 79 ஏக்கர். இந்த மதகின் வாய்க்காலானது 1800 மீட்டர் தொலைவைக் கொண்டதாக உள்ளது.

3–வது சட்டரின் அகலம்	– 0.65 மீட்டர்
அதன் உயரம்	– 1.00 மீட்டர்
ஸ்குகுரு ராடு உயரம்	– 3. மீட்டர்
தண்டவாளம் நீளம்	– 1.50 மீட்டர்

நான்காவது மதகு இவ்வூரில் அமையப்பெற்றுள்ள அங்காளம்மன் கோவிலருகே அமையப்பெற்றுள்ளது. இந்த மதகிற்கும் கலிங்கிற்கும் உள்ள தொலைவு 950 மீட்டர். இதன் மூலம் பயனடையும் விளை நிலங்கள் 141 ஏக்கர் இந்த மதகின் மூலம் சென்றடையும் வாய்க்கால் 2200 மீட்டர் தொலைவைக் கொண்டதாக அமைந்துள்ளது.

4–வது சட்டரின் அஉலம்	– 0.60 மீட்டர்
அதன் உயரம்	– 1.00 மீட்டர்
ஸ்குரு ராடு உயரம்	– 2.30 மீட்டர்
தண்டவாளம் நீளம்	– 1.50 மீட்டர்

ஐந்தாவது மதகு மேலமணக்குடி ஆதிதிராவிட மக்களின் மாரியம்மன் கோவில் அமையப் பெற்றுள்ள ஏரிக்கரைப் பகுதியிலே அமைந்துள்ளது. இந்த மதகிற்கும் கலிங்கிற்கும் உள்ள தொலைவு 2,303 மீட்டர் இதன் மூலம் பயனடையும் விளை நிலங்கள் 78 ஏக்கர். இந்த மதகின் மூலம் சென்றடையும் வாய்க்காலினது 1,600 மீட்டர் தொலைவைக் கொண்டதாக உள்ளது.

5–வது சட்டர் அகலம்	– 0.60 மீட்டர்
அதன் உயரம்	– 0.80 மீட்டர்
ஸ்குரு ராடு உயரம்	– 2.40 மீட்டர்
தண்டவாளம் நீளம்	– 1.60 மீட்டர்

ஆறாவது மதகு பரதேசி நாடர் என்பவரின் வீட்டுக்கு பின்புறமாக உள்ள ஏரிக்கரைப் பகுதியில் அமைந்துள்ளது. இந்த மதகிற்கும் கலிங்கிற்கும் உள்ள தொலைவு 2,949 மீட்டர். இதன்மூலம் பயன் அடையும் விளை நிலங்கள் 101 ஏக்கர். இந்த மதகின் மூலம் சென்றடையும் வாய்க்கலானது 2000 மீட்டர் தொலைவைக் கொண்டதாக அமையப்பெற்றுள்ளது.

ஆறாவது சட்டரின் அகலம்	– 0.60 மீட்டர்
அதன் உயரம்	– 0.80 மீட்டர்
ஸ்குகுரு ராடு உயரம்	– 1.80 மீட்டர்
தண்டவாளம் நீளம்	– 1.30 மீட்டர்

ஏழாவது மதகு மேலமணக்குடி வன்னிய மக்கள் வசிக்கின்ற பகுதியானது பிள்ளையார் கோவிலருகே அமைந்துள்ளது. இந்த மதகிற்கும் கலிங்கிற்கும் உள்ள தொலைவு 2,570 மீட்டர். இதன் மூலம் பயன் அடையும் விளை நிலங்கள் 109 ஏக்கர். இந்த மதகின் மூலம் சென்றடையும் வாய்க்காலானது 2,100 மீட்டர் தொலைவைக் கொண்டதாக அமையப்பெற்றுள்ளது.

7–வது சட்டரின் அகலம்	– 0.65 மீட்டர்
அதன் உயரம்	– 0.70 மீட்டர்
ஸ்குரு ராடு உயரம்	– 1.75 மீட்டர்
தண்டவாளம் நீளம்	– 1.60 மீட்டர்

எட்டாவது மதகு இந்த மதகை மக்கள் சித்தேரி மதகு என்று பெயரிட்டு அழைப்பதுண்டு. இந்த மதகானது மேலமணக்குடி பிள்ளையார் கோவிலுக்கும் வடக்குத்திட்டை பேருந்து நிலையத் திற்கும் இடைப்பட்ட நிலையில் சாலையில் ஓரத்திலேயே அமைந்துள்ளது. இந்த மதகிற்கும் கலிங்கிற்கும் உள்ள தொலைவு

2,900 மீட்டர். இதன் மூலம் பயனடையும் விளை நிலங்கள் 50 ஏக்கர் இந்த மதகின் மூலம் சென்றடையும் வாய்க்காலானது 2,000 மீட்டர் தொலைவைக் கொண்டதாக அமைந்துள்ளது.

எட்டாவது சட்டரின் அகலம்	– 0.50 மீட்டர்
அதன் உயரம்	– 0.60 மீட்டர்
ஸ்குரு ராடு உயரம்	– 2.50 மீட்டர்
தண்டவாளம் நீளம்	– 1.40 மீட்டர்

ஒன்பதாவது மதகு இது தெற்குத்திட்டை கிராமத்தினுடைய எல்லையான ஈடுகட்டப்பட்டுப் பகுதிக்கு அருகாமையில் அமைந்துள்ளது. இந்த மதவுக்கும் கலிங்கிற்கும் உள்ள தொலைவு 3491 மீட்டர். இதன் மூலம் பயன் அடையும் விளை நிலங்கள் 73 ஏக்கர். இந்த மதகின் மூலம் சென்றடையும் வாய்க்காலானது 1800 மீட்டர் தொலைவைக் கொண்டதாக அமைந்துள்ளது. இந்த எட்டாவது மதகாக கருதப்படும் இதற்கு சட்டர்கள் கிடையாது. இந்த மதகானது மண்ணால் தடுப்பு சுவர் (கொண்டவம்) அமைத்து தடுக்கப்பட்டு விளைநிலங்களுக்கான நீர் பாய்ச்சலுக்கு பண்டைய காலம் தொட்டே பயன்படுத்தப்பட்டு வருகின்றது.

இவ்வாறு கட்டப்பட்ட மதகுகள் பழம்பெருமை வாய்ந் தவையாக இருந்தாலும் கூட 1906–ம் ஆண்டு வெள்ளையர்களின் ஆட்சிகாலத்தில் நவீனப்படுத்தப்பட்டு புதிய மதகுகள் கட்டப்பட்டு அவ்வாறு கட்டப்பட்ட மதகுகளே தற்பொழுது நமது கண்களுக்கு காட்சியளித்துக் கொண்டிருக்கின்றது.

சி. சாத்தப்பாடி ஏரியின் மூலம் மொத்தம் 1276 ஏக்கர் விளை நிலங்கள் பயனடைந்து வருகின்றன என்பதோடு இந்த ஏரி யினுடைய மொத்த நீளமானது 3491 மீட்டராகவும், பரப்பளவானது 40.49.0 கெக்டர் கொண்டதாகவும் அமைந்துள்ளது.

பண்டைய காலத்தில் வாழ்ந்த சிற்றரசர் சாத்தனின் தலை மையில் வெட்டப்பட்ட இந்த ஏரியானது இம்மண்ணில் வாழ்ந்த முதுமக்களின் நீர் ஆதாரத் தேவைகளுக்கும் இவ்வூர் பகுதிகளை சுற்றியிருந்த கரடுமுரடான காடுகளையெல்லாம் கழனியாக்குவதற்கும் பெரும்பங்கு வகித்திருக்கின்றது. இந்த

ஏரியானது பல நூற்றாண்டு பழமைவாய்ந்தவையாக இருந்தாலும் கூட தற்பொழுது அதே புதுப்பொலிவுடன் மானிடர்களின் ஆண்களுக்கு என்றும் தன் இளமையினை தொலைத்து விடாமல் காட்சியளித்து நம்மையெல்லாம் வியப்பிற்கு ஆட்படுத்தி வருகின்றதென்றுச் சொல்வோமேயானால் அது மிகையாகாதென்றே கருதுகின்றேன் என் உயிரின் உயிரான உறவுகளே.

சாத்தப்பாடி கிராம மக்களின் நாட்டுப்புற பாடல்கள்

சி.சாத்தப்பாடி வாழ் கிராமமக்களின் வாழ்வியலோடு கலந்து அன்றிலிருந்து இன்று வரை இவர்களோடே இரத்தமும் சதையுமாக கலந்த நாட்டுப்புற பாடல்களை பின்வருமாறு காண்போம்.

நடவுப் பாட்டு

"ஏஞ்சாமி நடவுநட
வந்தோ நாங்க வந்தோ நாங்க
எங்க பின்னகாலு ஏஞ்சாமி
நோவுதங்க, நோவுதங்க
ஏ மாஞ்சி, மாஞ்சி ஏஞ்சாமி
நட்டோமங்க நட்டோமங்க
எங்க நெஞ்சி பூறா ஏஞ்சாமி
நோவுதங்க, நோவுதங்க
எ தொட்டிலிலே ஏஞ்சாமி
பொட்ட புள்ள, பொட்ட புள்ள
நாங்க தூக்கி பாக்க ஏஞ்சாமி
நேரமில்ல நேரமில்ல
எ நன்னானே நானானே
நானே நானே நனனன்னே
எ பொழுதொடி ஏஞ்சாமி
போவுதங்க போவுதங்க
நாங்க போக வேணு ஏஞ்சாமி
தென்மதுர தென்மதுர
யே நாலெடி ஏஞ்சாமி
போவுதங்க போவுதங்க
நாங்க நடக்க வேணு ஏஞ்சாமி
தென் மதுர, தென் மதுர"

நன்றி: திருமதி சாமத்தாள் காக்காயன்

தாலாட்டு

"ஆறாறோ எங்கண்ணே ஆறிறறோ
எ ஆறாறோ எங்கப்பா ஆறிறறோ
ஏ ஆறாட்டோ நீ கேலப்பா
ஏ கண்ணே நீ அழுத நீணு ஓயப்பா
ஏ சீறாட்டோ நீ செவிகுளுங்க
ஏ கண்ணே சீமாமோவ நீ கண்ணுரங்கே
ஏ ஆறாட்டோ நீ ரதகுலுங்க
ஏ கண்ணே நீ அல்லிமோவநீ கண்ணுரங்கே
ஏ கண்ணுமணி ஏ, பெண்ணுமணி
எங்கப்போ நீ கருத்தமணி நீ கண்ணுரங்கு"

நன்றி: திருமதி சாமத்தாள் காக்காயன்

அறுவடைப் பாட்டு

"சந்திரரே சூரியரே சாமி பகவானே
சந்திரரே நாநோக்கி சாத்தின கை பாங்கு
சாந்தின கைபாங்கு சம்ப வெலையவேனு
சம்பவெலையவேனு அத நம சாந்திருந்து திங்க வேனு
அறக்க அறக்க மாலாம அறுவந்து சேதமாக
கூட்டவர்ரவக கூனு ஓடியனு
அறக்க வர்ரவக அருவ ஓடியனு
சந்திரரே சூரியரே சாமி பகவானே
சந்திரரே நானோக்க சாத்தின கைபாங்கு"

நன்றி: திருமதி மகேஸ்வரி சீராளன்

நடை பழக்கும் பாட்டு

"மரத்து மேலே எம்மகனே ஏறாதேடா
ஏ கண்ணே வாடா
அந்த மரமுறிஞ்சா எம்மகனே ஒனக்கு சேதமடா
நீ புத்துமேலே எம்மகனே ஏறாதேடா
ஏ கண்ணே வாடா
நீ ஏறினாக்கா அந்த புத்துநாக ஒன்ன கொத்துமேடா
என் கண்ணே ஒன்ன கொத்துமேடா

இங்க வழியுகாணு எம் மகனே செடியுகாணு
எ கண்ணே ஒடிச்சி போட்ட தாழையுங்காணு
பாலூட்டு எம்மகனே ஒனக்கு சாதமூட்டி
எம்மகனே ஒனக்கு சாதமூட்டி
எங்கண்ணே நீ படுக்கையிலே
எம்மகனே ஒனக்கு வாய்தொடச்சி
தையிறுட்டு எம்மகனே ஒனக்கு சாதமூட்டி
எஞ்சேலையாலே ஒனக்கு வாய்தொடச்சி
எந்த தோலு மேலே எம்மகனே ஒனக்கு யானகட்டி
அட எங்கண்ணே ஒன்ன எந்த தொடமேலே
எம்மகனே ஒனக்கு நடபழக்கி
எந்த மாறுமேலே எம்மகனே ஒனக்கு நடபழக்கி
துரையாக வந்த கண்ணே
எந்த தோலுமேலே எங்கண்ணே நீ ஏறி வாடா
எங்கண்ணே ஏறிவாடா"

நன்றி: திருமதி சாமத்தாள் காக்காயன்

பெண்களோடு சிரித்து மகிழ்ந்த பொழுது பாடிய பாடல்கள்

"ஏ பட்டனமா பட்டனமா காவேரிபூம்பட்டினமா
ஏ பட்டனத்த சுத்தி வந்தா
பால மணி கட்டிவிக்க
ஏ பவழமணி வாங்கி கட்டோ
பவலப்பெண்ணு கைய பஞ்சுமெத்த
ஏ கோயிலத்தா சுத்திவந்தா
கொடிக்காத வாங்கி விக்க
கொடிக்காய வாங்கி திண்னு
ஏ கொழந்த கையி பஞ்சி மெத்த
ஏ நன்ன நானே நானே, நன்னே
நன்ன நானே நானே நன்னே
ஏ அப்பனுக்கு புள்ளயில்லே
ஏ ஐவர் ராசா பாண்டியர்க்கு
ஏ பாழடஞ்ச கோயிலுக்கு
நா பாழகெட அனுப்பி வச்சே
ஏ இருளடஞ்ச கோவிலுக்கு
எண்ண கொட அனுப்பி வச்சே
ஏ நன்ன நானே நானே நன்னே
நன்ன நானே நானே நன்னே
ஏ மாடு போவு வழி தெறிஞ்சா
மங்க நான வெறுவு ஓடிச்சி வப்பே
ஏ மாடு போவு வழி தெறிலே
ஏ மாங்கா நா பறிக்கயிலே
ஏ மன்னவறு பெயரச்சொன்னா
வந்த மாடு காணலேயே"

நன்றி: திருமதி சாமத்தாள் காக்காயன்

ஒப்பாரிப் பாடல்

"ஏ காணல வெறிக்குதப்போ
என்ன பெத்தா அப்பா நானு கல்லுமேல ஒன்டினாலு
எனக்கு கல்லு நெழலாகுமா அப்பாவே
கண்ட சனமெல்லா நீயாகுமா?
வெய்யலா வெறிக்குதம்மா நா வேலிமேல ஒன்டினாலு
எனக்கு வேலி நெழலாகுமா அம்மாவே
வேத்துசன தாயாகுமா?
கோது புளியெடுத்து
என்ன பெத்த அம்மா நா கொலத்துல கரச்சிவிட்டா
இந்த கொலந்தாண்டி போன நீனு இனி
கூப்பிட்டா வருவியாம்மா?
நா கொறலுவிட்டா கேப்பியாமா?
அம்மா நா ஆஞ்ச புளியெடுத்து
ஆத்தில கரச்சி விட்டா
அந்த ஆத்தா தாண்டி போன நீயூ
நா அழைச்சாக்க வருவியாமா?
பாக்க படிப்பழக ஏந்தம்பி நீ
பாக்க நாதியில்லாம ஏந்தம்பி
ஓ மக்க பாழுபட்டு நிக்குதப்பா
எப்பா நீ பள்ள நிலா வாங்கி
என்ன பயிற வெறச்சிருந்தா
நா பயிறுக்கு பயிறாகுவ
இந்த நாட்டுல நா பள்ளங்கொண்ட பெண்ணாகுவ
அப்பா நா அழுது கலக்கிறப்பா
நல்ல நிள வாங்கி அப்பா என்ன நீ
நெல்லா வெறச்சிறுந்த
அந்த நெல்லுக்கு நெல்லாகுவா
இந்த ஊருள நா நிளங்கொண்ட பெண்ணாகுவ
இன்னக்கு நா நின்னு தவிக்குறப்பா
பத்து வெறலால
என்ன பெத்த அப்பனே
நா பாத்துவச்சே தென்னபுள்ள

எந்தம்பி பங்காலி கண்ணுபட்டே
நீ பால பழுதானப்பா
நீ பங்காலிக்கே சொல்லானப்பா
எட்டு வெறலால
நா எடுத்து வச்சே தென்னபுள்ள
எதிராலி கண்ணு பட்டே
நீ எளனி பாழானதப்பா
இந்த ஊருலேயே நீ எதிராலிக்கு சொல்லானப்பா
ஆரஞ்சு கொய்யாவு
அலியாமா பழுத்திருக்கு
நா பொறந்த அரண்மனையிலே சட்டுனுத சாஞ்சிடுச்சி
எனக்கு நீ அள்ளி கொடுக்க வேணா
அஞ்சி லெச்ச தரவேணா
எனக்கு அன்பான வார்த்த சொல்லி
என்ன அழச்சி விட்டா போதுமப்பா"

நன்றி: திருமதி மகேஸ்வரி சீராளன்

ஒப்பாரி

"வயித்த வலிக்குதுன்னு நா வட்டாவுல தண்ணி கேட்ட
வட்டா எறவண்ண இந்த ஊருள வடிவாக்க தூரமுன்னா
குண்டிய வலிக்குதுன்னு என்ன பெத்த அம்மா நானு
கூசாவுல தண்ணி கேட்ட
கூச எறவண்ண இந்த நாட்டுல
ஒரு கொலத்தங்கர தூரமுன்னா
எப்பா நா தலைய வலிக்குதுன்னு என்னோட
தாயாருக்கு தூதுவிட்ட
எந்தாயார் வரும் வண்டியிலே எனக்கு தயிலம்
வரும் பெட்டியிலே
மண்டைய வலிக்குதுன்னு என்னோட
மாதாவுக்கு நா தூதுவிட்டே
எந்த மாதா வரும் வண்டியிலே எனக்கு
மருந்து வரும் டப்பியிலே"

நன்றி: திருமதி மகேஸ்வரி சீராளன்

ஒப்பாரி பாடல்

“கல்லு போட்ட ரோட்டு மேல
கன்னி வழி நடந்த
அப்பா என்ன கரடி தொருத்துதப்பா
இந்த நாட்டுல கரும்பாம்பா சீறுதப்பா

என் கூடப்பொறந்த கருண பெறச்சொன்ன
கரடி தொருத்தாது கரும்பாம்பா சீராது
முள்ளுபோட்ட ரோட்டுமேல
பொண்ண வழிநடந்த
அப்பா என்ன மாடு தொரத்துதப்பா
மலப்பாம்பா சீறுதப்பா
ஏ கூடப்பொறந்த மன்னவ பேறச்சொன்னா
மாடு தொருத்தாது மலப்பாம்பா சீறாது”

நன்றி: திருமதி மகேஸ்வரி சீராளன்

ஒப்பாரி

“காட்டுல ஆலமர
என்னபெத்த அம்மாடி
எனக்கு கை கழுவு தெப்ப கொளம்
என்ன பெத்த அப்பனு அம்மாலு
காடுமறஞ்சிட்டிங்க
இனிமே நாங்க கைகழுவ அஞ்சனும்மா
எனக்கு மோட்டுல ஆலமாரோ
என்னபெத்த எ அம்மாடி
எனக்கு முகங்கழுவ தெப்ப கொள
இன்னக்கி நீங்க மோடு மறஞ்சிட்டிங்க
இனிமே நாங்க மொகங்கழுவ அஞ்சனும்மா”

நன்றி: திருமதி மகேஸ்வரி சீராளன்

ஒப்பாரி பாடல்

“எள்ளுடிச்சி கல்லிடிச்சி
என்ன மேல விட்டவரே

எழுத தெறிஞ்சவரே
எழுத்தானி கத்தவரே
படிக்க தெறிஞ்சவரே
பஞ்சாங்க பாத்தவரே
சமய சமயமுன்ன
ஜவுளிகட ஒப்படைச்ச
இத சமயமுன்ன எகுத்தக்கட ஒப்படைச்ச
என்னோட காசி பணத்த யெல்லா
நீ தாசிகிட்ட ஒப்படைச்ச
அந்த கடனு கக்கியு
எங்க தாலையிலே ஒப்படைச்ச"

நன்றி: திருமதி மகேஸ்வரி சீராளன்

நடவுப்பாடல்

"கடுவ வறத்து கொட்டி எ கண்ணகி
நா கப்ப பூச செய்து வந்த இப்போக
ஏ அப்படியெ புள்ளயில்லா கோவிலா
ஏ ஐவர் ராசா பாண்டியர்க்கு இப்போக
மொலுவ வரத்து கொட்டி ஏ கண்ணகி
நா முப்பூச செய்து வந்த இப்போக
ஏ அப்பாடியே புள்ளஇல்லா கோவிலா
ஏ ஐவர் ராசா பாண்டியர்க்கு இப்போக"

நன்றி: திருமதி மகேஸ்வரி சீராளன்

ஒப்பாரி

"என்ன பெத்தா அப்பா நீ தயிறபோல வெள்ள நெறோ
நீ பெத்ததிலே நானு ஒரு பெண்ணுமாகு
தேவ போல என்ன பெத்த அய்யா நீனு
தயிறபோல இருந்த அய்யா நீ நெறங்குறஞ்ச
நீ பெத்தா பெண்ணு நா பாலபோலே வெள்ள நெறமோ
என்ன பெத்தெடுத்த பாவிவோலா
இன்னக்கி நா பறம்புகட்டி பாவிவோலா பாழாபோறா
வடக்கருந்தே என்ன பெத்த அய்யா நீ வஞ்சிமர

என்ன பெத்ததொரு உத்தமிய தாயாரோ
என்ன பெத்த அய்யா நீ
வான ஓசந்த தென்ன மரோ
அங்க தேனீ போயி வனத்திலே தேனுகட்டு
அய்யா தேனு கட்டு
அய்யா தேனு கட்டு”

நன்றி: திருமதி இந்திரா மணி

அறம் பதிப்பகத்தின் புத்தகங்கள்

3/582, முல்லைத் தெரு, கஸ்தூரிபாய் நகர்,
TNHB எதிரில், முள்ளிப்பட்டு கிராமம் & அஞ்சல்,
ஆரணி வட்டம், திருவண்ணாமலை மாவட்டம் – 632316
செல்: 9150724997, மின்னஞ்சல்: arampublication50@gmail.com

சுற்றுச்சூழல்

1. நடுங்கும் நிலம் நடுங்கா மனம்
மா.அமரேசன் — ரூ. 130
2. கண்ணுக்குப் புலப்படாத தண்ணீரும் புலப்படும் உண்மைகளும்
மா.அமரேசன் — ரூ. 50
3. சுற்றுச்சூழலும் சாதியப் புனிதமும்
மா.அமரேசன் — ரூ. 100
4. சுற்றுச்சூழலும் புத்த சமயமும்
மா.அமரேசன் — அச்சில்

கட்டுரைகள்

5. சேரி ரெண்டுபட்டால்
மா. அமரேசன் — ரூ. 100
6. நிலமெனும் ஆயுதம்
ஐ.ஜா.ம. இன்பகுமார் — ரூ. 250
7. எழுத்தில்லா புத்தகம்
கெங்கைகுமார் — ரூ. 200
8. சொற்களால் நெய்யப்பட்ட சவுக்கு
யாழன் ஆதி — ரூ. 150
9. அதோ அந்தபள்ளிக்கூடந்தான்
மா. சுரேஷ் — ரூ. 100
10. தெய்வகடிஞை
பேரா. ஜெயபிரகாஷ் — அச்சில்
11. கேரளாவில் பௌத்தம்
பேரா. ஜெயபிரகாஷ் — அச்சில்
12. தமிழும் பிராகிருதமும்
பேரா. ஜெயபிரகாஷ் — அச்சில்
13. மீட்சி பெறும் ஆதி புத்த அரசன்
'வீர சாத்தன் வரலாறு' – Dr. சா.சீ.ஜோதிமணி — அச்சில்
14. சுவாமி சகஜானந்தா
அ. அன்பானந்தன் — அச்சில்

அயோத்திதாசர்

15. ஆத்திசூடி மீள் வாசிப்பு
மா.அமரேசன் — ரூ. 240
16. ஆதிதிராவிடர் கட்டமைத்த அறிவுத்தளம்
பேரா.செ.கலியபெருமாள் — ரூ. 260
17. பெரியாருக்கு முன் அயோத்திதாசப் பண்டிதர் எழுத்துச் சீர்திருத்தம் ஓர் ஆய்வு
அ. அன்பானந்தன் — ரூ. 50

18. திருக்குறள் மீட்டெடுப்பில் பண்டிதமணி அயோத்திதாசர் பணிகள்
அ. அன்பானந்தன் ரூ. 130
19. பன்முக ஆளுமை பண்டிதர் அயோத்திதாசர்
சீமான். இளையராஜா அச்சில்
20. பௌத்தப் பண்டிகைகள்
சீமான். இளையராஜா அச்சில்
21. தமிழன் கடிதங்கள் தொகுப்பு – 1
பேரா. விஜயகுமார் அச்சில்
22. கொன்றைவேந்தன் மீள் வாசிப்பு
மா.அமரேசன் அச்சில்

திரைத்துறை

23. இளையராஜாவின் இசைப் பாடல்களில் புத்தச் சமயக் கோட்பாடுகள்
மா.அமரேசன் ரூ. 200
24. மகாமுனி – திரைக்கதை
சாந்தகுமார் ரூ. 390
25. சிவாஜி கணேசனின் மார்லன் பிராண்டோ உடனான ஓர் சமர்
ம. தொல்காப்பியன் ரூ. 100

கதைகள்

26. கிச்சிலிப் பயமாட்டம் பொண்ணு
பேரா. ஏ. மாரிமுத்து ரூ. 330
27. கணவன் சொன்ன கதைகள்
க.இ. ஆரோன் ஜோஸ்வா ரூஸ்வெல்ட் ரூ. 220
28. கூடிப்பேசும் பூக்கள்
மா. சுரேஷ் ரூ. 130

கவிதைகள்

29. தம்மபதம்
யாழன் ஆதி ரூ. 210
30. காலி கோப்பையும் தானாய் நிரம்பும் தேனீரும்
யாழன் ஆதி ரூ. 110
31. போதலின் தனிமை
யாழன் ஆதி ரூ. 150
32. நெடுநல்வாடான்
யாழன் ஆதி ரூ. 50

சுயசரிதை

33. புலிப்பால்
பேரா.செ.கலியபெருமாள் ரூ. 360

இந்த பட்டியலில் உள்ள புத்தகங்களை வாங்க விரும்புவோர் கீழ்காணும் G Pay QR codeஐ ஸ்கேன் செய்து உரிய பணம் செலுத்திவிட்டு, அந்த ரசீது, புத்தகத்தின் பெயர், உங்கள் முகவரி ஆகியவற்றை **91507 24997** என்ற வாட்ஸ்அப் எண்ணுக்கு அனுப்பினால் புத்தகங்கள் அனுப்பி வைக்கப்படும். தபால் செலவு இலவசம்.

G Pay

accepted here

ma. amaresan

+91 91507 24997

9150724997@okbizaxis

www.ingramcontent.com/pod-product-compliance
Lightning Source LLC
LaVergne TN
LVHW100250051026
849517LV00006B/2041
9789391480011